# GUJARATI

A COMPLETE COURSE FOR BEGINNERS

Rachel Dwyer

TEACH YOURSELF BOOKS

Long-renowned as the authoritative source for self-guided learning – with more than 30 million copies sold worldwide – the *Teach Yourself* series includes over 200 titles in the fields of languages, crafts, hobbies, sports, and other leisure activities.

*British Library Cataloguing in Publication Data*
Dwyer, Rachel
Gujarati
I. Title
491.4782421

*Library of Congress Catalog Card Number:* 94-65934

First published in UK 1995 by Hodder Headline Plc, 338 Euston Road, London NW1 3BH

First published in US 1995 by NTC Publishing Group, 4255 West Touhy Avenue, Lincolnwood (Chicago), Illinois 60646 – 1975 U.S.A.



Typeset by Thomson Press (India) Ltd, New Delhi.
Printed in Great Britain by Cox & Wyman Ltd, Reading, Berkshire.

Impression number 10 9 8 7 6 5 4 3 2 1
Year 1999 1998 1997 1996 1995

# CONTENTS

**Introduction** 1
The geography of Gujarat 2
The history of Gujarat 2
Religion in Gujarat 4
The Gujarati language 5
Useful sources 6

**How to use this course** 10

**The Gujarati script and sound system** 16
**The Gujarati Syllabary** 18
Consonants 18
Vowels 22
Conjunct characters 27
Pronunciation 30
Punctuation 30
Alternative spellings 31
Numerals 31

**1** *Hello!* 35
Dialogue 1: *How are you?* 35
1 Personal pronouns and present tense of *to be* 37
2 Questions and answers 40
3 Good manners 40
Dialogue 2: *This is my older brother* 41
4 Nouns 43
5 Adjectives 45
6 Sentence patterns 46
7 પણ **paṇ** ***but, however*** 47

**2** *Do you come here every day?* 54
Dialogue 1: *In the university* (Part 1) 54
1 The past tense of the verb *to be* 57
2 Interrogative (question) words 59
3 Clitics 60
4 Word order 61
5 બસ! **bas!** ***enough!*** 61
Dialogue 2: *In the university* (Part 2) 62
6 Stem and base forms of nouns and adjectives 65

7 The present continuous and indefinite 67
8 Irregular present verb forms 72
9 *To go to* 73
10 Idioms 74

**3** *Where do you live?* 81
Dialogue 1: *What's your house like?* 81
1 The particles ને **ne** and નું **nuṃ** 84
2 Impersonal verbs 87
3 Negatives 88
4 Commands and requests 89
Dialogue 2: *How many brothers and sisters do you have?* 91
5 More irregular present verb forms 93
6 Pronouns with adverbials 94
7 Expressions for *to have* 95
8 Note on કોઈ **koī** and કંઈ **kaṃī** 96

**4** *What shall we do?* 103
Dialogue 1: *Ahmadabad* 103
1 The future tense 106
2 Expressions of purpose 108
3 કે **ke** and એમ **em** 108
4 Repetition 109
Dialogue 2: *Do you like Gujarati food?* 110
5 The reflexive pronoun 112
6 More impersonal verbs 113
7 *To know* 115

**5** *What do you need?* 122
Dialogue 1: *I need some new clothes* 122
1 Need, necessity, wanting 125
2 Pronouns and nouns as agents 126
3 The habitual present 127
4 Further uses of નું **nuṃ** 129
Dialogue 2: *I should go home now* 130
5 Transitive and intransitive verbs 133
6 More on need, necessity and wanting 134
7 Agreement of adjectives functioning as adverbs 135
8 Kinship and politeness 136

**6** *I went to India* 144
Dialogue 1: *I went to India* 144
1 Perfective verbs: the simple past 148

2 More perfective verbs: the perfect and remote past 151
3 Adverbial formations 152
Dialogue 2: *What did you do today?* 153
4 More perfective verbs: transitive verbs 155
5 More pronouns and nouns as agents 156
6 Notes on gender 157
7 Expressions for *now* 158

**7** *What's the time?* 167
Dialogue 1: *Do you live far from here?* 167
1 Numerals 170
2 What's the time? 174
Dialogue 2: *I've heard you're going to India* 177
3 The gerund 180
4 Expressions for *to begin* 181
5 Possibility/probability 182

**8** *Letters* 188
Letter No. 1: *A wedding* 188
1 વાનું forms 191
2 Further uses of interrogatives and deictics 193
Letter No. 2: *Sad news* 197
Letter No. 3: *Thank you* 198
3 *To know how to, to be able to* 200
4 Particles 200
5 Letter writing 202

**9** *Bombay* 211
Dialogue 1: *The Vadodara train* 211
1 Compound verbs 214
2 Expressions of time 217
3 Dates 219
Dialogue 2: *Do you like Hindi films?* 220
4 The imperfect tense 223
5 Other uses of imperfective forms 223
6 Verb forms with તો 225
7 Age 226

**10** *Do you like Gujarati food?* 232
Dialogue 1: *In the vegetable market* 232
1 Relative-correlative sentences: time and place 234
2 The endings વાળું and નાર 236
3 The particle તો 237

Dialogue 2: *At meal time* 238
4 More relative-correlative sentences 239
5 The ending એલું 241
6 Expressions for *by, by means of* 242

**11** *Are you feeling better?* 247
Dialogue 1: *In hospital* 247
1 Conditional sentences 249
2 Connectives: *because, that is to say* 250
Dialogue 2: *Homework* 251
3 More conditional sentences 254
4 Verbs in combination 255
5 Terms for illness 256

**12** *Do you like living here?* 261
Dialogue 1: *Do you like living in Bombay?* 261
1 Similarity, comparison, difference 263
2 Echo words and word pairings 265
Dialogue 2: *Did you come to Leicester from East Africa?* 266
3 Modal forms 269
4 દેવું *to allow* 270

**13** *Living in the UK* 274
Dialogue 1: *Is your business going well?* 274
1 Further uses of perfective forms 277
2 *On account of being* 278
3 Use of repetition 278
Dialogue 2: *Hello?* 280
4 Use of -વ- forms of verbs 282
5 Further uses of એ forms 283
6 Uses of વધારે *more, too much* 283

**14** *The village* 289
Essay 289
1 Passive, potentials 292
2 Indirect speech 294
Latter: *This is the first time I have come to the village* 296
3 Politeness 298
4 Idiomatic uses of જાણવું 298

**15** *Do you understand Gujarati?* 301
Dialogue 1: *In a sari shop* 301
1 Causatives 304
2 Idiomatic uses of બનવું *to become, happen* 307

Dialogue 2: *How many languages do you know?* 308
3 More causatives 311
4 Further numerical terms 312

**Appendices**
1 Conjunct consonants 319
2 Adverbials 320
3 Dictionary order 322
4 Gujarati numerals 324

**Key to the exercises** 325

**Gujarati-English vocabulary** 345

Rachel Dwyer is lecturer in Gujarati at the School of Oriental and African Studies (SOAS), University of London. She took her BA in Sanskrit at SOAS, followed by an MPhil in General Linguistics and Comparative Philology at the University of Oxford. Her PhD research was on the Gujarati lyrics of Dayaram (1777–1852) and she is currently working on popular culture in India. She teaches courses on the literatures of South Asia and on Indian cinema and society.

## Acknowledgements

I should like to thank in particular Monisha Shah for her help in writing the dialogues. For their detailed observations, corrections and suggestions I should like to thank Professor Harivallabh Bhayani, Dr Raghuveer Chaudhari, Kornelius Krümpelmann and Professor Christopher Shackle. Thanks are due also to Dr Ian Raeside, Dr Rupert Snell and Professor J.C. Wright for their general comments. The students who attended Gujarati I classes studied this course in manuscript form and made many suggestions for improvements. I should like to mention in particular Vijayalakshmi Bhanap, Aanal Chandaria, Christine Chojnacki, Udita Jhunjhunwala, Steve Neumann, Rakesh Odedra, Kanaiya Parekh, Prerana Patel, Viren Patel and Priya Shah.

Further thanks are due to the following: Shree Ratilal Chandaria, who provided me with the software necessary to produce the manuscript; Dr Emma Tarlo, who lent materials for the artwork; Susan Madigan, for helping to make copies; my husband, Michael Dwyer, as ever.

## Dedication

For my mother, Vivian Jackson.

# INTRODUCTION

Please note that standard modern spellings and names have been used throughout the text, for example Saurashtra (for the Kathiawar peninsula), Ahmadabad (Ahmedabad), Kheda (Kaira), Vadodara (Baroda), Bharuch (Broach), Khambhat (Cambay) and Kachchh (Kutch).

**DISTRICTS OF GUJARAT**

1. KACHCHH
2. JAMNAGAR
3. JUNAGADH
4. RAJKOT
5. AMRELI
6. BHAVNAGAR
7. SURENDRANAGAR
8. MAHESANA
9. AHMADABAD
10. GANDHINAGAR
11. SABAR KANTHA
12. PANCH MAHALS
13. KHEDA
14. VADODARA
15. BHARUCH
16. SURAT
17. VALSAD
18. THE DANGS

DISTRICT CAPITALS ■
INTERNATIONAL BORDER ▬▬▬
STATE BOUNDARY ▪▪▪▪▪▪▪
COAST LINE _ _ _ _
DISTRICT BOUNDARY ─────
TOWNS ●

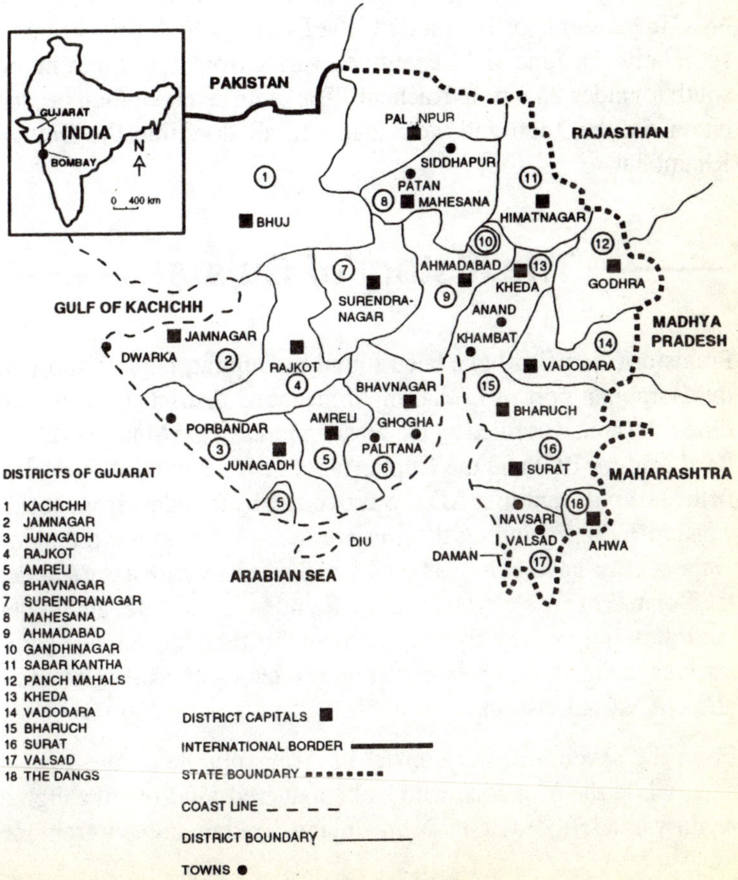

## The geography of Gujarat

The modern state of Gujarat, which includes the desert region of Kachchh and the peninsula of Saurashtra (also known as Kathiawar), is situated on the north-west coast of India. This region of plains and low hills is approximately the same size as the UK. Its boundaries are formed by Rajasthan in the north, Madhya Pradesh in the east, Maharashtra in the south and the national border with Pakistan in the north-west. The coastal border with the Arabian Sea is nearly 1,600 kilometres long, and nowhere in Gujarat is more than 160 kilometres from the sea. The climate of Gujarat is extreme, temperatures varying from sub-zero in the winter to 48°C in the summer. The rainfall, all of which falls during the monsoon between June and September, varies from 1,500 mm in the south to under 25 mm in Kachchh. The main rivers of Gujarat, the Narmada, the Tapti and the Sabarmati, all flow into the Gulf of Khambhat.

## The history of Gujarat

Prehistoric remains have been found in Gujarat, notably those at the Harappan port of Lothal in Ahmadabad district. In historical times, the area was ruled by the great empires of the Mauryas (about third century BC) and the Guptas (about fifth century AD). In the fifth and sixth centuries AD it was overrun by invaders from north-western India, including the Gurjara tribes from whom the name Gujarat may have come. The area reached its Golden Age under the Solanki or Chalukyan dynasty, founded in AD 942, and under the following Vaghela dynasty. Around this time, the Parsis (Zoroastrians) came as refugees from Iran and later settled as agriculturalists in Valsad district.

From the seventh century onwards, Arabs plundered the coastal area, while the Muslims, who had conquered Sindh by the eighth century, made sporadic raids on Gujarat. Traders, mostly from the

Persian Gulf, arrived from the ninth century onwards and settled in the chief cities of Gujarat, where they were allowed to practise their religion and to build mosques. Raids from the north began in 1026 when Muhammad of Ghazni sacked the great temple at Somnath, and petty raids continued until the area was brought under the rule of the Turkish sultans of Delhi. Gujarat became independent under the Sultanate of Ahmadabad (1407–1573) but was brought under the rule of the north once again when the great Mughal, Akbar, annexed the area which was ruled as a province of the Mughal empire (1573–1758) until the Marathas took Ahmadabad.

The first Europeans to come here were the Portuguese who came in the sixteenth century, followed soon after by the English who set up a factory in Surat in 1613 and soon installed themselves in Bombay. They came to power after defeating the last Maratha Peshwa in 1818 and consolidated their position in 1858 when the area was brought under the rule of the Bombay Presidency with residents in the many princely states.

The social unrest and political upheavals which occurred in the late eighteenth century led to great migrations to Bombay, which was perceived as an asylum for merchants from Gujarat and elsewhere. The Gujarati traders soon came to dominate the city in association with the East India Company, while the other major communities – the speakers of Marathi and Konkani – were mostly involved in government and administration.

After independence from Britain, the area became part of Bombay State (capital: Bombay) until 1960, when it was split on linguistic lines into Gujarat (capital: Ahmadabad; then Gandhinagar since 1970) and Maharashtra (capital: Bombay). The population of Gujarat is over 42 million with a literacy rate of almost fifty percent. Large numbers of Gujaratis still live in Bombay, where Gujarati is one of the most widely used languages, elsewhere in India and overseas, especially in East Africa, in the UK and in the USA.

# Religion in Gujarat

Despite centuries of Muslim rule, Muslims have remained a minority community in Gujarat, where they form less than ten percent of the population. Most of the population is Hindu, many of whom are Vaishnavite (those who worship Vishnu in his incarnations of Rama or Krishna). There is a significant number of Shaivites, worshippers of Shiva, who are mainly Brahmans, as are the worshippers of the Mother Goddess (found more in north Gujarat). There are two major sects who worship Vishnu as Krishna, the Pushtimarg (whose followers are known simply as Vaishnavas) and the followers of Swaminarayan. Although these two sects do not have large number of followers in Gujarat, the Pushtimarg has dominated culturally ever since it was first introduced to the area in the sixteenth century, and the more recent sect of Swaminarayan is now growing rapidly.

The Jains have played a significant role in Indian cultural life, largely through spreading their doctrine of અહિંસા *ahimsā* (non-violence and strict vegetarianism), and as the majority are merchants they have played an active role in India's commercial and political life. As merchants, they have migrated all over India and the world, but they are mostly from Gujarat and Rajasthan, with a significant number of Digambar Jains living around the Maharashtra and Karnataka border.

The **Parsis** (Zoroastrians) were the wealthiest group in Bombay in the nineteenth century, and although only six percent of the population, they owned an enormous part of its wealth. They have always been a distinctive community, who have played important roles in the intelligentsia, in law, publishing, social reform and so on. They continue to play a prominent role in independent India in spite of constant worries within the community about their declining influence and numbers. Many Parsis (Zoroastrians) have migrated from Navsari to Bombay since the late eighteenth century.

The Muslim communities of Gujarat are the Shiite Bohras, the Shiite Khojas (who comprise both Aga Khani and Isna Ashari

Khojas) and the (Hanafite Sunni) Memons. Shia Muslims believe that Muhammad passed on his spiritual and temporal authority to his descendants, and the various Shia sects dispute the succession of imams. Many of these Muslims went to Pakistan at the time of Partition, and a large number have migrated around the world. Most of the Ismailis (the term is used here in its popular usage to refer to followers of the Aga Khan) and the Bohras went to East Africa and from there went on to the UK, the USA and to Canada, whereas the Memons went to South Africa, where they have remained. Some of the Gujarati Muslims who were in East Africa at the time of Partition (of India, 1947) opted for a Pakistani identity.

## The Gujarati language

Gujarati is the language of Gujarat State in India, which was created when Bombay State was split along linguistic lines in 1960 into Gujarat and Maharashtra. Included in Gujarat State is the area of Kachchh, where Kacchi is spoken. This is a different language from Gujarati (being a variety of Sindhi), but many Kacchi speakers have been educated in Gujarati and use Gujarati as their language of culture.

As well as being the language of some 42 million speakers in Gujarat itself, Gujarati is spoken by the many thousands of Gujaratis who have migrated throughout the world, both within India and without, notably in Pakistan, East Africa, the UK and North America.

### *Gujarati dialects*

In Gujarat there is a proverb, બાર ગાઉએ બોલી બદલાય **bār gāue bolī badlāy** *(the dialect is changed every twelve leagues)*. Unlike British English, which has a standard written form (Standard English) and a standard spoken form (Received Pronunciation or RP), power in modern Gujarat has never been centralised enough for it to evolve a standard form of the language. Some speakers claim that the Nāgar Brahmins speak the best Gujarati, others that it is spoken in Rajkot or Ahmadabad. In this course, an attempt has been made to use the language of the educated Gujaratis, which is generally called શુદ્ધ ગુજરાતી **śuddh gujarātī** *(pure Gujarati).*

Many Gujaratis claim that there is a Parsi or a Muslim Gujarati which is distinct from Hindu Gujarati. While this may be true of some of the vocabulary, it would be truer to say that the varieties which occur are due rather to other factors, such as education. There are traditionally four main dialects of notably geographical location: Surati or Southern Gujarati (a variety of which is used by the Parsis), Charotari Gujarati (from Kheda district), Pattani or Northern Gujarati and Kathiawadi or peninsular Gujarati (from the Saurashtran peninsula). Further dialects of Gujarati have developed among Gujarati migrants, notably those who went to East Africa (who incorporate many Swahili words); and English continues to influence the language, in particular in countries where the majority of the community speaks English.

## USEFUL SOURCES


### Dictionaries

**Deshpande, P.G.** (1974) *Gujarati–English Dictionary.* Ahmadabad: University Granth Nirman Board.

**Deshpande, P.G.** (1988) *Universal English–Gujarati Dictionary.* Bombay: Oxford University Press.

**Parnwell, E.C. & Deshpande, P.G.** (1977) *Oxford Picture Dictionary. English-Gujarati.* Bombay: Oxford University Press.

### Grammars

**Cardona, G.** (1965) *A Gujarati Reference Grammar.* Philadelphia: University of Pennsylvania Press.

**Lambert, H.M.** (1971) *Gujarati Language Course.* Cambridge: Cambridge University Press.

**Taylor, G.P.** (1908) *The Student's Gujārātī Grammar.* Bombay: Thacker & Co. Ltd. Reprinted New Delhi: Asian Educational Services.

**Tisdall, W.S.** (1892) *A Simplified Grammar of the Gujarati Language.* Reprinted 1986 New Delhi: Asian Educational Services.

## History of Gujarati literature

**Jhaveri, K.M.** (1914) *Milestones in Gujarati Literature.* Bombay: K.M. Jhaveri.

**Jhaveri, K.M.** (1956) *Further Milestones in Gujarati Literature.* Bombay: Forbes Gujarati Sabha.

**Munshi, K.M.** (1935) *Gujarāta and its Literature.* Calcutta: Longmans, Green & Co. Ltd.

## Literature: The medieval period and religious literature

**Alston, A.J.** (1980) *The Devotional Poems of Mīrābaī.* Delhi: Motilal Banarsidass.

**Bhatnagar, V.S.** (1991) *Kahnadade Prabandha* [of Padmanabh (1456)]. Delhi: Aditya Prakash.

**Mahadevananda, S.** (1985) *Devotional Songs of Narsī Mehtā.* Delhi: Motilal Banarsidass.

**Mallison, F.** (1986) *Au point du jour. Les prabhātiyām de Narasima Mahetā, poite et saint vishnouite du Gujarāt (XVe siicle).* Paris: EFEO.

**Shackle, C. & Moir, Z.** (1992) *Ismaili Hymns from South Asia. An Introduction to the Ginans.* London: SOAS, South Asian Texts 3.

## Literature: The modern period

**Alter, S. & Dissanayake, W.** (1989) *The Penguin Book of Modern Indian Short Stories.* New Delhi: Penguin.

**Bakshi, C.** (1982) *Paralysis.* Calcutta: Writers Workshop.

**Behl, A. & Nicholls, D.** (1994) *New Writing in India.* New Delhi: Penguin.

**Broker, G.** (1966) *Of Life and Love. Short Stories.* Bombay: Bharatiya Vidya Bhavan.

**Ezekiel, N. & Mukherjee, M.** (1990) *Another India. An Anthology of Contemporary Indian Fiction and Poetry.* Penguin: New Delhi.

**Joshi, U.** (1973) Special Issue of *Journal of South Asian Literature*, IX.1.

**Mistry, R.** (1991) *Such a Long Journey.* London: Faber.

**Mohan, S.J.** (ed.) *Modern Indian Short Stories*, Vol. II. New Delhi: Indian Council for Cultural Relations.

**Munshi, K.M.** (1988) *Jaya Somnath* (translation by H.M. Patel). Bombay: Bharatiya Vidya Bhavan.

**Munshi, K.M.** *Prthvīvallabh.* Bombay: Bharatiya Vidya Bhavan.

**Patel, P.** (1980) *The jagirdar and his dog.* In: R. Ash (ed.) *Short Stories from India, Pakistan and Bangladesh.* London: Harrap.

**History of Gujarat**

**Commissariat, M.S.** (1938) *A History of Gujarat*, Vols I–III. Bombay: Longmans, Green & Co. Ltd.

**Michell, G. & Shah, S.** (1988) *Ahmadabad.* Bombay: Marg Publications.

**Majumdar, M.R.** (1964) *Cultural History of Gujarat from Early Times to the Pre-British Period.* Bombay: Popular Prakashan. (See also the *Bombay Gazetteers* from the nineteenth century.)

**'Mahatma' Gandhi**

**Brown, J.** (1989) *Gandhi.* New Haven: Yale University Press.

**Gandhi, M.K.** (1982) *An Autobiography.* Harmondsworth: Penguin.

**Anthropology of Gujarat**

**Mattausch, J.** (1993) *The Gujaratis and the British.* London: Royal Holloway, College, University of London.

**Parmar, V.S.** (1989) *Haveli, Wooden Houses and Mansions of Gujarat.* Ahmadabad: Mapin Publishing Private Ltd.

**Pocock, D.F.** (1972) *Kanbi and Patidar.* Oxford: Clarendon Press.

**Pocock, D.F.** (1973) *Mind, Body and Wealth.* Oxford: Basil Blackwell.

**Tarlo, E.** (1995) *Clothing Matters. The Problem of 'What to Wear' in the Late Colonial and Modern Era.* London: C. Hurst & Co.

**Religions and religious communities of Gujarat**

**Dundas, P.** (1992) *The Jains.* London: Routledge.

**Dwyer, R.M.J.** (1994) 'Caste, Religion and Sect in Gujarat. The followers of Vallabhacharya and of Swaminarayan.' In: R. Ballard (ed.) *Desh Pardesh.* The South Asian Experience in Britain. London: C. Hurst & Co.

**Engineer, A.A.** (1989) *The Muslim Communities of Gujarat. An*

*Exploratory Study of Bohras, Khojas and Memons.* Delhi: Ajanta Publications.

**Hinnells, J.** (1988) ' The Parsi community.' In: A. Baird (ed.) *Religion in Modern India.* Delhi: Manohar Books.

**Thoothi, N.A.** (1935) *The Vaishnavas of Gujarat.* Bombay: Longman, Green & Co.

**Williams, R.B.** (1984) *A New Face of Hinduism: The Swaminarayan Religion.* Cambridge: Cambridge University Press.

**History of Gujarati Migration and Gujaratis in the UK**

**Ballard, R.** (ed.) (1994) *Desh Pardesh. The South Asian Experience in Britain.* London: C. Hurst & Co.

**Burghart, R.** (ed.) (1987) *Hinduism in Great Britain: The Perpetuation of Religion in an Alien Cultural Milieu.* London & New York: Tavistock. (Excellent bibliography)

**Edwards, V. & Katbamma, S.** (1988) 'The wedding songs of British Gujarati women'. In: J. Coates & D. Cameron (eds) *Women in their Speech Communities.* Harlow: Longman.

**Linguistic Minorities Project** (1985) *The Other Languages of England*, edited by M. Stubbs. London: Routledge & Kegan Paul.

**Tandon, Y. & Raphael, R.** (1984) (2nd ed.) The new position of East Africa's Asians: problems of being a displaced minority. *Minority Rights Group Report No. 16.* London.

**Tinker, H.** (1977) *The Banyan Tree: Overseas Emigrants from India, Pakistan and Bangladesh.* London: Oxford University Press.

**Twaddle, M.** (1975) *Expulsion of a Minority: Essays on Ugandan Asians.* London: Athlone Press for the University of London for the Institute of Commonwealth Studies.

**Watson. J.L.** (ed.) (1977) *Between Two Cultures.* Oxford: Basil Blackwell.

**General background**

**Robinson, F.** (ed.) (1989) *The Cambridge Encyclopedia of India, Pakistan, Sri Lanka, Nepal, Bhutan and the Maldives.* Cambridge: Cambridge University Press.

Further information about Gujarati courses is available from the Registrar (Ref T4G), School of Oriental and African Studies, University of London.

# HOW TO USE THIS COURSE

## Who is this course for?

This course has been written for the absolute beginner who may not have studied any language before and who may want to learn Gujarati to speak to their Gujarati friends, to study aspects of Gujarati culture, or simply to visit Gujarat or Bombay. However, it is also suitable for those who already speak some Gujarati but may not know how to read or write it, or who may feel that they lack the confidence to speak Gujarati except with their families. During the course, you will encounter many situations and learn how to give and to ask for information, to express your feelings, and so on. Each unit includes some background information about Gujarat and the Gujaratis, both within Gujarat and elsewhere.

The course is divided into two parts. The first part (Units 1–7) is for those who want to learn enough basic vocabulary and grammar to communicate at a simple level. The second part (Units 8–15) is for those who want to learn the language thoroughly and are prepared to make a commitment to learning the script.

The course covers the basic grammar of Gujarati, gives you a wide vocabulary and teaches you how to use the dictionary. By the end of it, you will have a sufficient knowledge of the spoken language to deal with most everyday situations, and of the written language to begin to read newspapers and literature.

## How to use this course

The structure of the course is outlined at the beginning of the book. If you have not yet read the introduction to Gujarat, it is advisable to read it before proceeding with the course. Then work through the section on the Gujarati script and sound system (pages 16-34). If you do not intend to learn the script, you should still read this section carefully and practise reading the activities aloud.

After this section, each unit follows the pattern below:

A summary in English of what you are going to learn in the unit.

વાતચીત **vātcīt** (*dialogue*) ▣: These passages present everyday speech in ordinary situations and include the vocabulary and the grammatical structures you are going to learn.

Words and phrases are given ■. In Units 1–7, this vocabulary includes all the new words and phrases that occur in the texts. In Units 8–15, it contains only key expressions, and you will need to use the vocabulary list at the back of the book.

Questions and answers follow, and these check that you have understood the text ☑. They may be of the 'true or false?' type or may ask you a more general question about the passage which you can answer in your own words.

વ્યાકરણ **vyākaraṇ** (*grammar*): This section explains and gives examples of the main grammatical points you have met in the dialogues. It is explained clearly and simply; where grammatical terms are used, they are explained, and examples of English equivalents are given.

These four structures are then repeated, that is, each unit has two sets of dialogue, words and phrases, questions and answers and grammar.

અભ્યાસ **abhyās** (*exercises*): These will help you to practise the grammar and vocabulary you have learnt in the main section. Correct or model answers are given in the key at the end of the book.

સમજ્યા/સમજ્યાં? **samjyā/samjyāṃ?** (*do you understand?*): This section has a dialogue or text which contains the grammatical points you have met in the unit. In Units 1–7, new vocabulary is given directly after it. In Units 8–15 the vocabulary is given at the back of the book (pages 345-377).

ગુજરાત અને ગુજરાતીઓ **gujarāt ane gujarātīo** (*Gujarat and the Gujaratis*): This puts into context some of the cultural material you have met in the unit.

## How to study each unit

Read the summary to learn about the aim of the unit.

Study the dialogue using the vocabulary provided (In Units 8–15, try to understand the passage without using the vocabulary unless you really cannot understand the meaning from the context.)

Read all the background information provided.

Read the grammar section to understand the new forms encountered in the dialogue.

Reread the dialogue and make sure you have understood it fully.

Do the questions and answers. Check your answers in the Key at the back of the book (pages 325–344).

Reread the dialogue out loud. You may find it useful to act out

the different characters. Repeat this as often as you can.
Do the exercises, then check your answers against those given in the Key. Make sure you have understood your mistakes.
Then revise the whole exercise by doing the comprehension section (*Do you understand?*) at the end of the unit, reading it aloud and trying to guess meanings from the context. Then answer the questions and check your answers.

## How to use the course with the cassette

Although this book is self-contained, you will find the accompanying cassette of great help in improving your speaking and listening skills. The cassette contains pronounciation activities, the વાતચીત **vātcīt** *dialogue*, and additional oral exercises based on અભ્યાસ **abhyās** *exercises.*

For Units 1–7 you should start by listening to the recording of વાતચીત **vātcīt** (*dialogue*) at the same time as you read it. When you have understood the general meaning, listen to it again, this time without looking at the book. Pay special attention to the pronunciation and intonation of the speakers, and try to imitate them aloud sentence by sentence. When you reach Unit 8, try to listen to the cassette first of all without looking at the text at the same time.

## How to study

The following are suggestions of ways of learning. You probably already have your own methods, but you might still like to try them to see if they help you.

### Learning vocabulary

Every time you meet a new word or phrase, read it aloud several times.
Write it out several times to remember its spelling.
Write the Gujarati word on one side of a card and the English

equivalent on the back. You may then use the card to check if you remember what a Gujarati word means by looking at the Gujarati side, or you can look at the English side to check if you can remember the Gujarati equivalent and how it is spelt. Always learn the gender of nouns.

## Studying grammar

Do not worry about not knowing any grammar. You are not expected to know any grammatical terms. All those used in the book are fully explained.

Always learn the examples. These will help you to remember the rules when you have to apply them.

Grammar can take a long time to learn and to understand, and so you should spend a fair amount of time on the grammar sections in each unit. If you work hard at learning the rules and the examples, you will eventually find that you can tell instinctively if a sentence is grammatically correct.

## Improving your pronunciation and understanding of spoken Gujarati

Read aloud all the Gujarati passages and examples in the book.

Try to attend classes. You may find it difficult to find a class that is aimed at people with your ability and linguistic background, but you may still benefit by attending.

Try to speak to mother-tongue speakers. This will be hard at first because they will use grammar and vocabulary which you have not yet encountered, and they may find your accent difficult. However, even if you only greet them they will most certainly be encouraging.

Try to listen to more Gujarati. You may live in an area where Gujarati is broadcast on the local radio, or you may be able to receive satellite or cable television.

## Improving your fluency

Whenever you meet a new word or expression, try using it in different contexts.

Start trying to compose sentences in your head in Gujarati.

Keep revising the material you have already met. Learn the texts by heart.

## Some general tips

Do not worry about what you do not know. You will find that you can express yourself to some extent even at the end of Unit 1. Remember that there are speakers of dialect of your mother-tongue whom you cannot understand easily and you will similarly encounter speakers of a variety of Gujarati dialects, some of whom you will not understand. Do not be disheartened if you have difficulty in understanding people or being understood at first.

Try to learn a little every day, rather than learning in large chunk and then leaving it for weeks or even days before doing some more. Learning a language is fun, but it does require hard and steady work.

It is better to progress slowly and thoroughly rather than to try and rush through the course. The units are designed to be cumulative, so you will not be able to understand one unless you have understood the units preceding it.

Always try to say something in Gujarati when you meet a Gujarati speaker. Even if you are a mother-tongue speaker, people will be pleased to hear you using the language, and if you are a non-Gujarati, people will be delighted to hear you speak, however limited your knowledge.

## Abbreviations used throughout the book

| | | | |
|---|---|---|---|
| f. | feminine | n. | neuter |
| intr. | intransitive | pl. | plural |
| lit. | literal(ly) | sing. | singular |
| m. | masculine | tr. | transitive |

# THE GUJARATI SCRIPT - AND SOUND SYSTEM -

The Gujarati script is related to the Devanagari script used for writing Hindi, Marathi, and Sanskrit, among others. Gujarati has no capital letters, although in older texts a bold character is printed where English would use a capital letter. The script is quasi-phonetic (words are pronounced more or less as they are written), so there are almost none of the huge spelling difficulties presented by English. As words are pronounced as they are written, the pronunciation and script will be covered together in this section.

It is more accurate to call the Gujarati writing system a syllabary, rather than an alphabet, because each sign represents a syllable. Vowels are syllables by definition, but it is the representation of consonants which is different. Each consonant has an inherent *a* sound making it a syllable, unless it occurs in an unstressed position, usually at the end of a word. If another vowel sound follows, the consonant is modified (see below).

Two phonetic features of all North Indian languages are the system of contrasts between aspirated and unaspirated consonants, and the contrast between retroflex and dental consonants. These are important in pronouncing Gujarati correctly.

Aspirated consonants are accompanied by audible breath, whereas unaspirated consonants have minimal breath. In English, initial voiceless consonants are always lightly aspirated (for example, **k**in, **t**in, **p**in), whereas in other positions in a word they are not (for example, s**k**in, s**t**ing, s**p**in). (Test for aspiration by putting your hand in front of your mouth when you say these. You will feel a puff of air for the aspirated consonants.) So if these English initial voiceless consonants are pronounced with extra aspiration in all positions in a word, they will be close to the Gujarati aspirated consonants. The unaspirated consonants will require more effort to pronounce them as unaspirated consonants in Gujarati. At first, when you hear them pronounced by a Gujarati speaker they will sound more like their voiced counterparts (for example, g, d, b) which are unaspirated in all positions in English. The voiced aspirates, which are accompanied by extra breath, are difficult for an English mother-tongue speaker, and care should be taken to avoid making them disyllabic (for example, you might say *baha* instead of *bha*).

The English (so-called) dental consonants (t, d, n) are articulated in a position in between the Gujarati dentals and retroflexes. The Gujarati dentals are pronounced like the Italian dentals, with the tongue in a position to pronounce English ***th**in*. The retroflex consonants, which are found in all Indian languages, are the sounds which characterise Indian English to foreigners. To an English speaker, the Indian dentals sound closer to the English dentals, but to an Indian, the English dentals sound more like the retroflexes. The retroflexes are articulated with the back of the tip of the tongue touching the upper palate. It is usually the dentals which the English find harder to pronounce, and the feature of aspiration makes these even more difficult!

Gujarati mother-tongue speakers will, of course, encounter a different set of problems. Many of them will be speakers of a dialect of Gujarati and will find some differences between their variety of the language and the written form. The standard spelling (and pronunciation) of a word may be very different from that expected, and care must be taken to learn the standard spellings and grammatical forms.

## The Gujarati syllabary

The standard modern system of transliteration (the writing of Gujarati in the roman alphabet) has been used with the traditional use of **ṃ** to indicate nasalisation (**anusvāra**). In the written form, Gujarati syllables are called by the character with the ending, કાર **kār,** e.g. ક **ka** + કાર **kār** is કકાર **kakār**, the character *ka*. The only exception is ર **ra**, which is known as રેફ **reph**.

The consonants below have been divided into groups according to standard phonetic classifications.

### *Consonants*

| | | |
|---|---|---|
| ક | **ka** | The *k* sound as in ***sky***, but with less release of breath. |
| ખ | **kha** | The *k* sound as in ***cot***, but with more release of breath. |
| ગ | **ga** | The *g* sound as in ***go***, but with less release of breath. |
| ઘ | **gha** | The strongly aspirated counterpart of the above. Like *dog-**house*** said quickly. |
| ચ | **ca** | The *ch* sound as in ***cheese***, but with less release of breath, and with the tongue in the same position as for English *t* and then released slowly and with no lip-rounding; somewhat similar to ***tube***. |

| | | |
|---|---|---|
| છ | **cha** | The strongly aspirated counterpart of the above. |
| જ | **ja** | The tongue should be in the same position as for English *t* and then should be releasede slowly as in ***jeer***, but with less breath and with no lip-rounding somewhat similar to ***duty***. In some borrowed words, *z* may be found, but most Gujarati speakers write and say *j* in this position. |
| ઝ | **jha** | The strongly aspirated counterpart of the above, somewhat like English ***bridge***. This sign is used for writing English [z] which is pronounced as [jh] by many Gujarati speakers. |
| ટ | **ṭa** | This is the first of the retroflex consonants described above. It is pronounced somewhat similarly to ***train***, but with the tongue curled further back and with less aspiration. |
| ઠ | **ṭha** | The strongly aspirated counterpart of the above. |
| ડ | **ḍa** | This voiced counterpart of **ṭa**, when pronounced in between vowels, has a less tense contact and is 'flapped', that is, the tongue makes only light contact with the roof of the mouth and then falls forward. |
| ઢ | **ḍha** | The strongly aspirated counterpart of the above. |
| ત | **ta** | As mentioned above, the relaxed tip of the tongue should be touching the back of the upper front teeth, in a similar position as for English ***thin***, but pronounced as ***stay***. |
| થ | **tha** | The strongly aspirated counterpart of the above. |
| દ | **da** | The voiced counterpart of **ta**, as in *breadth*. |

| | | |
|---|---|---|
| ધ | **dha** | The strongly aspirated counterpart of the above. |
| પ | **pa** | Unaspirated as in *spade*. |
| ફ | **pha** | This is the aspirated form of **pa**, but most Gujaratis pronounce it as *f* as in *for*. |
| બ | **ba** | The *b* sound as in *be*. |
| ભ | **bha** | The strongly aspirated counterpart of the above. |
| ઙ | **ṅa** | The velar nasal as in *sing*. |
| ઞ | **ña** | The palatal nasal as in *onion*. |
| ણ | **ṇa** | This is a retroflex nasal, pronounced with the tongue in a similar position as for the retroflex stops, but less tense and with some flap. It rarely comes at the beginning of words. |
| ન | **na** | The *n* sound as in ***no***. |
| મ | **ma** | The *m* sound as in ***me***. |
| શ | **śa** | This is pronounced further forward in the mouth than English ***ship*** and with less lip-rounding. |
| ષ | **ṣa** | This was originally a retroflex, but it is usually pronounced as **śa**. |
| સ | **sa** | This is similar to *sat* although the tip of the tongue should be further forward in the mouth. |

You should note that in many dialects of Gujarati there is no contrast between the *s* sounds, and **sa** is used everywhere except before or after *i*. In colloquial (non-standard) speech *s* is pronounced as an aspirate (**ha**).

| | | |
|---|---|---|
| ર | **ra** | The tip of the tongue should actually touch the teeth ridge, as for English *t*, but pronounced like a Scottish rolled *r* although shorter. It is never lost like the English *r* in *motor* or *farm*. |
| લ | **la** | This is similar to *l* in *leaf* or *feeling*, but not as southern English *feel* or *well*. The |

| | | |
|---|---|---|
| | | tongue should be in a similar position as for English *t*. |
| ળ | **ḷa** | This is a retroflex lateral, with the tongue in similar position as for a retroflex stop, but less tense, and with some flap. |
| ય | **ya** | This palatal semi-vowel is pronounced as in *yes* before a vowel, as in *egg* before a consonant. |
| વ | **va** | This labial semi-vowel is pronounced somewhere between English *v* and *w*, although without lip-rounding and with only a slight contact between the lower lip and the upper teeth. |
| હ | **ha** | Similar to the English *h* except that it has some voicing, as in *ahead*. |

## Activity A

It is easiest to learn to write Gujarati on lined paper, with the character hanging from the line. The characters are not difficult to learn and with practice can be learnt in a few weeks.

**1** The following Gujarati words are arranged in alphabetical order. Practise pronouncing them. You may find it easiest to copy them out, then to copy out each character separately, for example:

કમળ = ક + મ + ળ = **ka + ma + ḷ** (**a**)

| | | | |
|---|---|---|---|
| ખબર | ધન | ટપક | યમ |
| ગરજ | નજર | ઠગ | રસ |
| ઘર | પદ | ડર | વખત |
| ચકમક | ફળ | ઢગ | શમ |
| છ | બચત | તક | સહન |
| જઠર | ભરત | થર | હવન |
| ઝટપટ | મઠ | દળ | |

**2** The diagram on page 23 shows how the consonantal characters are formed. Practise writing them out, moving your pen in the direction of the arrows.

3 Now try writing out the following transliterated words in the Gujarati script. You may find it helpful to begin by segmenting them as in the first example:

**kamaḷ = ka + ma + ḷa +** ક **+** મ **+** ળ

| | | | |
|---|---|---|---|
| **phaḷ** | **naḷ** | **naram** | **maḍh** |
| **haraṇ** | **mat** | **bhay** | **batak** |
| **kaḍak** | **kam** | **saras** | **nakh** |
| **hak** | **maphat** | **taras** | **pal** |
| **saḍak** | **ṭak** | **baraph** | **vatan** |
| **maraṇ** | **man** | **tak** | **baḷ** |
| **bhagat** | **pag** | **naṭ** | **lasaṇ** |
| **pharaj** | **yam** | **paṭ** | **nar** |
| **haṭh** | **pad** | **kapaṭ** | **par** |

## Vowels

The vowels of Gujarati are also different from English vowels. There are pure vowels (those where only one sound is made, for example, English ***ago***) and diphthongs (where two vowels are combined and the sound changes, for example, English ***bake,*** where the *a* combines *a* and *i* sounds). You saw in the introduction to the script that unless vowels begin syllables, they are written as part of the consonant with which they form syllables. The following examples are all shown with ક **ka**, but the same rule applies with most consonants.

| | | | | |
|---|---|---|---|---|
| અ | **a** | ક | **ka** | As in ***ago***. |
| આ | **ā** | કા | **kā** | As in *part*. |
| ઇ | **i** | કિ | **ki** | As in ***bit*** (see below). |
| ઈ | **ī** | કી | **kī** | As in ***beat*** (see below). |
| ઉ | **u** | કુ | **ku** | As in *foot* (**ru** is written રુ) (see below). |
| ઊ | **ū** | કૂ | **kū** | As in *food* (**rū** is written રૂ). |

As mentioned above, Gujarati speakers do not distinguish long and short *i* and *u*, although some may do so to display their knowledge of the written form.

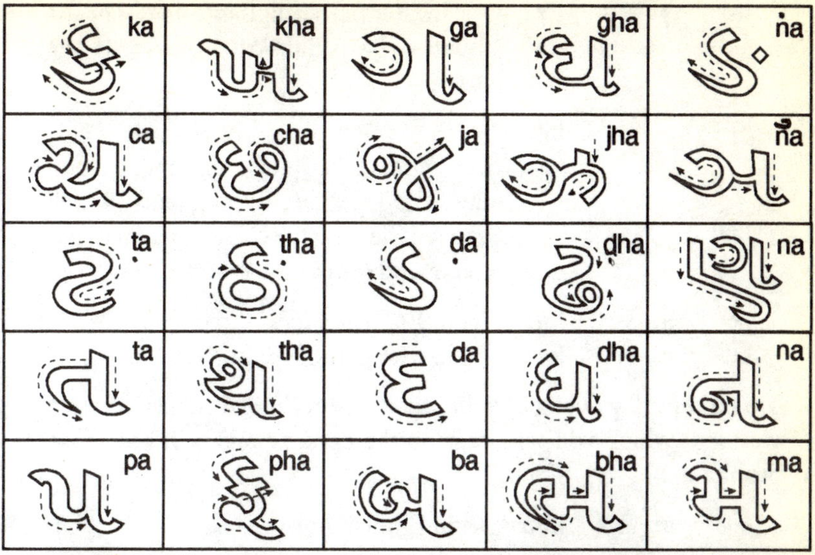
ka
kha
ga
gha
ṅa
ca
cha
ja
jha
ña
ṭa
ṭha
ḍa
ḍha
ṇa
ta
tha
da
dha
na
pa
pha
ba
bha
ma

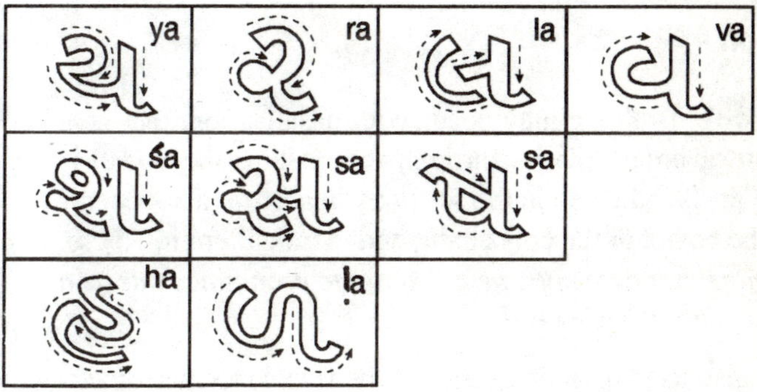
ya
ra
la
va
śa
sa
ṣa
ha
ḷa

| | | | | |
|---|---|---|---|---|
| ઋ | **ṛ** | કૃ | **kṛ** | As in southern English *rook*. This is found only in Sanskrit loan words (**hṛ** is written હૃ). |
| એ | **e** | કે | **ke** | As in the first part of English *day*. This is a pure vowel, not a diphthong as in English. There are two variants (which you will hear on the cassette and will not cause problems.) |
| ઐ | **ai** | કૈ | **kai** | As in English *mice*. |
| ઓ | **o** | કો | **ko** | As in first part of English *hotel*. |

This is a pure vowel, not a diphthong as in English. There are two variants (which you will hear on the cassette and will not cause problems.)

| | | | | |
|---|---|---|---|---|
| ઔ | **au** | કૌ | **kau** | As in English *house*. |

## Nasalisation

Most of the vowels above may occur with nasalisation, that is, a large amount of breath passes through the nose as the vowel is being said. This is indicated in the script by *anusvāra,* a dot occurring above the vowel or the consonant, and in transliteration by **ṃ**. *You should note that care must be taken not to pronounce this as a full m, but as a nasalised vowel.*

*Anusvāra* is also used to indicate any of the five nasal consonants of the syllabary when they occur as the first member of a conjunct (see page 319), where the dot is written above the preceding character, for example, ઇંદ્ર *Iṃdra* (name of a god).

## Visarga

This sign looks somewhat like a colon and may occur in the middle or at the end of a word. It occurs rarely and is not usually pronounced in Gujarati. It is transliterated as **ḥ**, for example, દુ:ખ **duḥkh.**

## Inherent *a*

We saw in the introduction to this section that inherent ***a*** is not pronounced in unstressed positions. This means that ***a*** is not pronounced at the end of a word, but there are times when an inherent ***a*** vowel is not stressed and so not pronounced in the *middle* of a word, even though the spelling is not with a conjunct. The general rule is that when a word has three or more script syllables (or ends in a vowel other than inherent ***a***), the penultimate inherent vowel is not pronounced. Thus, સમજ **samaj**, but સમજણ **samjaṇ**; રચન **racan**, but રચના **racnā**. This general rule does not always hold, but one soon becomes aware of how a word is pronounced. If the infinitive ending વું **vuṃ** is final, it is an exception to this rule; thus, સમજવું **samajvuṃ**.

## Activity B

1 The following Gujarati words are arranged in alphabetical order. Practise writing them out. You may find it easiest to copy them out, then to separate each character, for example:

અધિકમાસ = અ + ધિ + ક + મા + સ = **a** + **dhi** + **ka** + **mā** + **s(a)** = (by the rule on inherent ***a***) **adhikmās.**

| | | | |
|---|---|---|---|
| અધિકાર | ઔષધ | એક | જમીન |
| આડણી | કારેલું | ઐડ | તિલક |
| ઈકોતેર | ખુશ | ઓછું | દલિત |
| ઈમાન | ગેંડો | નિવાસ | બોલાવવું |
| ઉપર | ઘેર | પેટી | લીધું |
| ઊનું | ચોપન | પાકવું | સંધિ |
| ઋણ | છોકરી | | |

**2** Practise writing the vowels according to the following diagram.

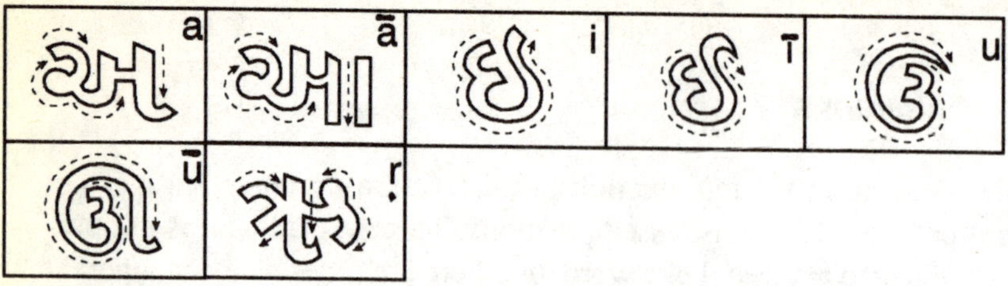


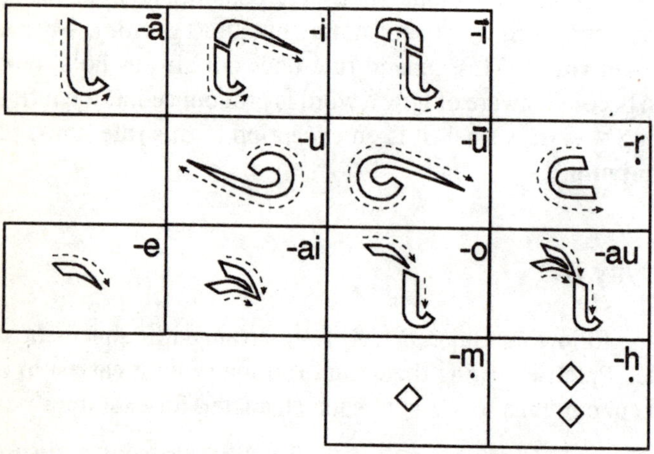


**3** Write out the following transliterated words in Gujarati script, rereading the note on inherent ***a*** before beginning the second column, for example:

**vahāṇ = va + hā + ṇ(a) =** વ + હા + ણ = વહાણ

| | | | |
|---|---|---|---|
| **aṃg** | **auṣadhī** | **uṭhāvvuṃ** | **ṣaṭkoṇ** |
| **āṃgaḷiyāt** | **utāvaḷ** | **ūtarvuṃ** | **oḷkhīto** |
| **iśu** | **ūn** | **orḍo** | **khurśī** |

| | | | |
|---|---|---|---|
| **āśā** | **jauṃ** | **oṭlī** | **keṭluṃ** |
| **uṃdar** | **ṭhaḷiyo** | **talvār** | **āvjo** |
| **ūṃṭ** | **dayārām** | **amdāvād** | **garmī** |
| **eśiyā** | **gujarātī** | **jāmphaḷ** | **āṃgaṇ** |
| **aitihāsik** | **īḍlīpiḍlī** | **sapharjan** | **gamtuṃ** |
| **audīc** | | **baḍbaḍ** | |

## *Conjunct characters*

These are characters which form special combinations with vowels:

જ **ja**

- જા **jā**
- જી **jī**
- જુ **ju**
- જૂ **jū**

ર **ra**

- રુ **ru**
- રૂ **rū**

દ **da**

- દૃ **dṛ**

હ **ha**

- હૃ **hṛ**

Special conjunct characters are used when two characters are combined with no inherent *a* between them. The list in Appendix 1 (page 319) shows almost all of the possible combinations. Most conjunct characters use simply a half-form (the first stroke) of the first consonant, and the others are quickly recognisable. The sign (called *virām*) under the first character shows that the inherent vowel is missing, for example:

ન્ **n** + ય **ya** = ન્ય **nya**

કન્યા **kanyā**

Conjunct characters combine with vowels in the same way as single consonants, for example:

સ્ **s** + મ **ma** = સ્મ **sma**

સ્મિતા **smitā**

ર **ra** needs some extra attention. If it is the first member of a consonant cluster, it is written as ʳ at the very end of the syllable, for example:

સ્વર્ગ **svarg** વર્ગો **vargo**

If it is the second member of a consonant cluster, it is written below the first consonant in a number of ways, for example:

પ્ર **pra**, ત્ર **tra**, ટ્ર **ṭra**, ડ્ર **ḍra**

Do not worry about learning all of these immediately, but have a careful look through them so you will be able to recognise them when you first meet them. In the third of the script activities below you will also practise writing them.

Here are some frequently occurring conjunct characters which are not immediately recognisable:

ક્ **k** + ર **ra** = ક્ર **kra**
ક્ **k** + ષ **śa** = ક્ષ **kṣa**
જ્ **j** + ઞ **ña** = જ્ઞ **jña**
દ્ **d** + મ **ma** = દ્મ **dma**
દ્ **d** + ય **ya** = દ્ય **dya**
દ્ **d** + ર **ra** = દ્ર **dra**
દ્ **d** + વ **va** = દ્વ **dva**
પ્ **p** + ર **ra** = પ્ર **pra**
બ્ **b** + ર **ra** = બ્ર **bra**
ત્ **t** + ત **ta** = ત્ત **tta**
ત્ **t** + ર **ra** = ત્ર **tra**
દ્ **d** + દ **da** = દ્દ **dda**
ભ્ **bh** + ર **ra** = ભ્ર **bhra**
શ્ **ś**+ ચ **śa** = શ્ચ **śca**
શ્ **ś** + ન **na** = શ્ન **śna**
શ્ **ś** + ર **ra** = શ્ર **śra**
શ્ **ś** + વ **va** = શ્વ **śva**

## Activity C

**1** The following Gujarati words are arranged in alphabetical order. Practise writing them out. You may find it easiest to copy them out, then to write out each character separately, for example:

નિશ્ચય = નિ + શ્ચ (શ + ચ) + ય = **ni** + **śca** + **y** = **niścay**

**અક્ષર** નિષ્કલંક જિલ્લો રજોગુણ

| | | | |
|---|---|---|---|
| આજ્ઞા | નિઃસ્પૃહ | ટ્રેન | રાજીવ |
| ઉદ્ભવ | પદ્મા | દક્ષિણ | શુદ્ધાદ્વૈત |
| ઉદ્યોગ | પર્યેષક | દૃઢ | શ્રીજી |
| કાર્યક્રમ | પિત્રાઈ | દ્રાવિડ | શ્વાસ |
| ચશ્મા | પ્રતિપત્તિ | દ્વાર | હૃદય |
| જાનુ | ફારુક | ધર્મપતિ | |

**2** Practise writing the conjunct characters in the following diagram.

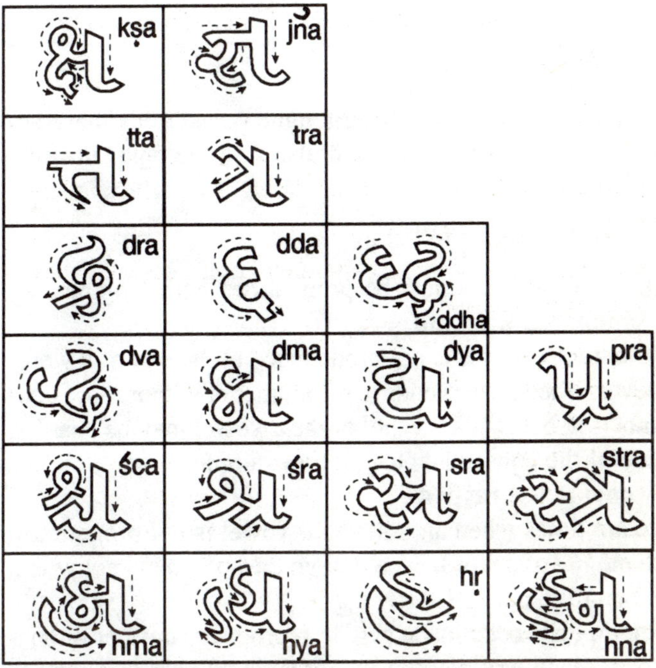


**3** Write the following words out in Gujarati script, for example:

**kṣetra = kṣe + tra** ત્ર = ક્ષે + ત્ર = ક્ષેત્ર

| | | | |
|---|---|---|---|
| **iṃdra** | **maṇikarṇikā** | **drākṣa** | **saharsa** |
| **iśk** | **rakṣābaṃdhan** | **viṣṇu** | **svīkār** |
| **īrṣyā** | **ṛgved** | **kṛṣṇa** | |
| **ektā** | **buddha** | **prakṛti** | |
| **sāhitya** | **dveṣ** | **śabda** | |
| **yunivarsiṭī** | **dhyān** | **utsav** | |

| | | |
|---|---|---|
| **jñān** | **pyār** | **patra** |
| **aṃgrejī** | **ḍabbo** | **viśvās** |
| **pātra** | **jvar** | **sthiti** |
| **joḍī** | **iṣṭa** | **snān** |
| **joban** | **caitra** | **rāṣṭra** |
| **netra** | **khinna** | **śrī** |
| **pṛthvī** | **āścarya** | **sṭeśan** |
| **najīk** | **iṭhṭhoter** | **vidyārthī** |

## Pronunciation

It is helpful if you can find a mother-tongue speaker of Gujarati to check your pronounciation. You will also find the tapes made to accompany the course very useful.

It is important to note the following:

(*a*) Doubled consonants must be pronounced with lengthening, for example પક્કું **pakkuṃ**.

(*b*) The inherent vowel ***a*** is not pronounced at the end of a word. However, when a word ends in a conjunct of two or more consonants (see below), an 'echo' of the ***a*** vowel may be heard at the end of the consonant cluster, for example:
યોગ્ય **yogy(a)**, રાષ્ટ્ર **raṣṭṛ(a)**.

(*c*) There are times when an inherent ***a*** vowel is not pronounced in the *middle* of a word, even though the spelling is not with a conjunct. (See page 319).

(*d*) No attempt has been made here to reproduce stress or intonation patterns in writing. You should learn these by listening to the cassette and to mother-tongue speakers.

## Punctuation

Gujarati uses the same punctuation as English. For abbreviations, Gujarati uses a small circle (◦) after the first syllable of the word abbreviated; thus, રુ૦ **ru-** stands for રૂપિયા **rūpiyā**. With the initials of proper names, a Gujarati transliteration of the English form may be used, for example, બી૦જે૦પી૦ **bī.je.pī.** or ભા૦જ૦પા૦ **bhā.ja.pa.** may stand for the B.J.P. (Bharatiya Janata Party).

Sometimes ઓ is written ઑ to represent the English sound o in words like ચૉકલેટ **cokleṭ** chocolate.

## Alternative spellings

Spelling was standardised in Gujarati only in the early twentieth century. Although it is mostly fixed, older texts (and dictionaries!) may fluctuate in spelling between long and short *i* and *u* since most Gujaratis do not distinguish them in speech. It is important to learn the correct dictionary spelling.

### Activity D

On the following pages there are some names and English words written in the Gujarati script. Read them out loud and write out the English equivalents.

## Numerals

The numerals will be explained in more detail in Unit 7.

| | | | | | | | | | |
|---|---|---|---|---|---|---|---|---|---|
| ૧ | ૨ | ૩ | ૪ | ૫ | ૬ | ૭ | ૮ | ૯ | ૧૦ |
| 1 | 2 | 3 | 4 | 5 | 6 | 7 | 8 | 9 | 10 |

Practise writing the numerals out using the diagram on page 32 as a model:

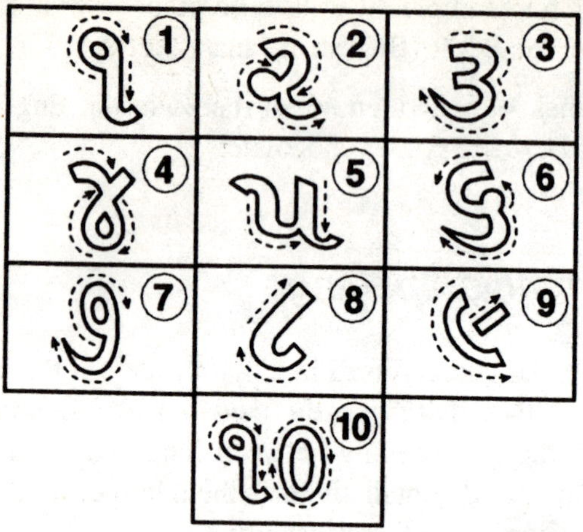


## જાપાનીઝ પ્રિન્ટેડ સાડી

| | | | |
|---|---|---|---|
| બોમ્બે | ..............£૩૮૦થી | નાઈરોબી | .........£૪૨૦થી |
| દિલ્હી | ..............£૪૧૫થી | ન્યુયોર્ક | ............£૨૪૦થી |
| કરાંચી | ..............£૩૫૦થી | ટોરન્ટો | ...........£૨૮૯થી |

'ડોન્ટ સ્લીપ
એન્ડ ડ્રાઈવ'

# સ્કાયવેઝ ટ્રાવેલ એન્ડ ટ્રાન્સપોર્ટ

**બ્રિટન**

**સમર સેલ ... સેલ ... સેલ..**

।। જયશ્રી જલારામ ।।

સુપરસ્ટાર અમિતાભ

બર્મિંગહામમાં હોમિયોપેથિક કલીનીક

# સાગર સ્વીટ માર્ટ

-: વીક એન્ડ સ્પેશીયલ :-

પાટા ગાંઠીયા – જલેબી – પાતરા – ખાંડવી – ખીચી – રગડા પેટીસ –
પંજાબી પકોડા – વેજીટેબલ ચોપ – પીઝ રોલ – સંભારો, ચટણી તથા મરચાં

# યુ.કે. એશિયન વિમેન્સ કોન્ફરન્સ

બી.સી.સી.આઇ.

બોબીઝ હાઉસ ઑફ સારીઝ

# ગુજરાત સમાચાર

**જાપાનીઝ પ્રિન્ટેડ સાડી**

ઉ
ત્ત
મ
ભે
ટ

ગણેશ

મહાલક્ષ્મી

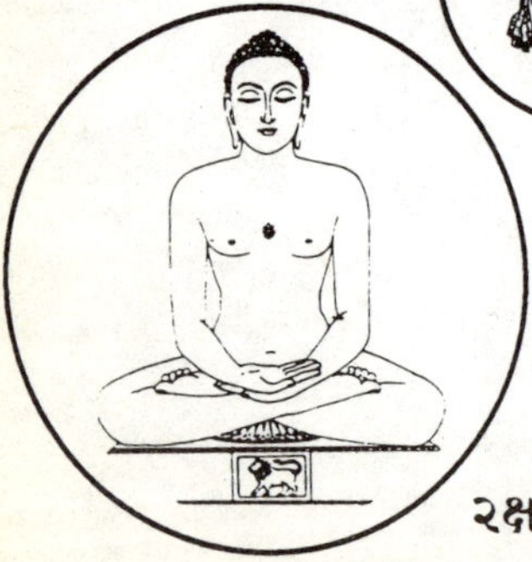

મહાવીર

રક્ષા બંધન
સેલ

શ્રીનાથજી

# 1

# કેમ છો KEM CHO!

*How are you?*

## *In this unit you will learn how to*

give information about yourself
ask other people questions about themselves
exchange greetings

## વાતચીત **vātcīt** *Dialogue*

### તમે કેમ છો? **tame kem cho?** *How are you?*

Deepak Mehta, who has just come to the United Kingdom from Bombay, is being met at the airport by Leela Patel and her daughter Neela.

| | |
|---|---|
| દીપક | નમસ્તે! તમે કેમ છો? |
| **Dīpak** | **namaste! tame kem cho?** |
| લીલા | હું મજામાં છું. કેમ છે? |
| **Līlā** | **huṃ majāmaṃ chuṃ. kem che?** |
| દીપક | મજામાં. હું દીપક છું. તમે નીલાબેન છો? |
| **Dīpak** | **majamāṃ. huṃ Dīpak chuṃ. tame Nīlāben cho?** |

લીલા　　ના, હું નીલા નથી. આ નીલા છે. હું લીલા છું.
**Līlā**　　**nā, huṃ Nīlā nathī. ā Nīlā che. huṃ Līlā chuṃ.**
દીપક　　કેમ છે, નીલા? તું ભારતીય છે?
**Dīpak**　　**kem che, Nīlā? tuṃ bhāratīy che?**
નીલા　　જી હા, હું ભારતીય છું.
**Nīlā**　　**ji, hā, huṃ bhāratīy chuṃ.**
લીલા　　આપણે ગુજરાતી છીએ.
**Līlā**　　**āpṇe gujarātī chīe.**

(Neela sees a group of people; she wonders whether they are Indian.)

નીલા　　દીપકભાઈ, એ લોકો ભારતીય છે?
**Nīlā**　　**Dīpakbhāī, e loko bhārātīy che?**
દીપક　　ના, તેઓ ભારતીય નથી, તેઓ પાકિસ્તાની છે.
**Dīpak**　　**nā, teo bhāratīy nathī, teo pākistānī che.**

નમસ્તે! **namaste!** *hello!* (formal use among Hindus)
તમે કેમ છો? **tame kem cho?** *how are you?* (also *hello* informally)
હું મજામાં છું **huṃ majāmāṃ chuṃ.** *I'm fine*
કેમ છે? **kem che?** *how are you?*
મજામાં **majāmāṃ** *fine*
હું દીપક છું **huṃ Dīpak chuṃ** *I'm Deepak.*
તમે નીલાબેન છો? **tame Nīlāben cho?** *are you Neelaben?*
ના **nā** *no*
નથી *nathi (am) not*
આ નીલા છે **ā Nīlā che** *this is Neela*
તું ભારતીય છે? **tuṃ bhāratīy che?** *are you Indian?*
જી હા **jī hā** *yes*
આપણે ગુજરાતી છીએ **āpṇe gujarātī chīe** *we are Gujarati*
એ લોકો ભારતીય છે? **e loko bhāratīy che?** *are those people Indian?*
ના, તેઓ ભારતીય નથી **nā, teo bhāratīy nathī** *no, they are not Indian*
તેઓ પાકિસ્તાની છે **teo pākistānī che** *they are Pakistani*

True or false? Correct and rewrite the following sentences. Here's an example to start you off:

નીલા અંગ્રેજ છે.
**Nīlā　aṃgrej che.**

ના, નીલા અંગ્રેજ નથી.
**nā, Nīlā aṃgrej nathī.**
નીલા ભારતીય છે.
**Nīlā bhāratīy che.**
૧ લીલાબેન ગુજરાતી છે.
**1 Līlāben gujarātī che.**
૨ એ લોકો ગુજરાતી નથી.
**2 e loko gujarātī nathī.**

Answer the following questions:

૩ દીપકભાઈ ગુજરાતી છે?
**3 Dīpakbhāī gujarātī che?**
૪ નીલા અમેરિકન છે?
**4 Nīlā amerikan che?**

અંગ્રેજ **aṃgrej** *English, British (person)*
અમેરિકન **amerikan** *American*

## વ્યાકરણ vyākaraṇ *Grammar*

### 1 *Personal pronouns and present tense of to be (I am, you are)*

| | | | |
|---|---|---|---|
| **Singular** | | | |
| First person | હું છું | **huṃ chuṃ** | *I am* |
| Second person | તું છે | **tuṃ che** | *you are* (familiar) |
| Third person | તે/એ છે | **te/e che** | *he/she/it is* |
| | આ છે | **ā che** | *this is* |
| **Plural** | | | |
| First person | અમે છીએ | **ame chīe** | *we are* (exclusive) |
| | આપણે છીએ | **āpṇe chīe** | *we are* (inclusive) |

| | | | |
|---|---|---|---|
| Second person | તમે છો | **tame cho** | *you are* (polite) |
| | આપ છો | **āp cho** | *you are* (formal) |
| Third person | તેઓ/તે/એ છે | **teo/te/e che** | *they are* |
| | આ છે | **ā che** | *these are* |

## First person pronoun (*I, we*)

The first person plural pronoun (*we*) makes a distinction between inclusive and exclusive forms: આપણે **āpṇe** is used when both the speaker and the person(s) addressed are referred to by the pronoun. When the person addressed is not included, અમે **ame** is used, for example:

અમે ભારતીય છીએ **ame bhāratīy chīe** *we are Indian.* This would mean that the speaker and others were Indian, but the person addressed was not (exclusive). But:

આપણે ભારતીય છીએ **apṇe bhāratīy chīe** *we are Indian.* But this would mean that the person addressed was also Indian (inclusive).

## Second person pronoun (*you*)

In the second person, in addition to the distinction between singular and plural forms, there is also a distinction between familiar, polite and formal forms.

(*a*) The familiar pronoun (તું **tuṃ**) is used when talking to a female relative, a child or much younger person, to a person of lower status, to a close friend and to a younger family member. Some speakers, notably the Parsis, use તું **tuṃ** more readily than others between contemporaries, but beginners should exercise caution and use તમે **tame** where there is any doubt.

(*b*) The polite form (તમે **tame**) is used for addressing an older male relative, an older person and a person of higher status. આપ **āp** is used by Gujaratis only when addressing someone of markedly higher status, or when they wish to imply such a situation. It is used very rarely in Gujarati.

(*c*) The plural form of the familiar form તું **tuṃ** is તમે **tame**, whereas the polite and formal forms are both singular and plural. તમે **tame** and આપ **āp** are grammatically plural, even when used as logical singulars (e.g Dīpakbhāī), so when referring to someone who would be addressed by તમે **tame** or આપ **āp**, plural forms should be used in the third person (*he, she, they*) (તેઓ **teo**, and so on).

## Third person pronoun (*he, she, it, they*)

આ **ā**, એ **e** and તે **te** are all used when referring to a person you would address as તું **tuṃ**. They are all used to mean *he, she, it*, i.e., there is no marking of gender in this pronoun as in English. આ **ā** is the pronoun used when something or someone is present or near the speaker (*this, he, she, it*). આ **ā** is used when something or someone is further away from the speaker (*that*), and it is also the third person singular pronoun (*he, she, it*). તે **te** is the more formal form of એ **e**.

In the plural, તેઓ **teo** is used for referring to a person you would address as તમે **tame**, or to more than one person. એ **e** is used for referring to inanimate (non-living) things or ideas. એ **e** and so on are used (rather than તેઓ **teo**) when the pronoun is used with nouns, for example:

| | | |
|---|---|---|
| એ લોકો પાકિસ્તાની છે | **e loko pākistānī che** | *they are Pakistani* |
| But: તેઓ પાકિસ્તાની છે | **teo pākistānī che** | *they are Pakistani* |

You should note that એ લોકો **e loko** (lit. *those people*) is used frequently to mean simply *they*, and તમે લોકો **tame loko** means *you.*

***to be***

| | | |
|---|---|---|
| હું ગુજરાતી છું | **huṃ gujarātī chuṃ** | *I am Gujarati* |
| તું ભારતીય છે | **tuṃ bhāratīy che** | *you are Indian* |
| તે પાકિસ્તાની છે | **te pākistānī che** | *she is Pakistani* |
| અમે અંગ્રેજ છીએ | **ame aṃgrej chīe** | *we are English* |
| તમે પંજાબી છો | **tame paṃjābī cho** | *you are Punjabi* |
| તેઓ બંગાળી છે | **teo baṃgāḷī che** | *they are Bengali* |

The negative (*i.e. am/is/are not*) for all persons is **nathī**, for example:

| | | |
|---|---|---|
| હું અંગ્રેજ નથી | **huṃ aṃgrej nathī** | *I am not English* |
| તેઓ ગુજરાતી નથી | **teo gujarātī nathī** | *they are not Gujarati* |

## 2 Questions and answers

English can form questions by changing the word order. For example, *you are Gujarati* can be made into a question by changing the word order (*are you Gujarati?*) or by changing the intonation (*you are Gujarati?*), which provides a variety of meanings according to which words are stressed. In Gujarati, questions are mostly formed by changing the stress and intonation without changing the word order, for example:

| | | |
|---|---|---|
| તમે ગુજરાતી છો | **tame gujarātī cho** | *you are Gujarati* |
| તમે ગુજરાતી છો? | **tame gujarātī cho?** | *you are Gujarati?* |

When you listen to the dialogue on the cassette, you will notice the difference between the statements and the questions in that the questions have a rising tone.

In English, the reply to a question usually has the following pattern: *Are you Gujarati? Yes, I am.* However, in Gujarati, most of the words of the question are repeated in the reply, for example:

| | | |
|---|---|---|
| તમે ગુજરાતી છો? | **tame gujarātī cho?** | *you are Gujarati?* |
| જી હા, હું ગુજરાતી છું | **jī, hā, huṃ gujarātī chuṃ** | *yes, I am Gujarati* |

## 3 Good manners

When addressing someone whom you would call તમે **tame**, ભાઈ **bhāī** (lit. *brother*) or બેન **ben** (lit. *sister*) must be added to the name, as in લીલાબેન **Līlāben** and દીપકભાઈ **Dīpakbhāī**. These forms are then as polite as saying *Mr* or *Ms* in English.

Although હા **hā** and ના **nā** (*yes* and *no*, respectively) are used on most occasions, some speakers use the formal હા જી **hā jī** or જી હા **jī hā** (or simply £ **jī**) for *yes* and ના જી **nā jī** for *no*. The latter two are used mostly when the person would be addressed as આપ **āp.**

નમસ્તે **namaste**! *Hello*! *Goodbye*! (lit. homage to you!) is a formal greeting used by Hindus and Jains (for Muslim equivalents see page 53). It is usually sufficient to say કેમ છો? **kem cho**? *How are you*?

## વાતચીત ૨ vātcīt 2 *Dialogue*

### આ મોટા ભાઈ છે a moṭā bhāī che *This is my older brother*

Neela introduces some members of her family to Deepak.

| | |
|---|---|
| નીલા | કેમ છો, દીપકભાઈ? |
| **Nīlā** | **kem cho, Dīpakbhāī?** |
| દીપક | મજામાં. કેમ છે, નીલા? |
| **Dīpak** | **majāmāṃ. kem che, Nīlā?** |
| નીલા | સારું છે. આ મોટા ભાઈ, સેતુ, અને આ નાનો ભાઈ, સમીર. મોટી બહેન અહીં નથી. |
| **Nīlā** | **saruṃ che. ā moṭā bhāī Setu, ane ā nāno bhāī Samīr. moṭī bahen ahīṃ nathī.** |
| દીપક | કેમ છો? સમીર, તું નાનો છે? |
| **Dīpak** | **kem cho? Samīr tuṃ nāno che?** |
| સેતુ | હા, એ નાનો છે અને એ પણ હોશિયાર છે. |
| **Setu** | **hā, e nāno che, ane e paṇ hośiyār che.** |
| દીપક | તું પણ હોશિયાર છે, સેતુ? |
| **Dīpak** | **tuṃ paṇ hośiyār che, Setu?** |
| નીલા | તેઓ પણ હોશિયાર છે પણ આળસુ છે! |
| **Nīlā** | **teo paṇ hośiyār che, paṇ āḷsu che!** |

દીપક પેલી લાંબી છોકરી શ્રુતિ છે?
**Dīpak** **pelī lāṃbī chokrī Śruti che?**
સમીર હા, મોટી બહેન છે!
**Samīr** **hā, moṭī bahen che!**
નીલા મોટી બહેન છે? ભલે. આવજો, દીપકભાઇ!
**Nīlā** **moṭī bahen che? bhale. āvjo, Dīpakbhaī!**
દીપક આવજો!
**Dīpak** **āvjo!**

સારું છે **sāruṃ che** (*I'm*) *fine* (lit. *it is good*)
મોટા ભાઇ **moṭā bhāī** *older brother*
અને **ane** *and*
નાનો ભાઇ **nāno bhāī** *younger brother*
મોટી બહેન **moṭī bahen** *older sister*
અહીં **ahīṃ** *here* (you should note that this is pronounced as if it were written અહીંયાં **ahīṃyāṃ**)
નાનો **nāno** *young, small*
પણ **paṇ** *but, also*
હોશિયાર **hośiyār** *clever*
આળસુ **āḷsu** *lazy*
પેલી લાંબી છોકરી **pelī lāṃbī chokrī** *that tall girl*
ભલે **bhale** *well then, OK, so be it*
આવજો **āvjo!** *goodbye!*

True or false? Correct and rewrite the following sentences. Here is an example to start you off:

સેતુ નાનો છે.
**Setu nāno che.**
ના, સેતુ નાનો નથી, એ મોટો છે.
**nā, Setu nāno nathī. e moṭo che.**

૧ સેતુ હોશિયાર છે.
**1 Setu hośiyār che.**
૨ સમીર અને સેતુ ભાઇઓ નથી.
**2 Samīr ane Setu bhāīo nathī.**

Answer the following questions:

૩ મોટી બહેન સેતુ છે?
**3 moṭī bahen Setu che?**
૪ શ્રુતિ લાંબી છે?
**4 Śruti lāṃbī che?**

## વ્યાકરણ vyākaraṇ *Grammar*

### 4 *Nouns*

Gujarati nouns have two numbers (singular and plural), as does English, for example *chair, chairs*. As in many languages, Gujarati nouns have genders (masculine, feminine and neuter). These are called *grammatical gender* because there is no logical reason why, for example, ખુરશી **khurśī** *chair* should be feminine, rather than neuter or masculine. You will have to learn the gender of every noun as you meet it, but you will soon remember them. However, the following rules may help.

(*a*) Sometimes grammatical gender is the same as natural gender, i.e. males are masculine gender, females are feminine gender, for example: બહેન **bahen** *sister* is feminine and ભાઈ **bhāī** *brother* is masculine.
(*b*) Nearly all nouns ending in ઓ **-o** are masculine, nearly all nouns ending in ઉં **-uṃ** are neuter, most nouns ending in આ **ā**, ઇ **i**, ઈ **ī** or ઉ **u** are feminine.
(*c*) Rule (*a*) has precedence over rule (*b*), so that although it ends in ઈ **ī**, ભાઈ **bhāī** *brother* is masculine.

There is no definite article (*the*) or indefinite article (*a*, *an*) in Gujarati, although એક **ek** *one* sometimes is used to mean *a*, *one*, so ખુરશી **khurśī** can mean *chair*, *a chair*, *the chair*.

If you have learnt French genders by remembering *le* or *la* before the noun, you may find it helpful to try learning Gujarati genders along with an adjective, for example, instead of learning ખુરશી **khurśī** *chair*, you could learn મોટી ખુરશી **moṭī khurśī** *big chair*.

The plural of all nouns (except masculines ending in ઓ **-o** and neuters ending in ઉં **-uṃ**) is formed by adding ઓ **-o**. However, when plurality is indicated by another word, this ending is nearly always omitted, for example:

| | | | | | |
|---|---|---|---|---|---|
| બહેન | **bahen** (sing.) | *sister* | ભાઈ | **bhāī** (sing.) | *brother* |
| બહેનો | **baheno** (pl.) | *sisters* | ભાઈઓ | **bhāīo** (pl.) | *brothers* |
| But: | | | | | |
| ચાર | **cār** | *four* | ચાર | **cār bhāīo** (pl.) | *four brothers* |
| | **bahen** (pl.) | *sisters* | ભાઈઓ | | |

However, the plural marker ઓ **-o** is not deleted if leaving it out would make the number unclear, for example:

| | | |
|---|---|---|
| બહેનો હોશિયાર છે | **baheno hośīyār che** | *the sisters are clever* |
| And: બહેન હોશિયાર છે | **bahen hośīyār che** | *the sister is clever* |
| But: ચાર બહેન હોશિયાર છે | **cār bahen hośīyār che** | *the four sisters are clever* |

An exception to this rule is that final ઓ **-o** can never be omitted in લોકો **loko** (m.pl.) *people*.

Masculine nouns ending in ઓ **-o** have plural forms in આઓ **-āo**, with optional omission of ઓ **-o** in all circumstances. When plurality is indicated by another word, this ending is nearly always omitted, for example:

| | | |
|---|---|---|
| છોકરો | **chokro** (sing.) | *boy* |
| છોકરાઓ, છોકરા | **chokrāo, chokrā** (pl.) | *boys* |
| છોકરો હોશિયાર છે | **chokro hośīyār che** | *the boy is clever* |
| છોકરા હોશિયાર છે | **chokrā hośīyar che** | *the boys are clever* |
| Or: છોકરાઓ હોશિયાર છે | **chokrāo hośīyār che** | *the boys are clever* |

Neuter nouns ending in ઉં **-uṃ** have plural forms in આં **-āṃ**. The extending ending આંઓ **-āṃo** is rarely used, for example:

| | | |
|---|---|---|
| છોકરું | **chokruṃ** (sing.) | *child* |
| છોકરાં, છોકરાંઓ | **chokrāṃ, chokrāṃo** (pl.) | *children* |
| છોકરું હોશિયાર છે | **chokruṃ hośīyār che** | *the child is clever* |
| છોકરાં હોશિયાર છે | **chokrāṃ hośīyār che** | *the children are clever* |
| Or: છોકરાંઓ હોશિયાર છે | **chokrāṃo hośīyār che** | *the children are clever* |

(see Appendix, page 359, for tables of the different forms.)

## 5 Adjectives

Gujarati has two types of adjectives - variable and invariable. Invariable adjectives (for example, હોશિયાર **hośīyār**) do not change their endings even when used with nouns of different genders or numbers, for example:

| | | |
|---|---|---|
| છોકરી હોશિયાર છે | **chokrī hośīyār che** | *the girl is clever* |
| છોકરાં હોશિયાર છે | **chokrāṃ hośīyār che** | *the children are clever* |

Variable adjectives change their form according to the gender and number of the nouns they describe. Inthe glossary at the back of the book (as in dictionaries) variable adjectives are given ending in ઉં **-uṃ**, the neuter singular form. You should note that only adjective in ઉં **-uṃ** are variable. All other adjectives are invariable. From now on, all variable adjectives will appear in the vocabulary in their form in ઉં **-uṃ.** The endings for masculine adjectives are the same as nouns ending in ઓ **-o**, for neuter they are the same as for nouns ending in ઉં **-uṃ**. The feminine adjective endings are always ઈ **-ī** in both singular and plural. The plural forms never take ઓ **-o**, for example:

| | | |
|---|---|---|
| છોકરો મોટો છે | **chokro moṭo che** | *the boy is big* |
| છોકરા મોટા છે | **chokrā moṭā che** | *the boys are big* |
| છોકરી મોટી છે | **chokrī moṭī che** | *the girl is big* |
| છોકરીઓ મોટી છે | **chokrīo moṭī che** | *the girls are big* |
| છોકરું મોટું છે | **chokruṃ moṭuṃ che** | *the child is big* |
| છોકરાં મોટાં છે | **chokrāṃ moṭāṃ che** | *the children are big* |

Adjectives agreeing with a noun referring to a person addressed as તમે **tame** or આપ **āp** (see Unit 1, grammar point 1) and referred to as તેઓ **teo** use the plural forms. When showing respect to women, the neuter plural form in અમે **-āṃ** is used, for example:

| | | |
|---|---|---|
| સમીર નાનો છે | **Samīr nāno che** | *Sameer is small* |
| But: દીપકભાઈ મોટા છે | **Dīpakbhāī moṭā che** | *Deepakbhai is big* |
| આ છોકરીઓ લાંબી છે | **a chokrīo lāṃbī che** | *these girls are tall* |
| તે ખુરશીઓ નાની છે | **te khurśīo nānī che** | *those chairs are small* |
| મારી બહેનો માંદી છે | **mārī baheno māṃdī che** | *my sisters are ill* |
| But: લીલાબેન લાંબાં છે | **Līlāben lāṃbaṃ che** | *Leelaben is tall* |
| તે પાકિસ્તાની સ્ત્રીઓ મોટાં છે | **te pākistānī strīo moṭāṃ che** | *those Pakistani women are old* |

Adjectives agreeing with two or more nouns of different genders usually use the neuter plural, for example:

| | | |
|---|---|---|
| ભાઈઓ અને બહેનો મોટાં છે | **bhaio ane baheno moṭaṃ che** | *the brothers and sisters are big* |

## 6 Sentence patterns

In Gujarati the subject of the sentence usually comes at the beginning and the verb is at the end. Note the important distinction between the following two sentences, showing how adjectives and nouns are used in the same order as in English:

| | | |
|---|---|---|
| આ છોકરી નાની છે | **ā chokrī nānī che** | *this girl is small* |
| આ નાની છોકરી છે | **ā nānī chokrī che** | *this is a small girl* |

The following expressions have a specialised meaning:

| | | |
|---|---|---|
| આ નોનો ભાઈ છે | **ā nāno bhāī che** | *this is (my) younger brother* |
| આ મોટી બહેન છે | **ā moṭī bahen che** | *this is (my) older sister* |

Although you would call your younger brother and sister by their first names, in traditional families you would always refer to or address your older brother and sisters as મોટા ભાઈ **moṭā bhāī** *older brother* or મોટી બહેન **moṭī bahen** *older sister.*

## 7 પણ paṇ but, however

The word પણ **paṇ** means *but, however* when it is contrasting two things. It can occur at the beginning of a sentence or phrase, or it can appear as the second idea (not necessarily the second word) in a sentence or phrase, for example:

આ છોકરી લાંબી છે, પણ આ છોકરી ટૂંકી છે **ā chokrī lāṃbī che, paṇ ā chokrī ṭūṃkī che** *this girl is tall, but this girl is short*

Or: આ છોકરી લાંબી છે, આ છોકરી પણ ટૂંકી છે **ā chokrī lāṃbī che, ā chokrī paṇ ṭūṃkī che** *this girl is tall, but this girl is short*

Sentences of the form આ પણ છોકરી... **ā paṇ chokrī...** *this, however, girl...* are not permissible, because આ છોકરી... **ā chokrī...** *this girl...* is the first idea in the sentence. આ પણ ટૂંકી છે **ā paṇ ṭūṃkī che** *she, however, is small* is permissible, because આ **ā** is the first idea (as well as the first word).

In cases, where no contrast is implied, પણ **paṇ** means *also, even,* for example:

આ છોકરી લાંબી છે, અને આ છોકરી પણ લાંબી છે **ā chokrī lāṃbī che, ane ā chokrī paṇ lāṃbī che** *this girl is tall, and this girl is also tall*

## અભ્યાસ abhyās *Exercise*

**A** Select the correct response to each of the following questions and greetings.

| | | | |
|---|---|---|---|
| ૧ કેમ છો? | હું મજામાં છું. | **1 kem cho?** | **huṃ majāmāṃ chuṃ.** |

| | | | |
|---|---|---|---|
| | હું ગુજરાતી છું. | | **huṃ gujarātī chuṃ.** |
| | આવજો! | | **āvjo!** |
| ૨ આવજો! | મજામાં. | **2 āvjo!** | **majāmaṃ.** |
| | હું ગુજરાતી છું. | | **huṃ gujarātī chuṃ.** |
| | આવજો! | | **āvjo!** |
| ૩ તમે ગુજરાતી છો? | હા, હું ગુજરાતી છું. | **3 tame gujarātī cho?** | **hā, huṃ gujarātī chuṃ.** |
| | તમે ભારતીય છો. | | **tame bhāratīy cho.** |
| | હા, એ ગુજરાતી છે. | | **hā, e gujarātī che.** |
| ૪ નીલા અંગ્રેજ છે? | ના, એ લાંબો નથી. | **4 Nīlā aṃgrej che?** | **nā, e lāṃbo nathī.** |
| | ના, એ ગુજરાતી છે. | | **nā, e gujarātī che.** |
| | સારું છે. | | **sāruṃ che.** |
| ૫ તું અંગ્રેજ છે? | ના, આપણે જૈન છીએ. | **5 tuṃ aṃgrej che?** | **nā, āpṇe Jain chīe.** |
| | હા, અમે અંગ્રેજ છીએ. | | **hā, ame aṃgrej chīe.** |
| | હા, હું અંગ્રેજ છું. | | **hā, huṃ aṃgrej chuṃ.** |

> જૈન **Jain**, *Jain*, member of the Jaina religious community (see *Religion in Gujarat* on page 4). The most common surname among British Jains is Shah.

**B** Which is the correct form of the verb *to be*?

૧ નીલાબેન ગુજરાતી છે/છો.

**1 Nīlāben gujarātī che/cho.**

૨ તેઓ કેમ છે/છો? તેઓ મજામાં છે/છો.

**2 teo kem che/cho? teo majāmāṃ che/cho.**

૩ નીલાબેન, તમે કેમ છે/છો?

**3 Nīlāben, tame kem che/cho?**

૪ હું મજામાં છું/છો
**4 huṃ majāmāṃ chuṃ/cho.**
૫ નીલાબેન, તમે ગુજરાતી છે/છો? હા, હું ગુજરાતી છીએ/છું
**5 Nīlāben, tame gujarātī che/cho? hā, huṃ gujarātī chīe/ chuṃ.**

**C** What do you know about Sonal? You should be able to write three sentences about her.

| | |
|---|---|
| વીરેન | કેમ છો, સોનલ? |
| **Vīren** | **kem cho, Sonal?** |
| સોનલ | હું મજામાં છું. તું કેમ છે, વીરેન? |
| **Sonal** | **huṃ majāmāṃ chuṃ. tuṃ kem che, Vīren?** |
| વીરેન | મજામાં. તમે ગુજરાતી છો? |
| **Vīren** | **majāmāṃ. tame gujarātī cho?** |
| સોનલ | હા, હું ગુજરાતી છું. હું ભારતીય છું. |
| **Sonal** | **hā, huṃ gujarātī chuṃ. huṃ bhāratīy chuṃ.** |

Viren then has the same conversation as he had with Sonal with Maher, Neela, Javed and Steve. Make up dialogues on the model of the one above using the information given below and then write them out. Make up a dialogue as if Viren were talking to you and write it out.

| | | | |
|---|---|---|---|
| મહેર | પારસી | ગુજરાતી | ભારતીય |
| **Maher** | **pārsī** | **gujarātī** | **bhāratīy** |
| નીલા | જૈન | ગુજરાતી | અંગ્રેજ |
| **Nīlā** | **jain** | **gujarātī** | **aṃgrej** |
| જાવેદ | મુસલમાન | ગુજરાતી | ભારતીય |
| **Jāved** | **musalmān** | **gujarātī** | **bhāratīy** |
| સ્ટીવ | ખ્રિસ્તી | ગુજરાતી નથી | અમેરિકન |
| **Sṭīv** | **khristī** | **gujarātī nathī** | **amerikan** |

As your dialogues will be individual to you, there is no model answer in the key to the Exercises. If you can, check your fluency by asking a Gujarati speaker to read your answer with you.

પારસી **pārsī** *Parsi, member of the Parsi religious community*
મુસલમાન **musalmān** *Muslim, member of the Islamic community*

**D** Which is the correct form of the pronoun: તેઓ **teo** or એ **e**?

૧ દીપકભાઈ ગુજરાતી છે. એ/તેઓ લાંબા છે.

**1 Dīpakbhāī gujarātī che. e/teo lāṃbā che.**

૨ નાનો ભાઈ હોશિયાર છે. એ/તેઓ આળસુ નથી.

**2 nāno bhāi hośīyār che. e/teo āḷsu nathī.**

૩ નીલાબેન અહીં છે. એ/તેઓ માંદાં છે.

**3 Nīlāben ahīṃ che. e/teo māṃdāṃ che.**

૪ મહેર પાતળી છે. એ/તેઓ જાડી નથી.

**4 Maher pātḷī che. e/teo jāḍī nathī.**

૫ આ સ્ત્રીઓ બંગાળી છે? ના, એ/તેઓ પંજાબી છે.

**5 ā strīo baṃgāḷī che? nā, e/teo paṃjābī che.**

| |
|---|
| માંદું **māṃduṃ** *ill* |
| પાતળું **pātḷuṃ** *thin, slim* |
| જાડું **jāḍuṃ** *fat* |
| સ્ત્રી (f.) **strī** *woman* |
| બંગાળી **baṃgāḷī** *Bengali* |
| પંજાબી **paṃjābī** *Panjabi* |

**E** (*a*) Fill in the correct forms of the adjectives, paying attention to gender and number.

આ મકાન (મોટું) છે. ઓરડાઓ (સારું) અને (મોટું) છે. એક (સફેદ) મેજ છે અને ત્રણ (લાલ) ખુરશી છે. મેજ અને ખુરશીઓ (સાફ) છે.

**ā makān (moṭuṃ) che. orḍāo (sāruṃ) ane (moṭuṃ) che. ek (saphed) mej che ane traṇ (lāl) khurśī che. mej ane khurśīo (sāph) che.**

(*b*) Using the information in (*a*), answer the following questions.

૧ ચાર ખુરશી છે?

**1 cār khurśī che?**

૨ ખુરશીઓ સફેદ છે?

**2 khurśīo saphed che?**

૩ મેજ ગંદું છે?

**3 mej gaṃduṃ che?**

૪ ખુરશીઓ સાફ છે?

**4 khurśīo sāph che?**

મકાન (n.) **makān** *house*
ઓરડો (m.) **orḍo** *room*
સફેદ **saphed** *white*
મેજ (n.) **mej** *table*
ત્રણ **traṇ** *three*
લાલ **lāl** *red*
ખુરશી (f.) **khurśī** *chair*
સાફ **sāph** *clean*
ગરમ **gaṃduṃ** *dirty*
ચાર **cār** *four*

## સમજ્યા/સમજ્યાં? samjyā/samjyāṃ? *Do you understand?*

The forms સમજ્યા/સમજ્યાં? **samjyā/samjyāṃ?** *Do you understand?* agreed with the subject in the same way as variable adjectives. For exampe:

| | | |
|---|---|---|
| સમજ્યા, દીપકભાઈ? | **samjya, Dipakbhai?** | *Do you understand, Deepakbhai?* |
| સમજી, નીલા? | **samjī, Nīlā**? | *Do you understand, Neela?* |
| સમજ્યાં, લીલાબેન? | **samjyāṃ, Līlāben?** | *Do you understand, Leelaben?* |

Read the following passage which describes a family group.

આ ડૉક્ટર ફિરોઝ નસીર અને બેગમ નસીર. તેઓ ગુજરાતી છે. તેઓ પણ મુસલમાન છે. તેઓ ભારતીય નથી, પણ તેઓ પાકિસ્તાની છે. બે છોકરા છે, અદનાન અને અમ્મર. અદનાન મોટો છે અને અમ્મર નાનો છે. આ છોકરા સાજા અને હોશિયાર છે. તે આળસુ નથી. તે લોકો ખુશ છે, માશા અલ્લાહ!

**ā ḍokṭar Phirojh Nasīr ane Begam Nasīr. teo gujarātī che. teo**

**paṇ musalmān che. teo bhāratīy nathī, paṇ teo pākistānī che. be chokrā che, Adnān and Ammar. Adnān moṭo che ane Ammar nāno che. ā chokrā sājā ane hośīyār che, teo āḷsu nathī. te loko khuś che, māśā Allāh!**

ડૉક્ટર (m.) **ḍoktār** *doctor*
સાજું **sajuṃ** *well, in good health*
ખુશ **khuś** *happy*
માશા અલ્લાહ! **māśā Allāh!** *May God save us*

True or false? Write out the correct answer. Use the following model as a guide.

ફિરોઝ મુસલમાન છે? હા, તેઓ મુસલમાન છે.
**Phirojh musalmān che? hā, teo musalmān che.**

૧ તે લોકો ગુજરાતી નથી.
**1 te loko gujarātī nathī.**
૨ એક છોકરી અને એક છોકરો છે.
**2 ek chokrī ane ek chokro che.**
૩ ફિરોઝ ડૉક્ટર છે.
**3 Phirojh ḍokṭar che.**
૩ મોટો છોકરો અમ્મર છે.
**4 moṭo chokro Ammar che.**

## — ગુજરાત અને ગુજરાતીઓ gujarāt ane gujarātīo (*Gujarati and the Gujaratis*) —

Daudi Bohras, members of a well-known sect of Shi'a Muslims, live mostly in Bombay and South Gujarat (see the Introduction). Since the partition of India, many Gujarati Muslims have gone to live in Pakistan, where they speak Urdu as well as Gujarati. There are many words of Arabic and Persian origin in Gujarati, but Gujarati Muslims use more of these when discussing religion. Some of the most commonly used expressions are:

| | | |
|---|---|---|
| સલામ અલેકુમ! | **salām alekum!** | (lit. *peace be on you*) *hello!* |
| વાલેકુમ સલામ! | **vālekum salām!** | (lit. *and peace on you*) *hello!* (in reply) |
| ખુદા હાફિજ! | **khudā hāfij!** | (lit. *God be with you*) *Goodbye!* |
| ઇન્શા અલ્લાહ! | **inśāallah!** | *God willing!* (used by many Muslims when talking about any future event) |
| માશા અલ્લાહ! | **māśā Allāh!** | (lit. *what*[*ever*] *God wills*) *may God save us!* (this is used to counteract the effects of the evil eye, નજર **najar**. Hindus and Parsis say ઓવાર્યું! **ovāryuṃ** *blessings!* in this context.) |

The malignant effect of the evil eye is thought to arise when envy occurs. Children are highly susceptible to the evil eye, and so care should be taken when praising them. A black circle of kajal on children's faces makes their beauty imperfect and so protects them. Lemons are effective in warding off the evil eye and you will see them over doorways and on motor vehicles for this purpose. A passage in Rohinton Mistry's book *Such a Long Journey* describes a woman's attempts to remove the evil eye from her son (See Useful Sources page 6).

# 2

# તમે રોજ અહીં આવો છો? TAME — ROJ AHĪṂ ĀVO CHO? —

*Do you come here every day?*

### *In this unit you will learn how to*

talk about your daily activities
ask more elaborate questions
use a variety of tenses

## —— વાતચીત ૧ vātcīt 1 *Dialogue* ——

### યુનિવર્સિટીમાં yunivarsiṭīmāṃ *In the university*

Firdaus Desai and Bhavna Patel meet in the students' coffee bar at the university where they are studying Gujarati. Akshar Patel is a new student who is about to start learning Gujarati.

| | |
|---|---|
| ફિરદોસ | કેમ છો, ભાવનાબેન? |
| **Phirdos** | **kem cho, Bhāvnāben?** |
| ભાવના | બસ, ખૂબ મજામાં. કેમ છે? |
| **Bhāvnā** | **bas, khūb majāmāṃ. kem che?** |
| ફિરદોસ | મજામાં. ગઈ કાલે બાપુજી માંદા હતા, તેથી હું ઘેર હતો. |
| **Phirdos** | **majāmāṃ. gaī kāle bāpujī māṃdā hatā, tethī huṃ gher hato.** |

| | |
|---|---|
| ભાવના | આજે તેઓ કેમ છે? |
| **Bhāvnā** | **āje teo kem che?** |
| ફિરદોસ | આજે તેઓ સાજા છે. તમે કાલે અહીં ન હતાં? |
| **Phirdos** | **āje teo sājā che. tame kāle ahīṃ na hatāṃ?** |
| ભાવના | હા, હું અહીં જ હતી. તું સવારે ક્યાં હતો? અહીં ન હતો? |
| **Bhāvnā** | **hā, huṃ ahīṃ j hatī. tuṃ savāre kyāṃ hato? ahīṃ na hato?** |
| ફિરદોસ | ના, હું અહીં ન હતો. હું બજારમાં હતો. |
| **Phirdos** | **nā, huṃ ahīṃ na hato. huṃ bajārmāṃ hato.** |
| ભાવના | સારું. ચા કેવી છે? ગરમ છે? |
| **Bhāvnā** | **sāru. cā kevī che? garam che?** |
| ફિરદોસ | ના, ગરમ નથી, ઠંડી છે. બહુ ખરાબ છે. પાણી છે? |
| **Phirdos** | **nā, garam nathī, ṭhaṃḍī che. bahu kharāb che. pāṇī che?** |
| ભાવના | હા, પેલી મેજ પર પાણી છે. આ શું છે? |
| **Bhāvnā** | **hā, pelī mej par pāṇī che. ā śuṃ che?** |
| ફિરદોસ | એક નવી ચોપડી છે. |
| **Phirdos** | **ek navī copḍī che.** |
| ભાવના | ફિરદોસ, આ કોણ છે? |
| **Bhāvnā** | **Phirdos, ā koṇ che?** |
| ફિરદોસ | એક મિત્ર છે. એ પણ વિદ્યાર્થી છે. અક્ષર, કેમ છે? |
| **Phirdos** | **ek mitra che. e paṇ vidyārthī che. Akṣar, kem che?** |
| અક્ષર | ફિરદોસ, કેમ છે? આ કોણ છે? |
| **Akṣar** | **Phirdos, kem che? ā koṇ che?** |
| ફિરદોસ | આ ભાવનાબેન છે. |
| **Phirdos** | **ā Bhāvnāben che.** |
| અક્ષર | કેમ છો, ભાવનાબેન? તમે વિદ્યાર્થિની છો? |
| **Akṣar** | **kem cho, Bhāvnāben? tame vidyārthinī cho?** |
| ભાવનિા | હા, હું વિદ્યાર્થિની છું. |
| **Bhāvnā** | **hā, huṃ vidyārthinī chuṃ.** |
| અક્ષર | ફિરદોસ, આજે કેટલા વર્ગો છે? |
| **Akṣar** | **Phirdos, āje keṭlā vargo che?** |
| ફિરદોસ | આજે એક જ છે - ગુજરાતી. ચાલો, આવજો. |
| **Phirdos** | **āje ek j che - gujarātī. cālo, āvjo!** |

બસ **bas** *OK* (see grammar point 5 below)
ખૂબ **khūb** *very*
ગઈ કાલે **gaī kāle** *yesterday*
બાપૂજી **bāpujī** *daddy*
હતા **hatā** (*he*) *was*
તેથી **tethī** *therefore, and so*
હું ઘેર હતો **huṃ gher hato** *I was at home*
આજે **āje** *today*
સાજું **sājuṃ** *well, in good health*
કાલે **kāle** = ગઈ કાલે **gaī kāle**
ન હતું **na hatāṃ** *was not*
અહીં જ **ahīṃ j** *right here* (જ **j** *only* follows the word it qualifies. It is pronounced with the preceding word. So અહીં જ **ahīṃ j** is pronounced as **ahīṃj**)
સવારે **savāre** *in the morning*
તું ક્યાં હતો? **tuṃ kyāṃ hato?** *where were you?*
બજારમાં **bajārmāṃ** *in the bazaar, in the market*
સારું! **sāru!** *good!*
ચા (f.) **cā** *tea*
કેવું **kevuṃ** *what sort of, how?*
ગરમ **garam** *hot*
ઠંડું **ṭhaṃḍuṃ** *cold*
બહુ **bahu** *very, many*
ખરાબ **kharāb** *bad*
પાણી (n.) **pāṇī** *water*
મેજ પર **mej par** *on the table*
આ શું છે? **ā śuṃ che?** *what's this?*
નવું **navuṃ** *new*
ચોપડી (f.) **copḍī** *book*
આ કોણ છે? **ā koṇ che?** *who's this?*
મિત્ર **mitra** *friend*
વિદ્યાર્થી (m.) **vidyārthī** *student*
વિદ્યાર્થિની (f.) **vidyārthinī** *student*
કેટલું **keṭluṃ** *how much, how many?*
વર્ગ (m.) **varg** *class*
ચાલો **cālo!** *let's go!*

True or false? Correct and rewrite the following sentences. Here's an example to start you off:

ફિરદોસ વિદ્યાર્થિની છે.
**Phirdos vidyārthinī che.**

ના, ફિરદોસ વિદ્યાર્થિની નથી, એ વિદ્યાર્થી છે.
**na, Phirdos vidyārthinī nathi, e vidyārthī che.**

૧ કાલે ભાવનાબેન અહીં ન હતાં.
**1 kāle Bhāvnāben ahīṃ na hatāṃ.**
૨ સવારે ફિરદોસ ઘેર જ હતા.
**2 savāre Phirdos gher j hatā.**

Answer the following questions:

૩ ચોપડી કેવી છે?
**3 copḍī kevī che?**
૪ કાલે ભાવનાબેન બજારમાં હતાં?
**4 kāle Bhāvnāben bajārmāṃ hatāṃ?**

## વ્યાકરણ vyākaraṇ

### *1 The past tense of* to be, *i.e.* was, were

The past tense of the verb *to be* (*I was, you were, he was,* etc.) is હતું **hatuṃ**. Its endings vary according to number (singular or plural) and gender (masculine, feminine, neuter), but not for person (*I, you, he*, etc.). The endings follow the same pattern as that of adjectives, so there are no new forms to learn.

| **Singular** | | | |
|---|---|---|---|
| **Feminine** | | | |
| First person | હું હતી | **huṃ hatī** | *I was* |
| Second person | તું હતી | **tuṃ hatī** | *you were* |
| Third person | તે, એ હતી | **te, e hatī** | *she was* |
| | આ હતી | **ā hatī** | *she was* |
| **Masculine** | | | |
| First person | હું હતો | **huṃ hato** | *I was* |
| Second person | તું હતો | **tuṃ hato** | *you were* |
| Third person | તે, એ હતો | **te, e hato** | *he was* |
| | આ હતો | **ā hato** | *he was* |
| **Neuter** | | | |
| Third person | તે, એ હતું | **te, e hatuṃ** | *it, that was* |
| | આ હતું | **ā hatuṃ** | *this was* |
| **Plural** | | | |
| **Feminine of respect** (see Unit 1, grammar point 5) | | | |
| First person | અમે હતાં | **ame hatāṃ** | *we were* |
| | આપણે હતાં | **āpṇe hatāṃ** | *we were* |
| Second person | તમે હતાં | **tame hatāṃ** | *you were* |
| Third person | તેઓ હતાં | **teo hatāṃ** | *they, those were* |
| | આ હતાં | **ā hatāṃ** | *they, these were* |
| **Feminine inanimate** (see Unit 1, grammar point 5 તેઓ **teo**) | | | |
| Third person | તે હતી | **te hatī** | *they, those were* |
| | આ હતી | **ā hatī** | *they, these were* |
| **Masculine animate** | | | |
| First person | અમે હતા | **ame hatāṃ** | *we were* |
| | આપણે હતા | **āpṇe hatāṃ** | *we were* |
| Second person | તમે હતા | **tame hatāṃ** | *you were* |
| Third person | તેઓ હતા | **teo hatāṃ** | *they, those were* |
| | આ હતા | **ā hatā** | *they, these were* |

| **Masculine inanimate** | | | |
|---|---|---|---|
| Third person | તે હતા | **te hatā** | *they, those were* |
| | આ હતા | **ā hatā** | *they, these were* |
| **Neuter** | | | |
| Third person | તે, એ હતાં | **te, e hatāṃ** | *they, those were* |
| | આ હતાં | **ā hatāṃ** | *these were* |

The negative is formed by using ન **na** before the verb, so ન હતું **na hatuṃ** etc. This can also be written as નહોતું **nahotuṃ**, and it is usually pronounced as if it were written નોહતું **nohtuṃ**, for example:

| | | |
|---|---|---|
| ગઈ કાલે અમે ઘેર જ હતાં | **gaī kāle ame gher j hatāṃ** | *yesterday we were at home* |
| સવારે હું અહીં નહોતી | **savāre huṃ ahīṃ nahotī** | *this morning I was not here* |
| કાલે તેઓ બજારમાં હતા | **kāle teo bajārmāṃ hatā** | *yesterday they were in the market* |

## 2 Interrogative (question) words

Many questions contain interrogative (question) words, such as *who?*, *what?*, *how many?* and so on. In Gujarati, many of these interrogative words begin with the letter ક **k-**. The following are among the most frequently used:

| | | |
|---|---|---|
| કોણ | **koṇ** | *who?* |
| ક્યાં | **kyāṃ** | *where?* |
| ક્યારે | **kyāre** | *when?* |
| કેમ | **kem** | *how?* |
| કેવું | **kevuṃ** | *of which kind?* |
| કેટલું | **keṭluṃ** | *how many?* |
| શું | **śuṃ** | *what?* |

The first four are invariable and the last three decline like variable adjectives (for example, મોટું **moṭuṃ,** see Unit 1, grammar point 5).

કોણ **koṇ** is used with neuter agreements when the gender of the person is not known, for example:

કોણ હતું? **koṇ hatuṃ?** *who was it?*

These words are usually placed just before the verb, for example:

| | | |
|---|---|---|
| એ કોણ છે? | **e koṇ che?** | *who is that person?* |
| અ લોકો ક્યાં હતા? | **e loko kyāṃ hatā?** | *where were they?* |
| ઘર કેવું છે? | **ghar kevuṃ che?** | *what's the house like?* |
| કોણ છે? | **koṇ che?** | *who is it?* |
| શું છે? | **śuṃ che?** | *what is it? what's the matter?* |
| But: કેટલા લોકો ત્યાં હતા? | **keṭlā loko tyāṃ hatā?** | *how many people were there?* |

## 3 Clitics

In English, and most other European languages, words such as *in, from* and so on precede the words to which they relate and so they are called *prepositions.* In Gujarati, these words follow the words they govern and were formerly called *postpositions.* However, it is more accurate to call these words *clitics* because they form compounds with the words to which they relate. The exception is પર **par** which is usually written separately from the word it governs. In this unit, the following simple clitics are introduced: માં **- māṃ** *in;* થી **-thī** *from;* પર **par** *on;* for example:

| | | |
|---|---|---|
| કાલે હું બજારમાં હતી | **kāle huṃ bajārmāṃ hatī** | *yesterday I was in the market* |
| પાણી મેજ પર છે | **pāṇī mej par che** | *the water is on the table* |

The clitic એ **e** is used with certain words of place or time to give a locative meaning (*in, at, on,* etc.), such as નિશાળ **niśāḷ** *school;* નિશાળે **niśāḷe** *at school*; સાંજ **sāṃj** *evening;* સાંજે **sāṃje** *in the evening,* and આજ **āj** *today;* આજે **āje** *today*. English does not say *on today*, but Gujarati does, for example:

| | | |
|---|---|---|
| આજે તે નિશાળે નથી | **āje te niśāḷe nathī** | *today he is not at school* |
| સાંજે ભાવનાબેન બજારમાં હતાં | **sāṃje Bhāvnāben bajārmāṃ hatāṃ** | *in the evening Bhavnaben was in the market* |
| આજે તે માંદો છે | **āje te māṃdo che** | *today he is ill* |

The word ઘર **ghar** *home* has a special form ઘેર **gher** *at home,* as well as the following forms which are less frequently written, but often spoken: ઘરે **ghare** and ઘેરે **ghere** *at home*, for example:

આજે તે ઘેર છે **āje te gher che** *today she is at home*

ગામ **gām** *town, village,* uses this form without એ **e** also to mean *in the village, to the village*, for example:

ગઈ કાલે હું ગામ હતી **gaī kāle huṃ gām hatī** *yesterday I was in the village*

These clitics can be combined with થી **thi,** as in the examples below.

| | | |
|---|---|---|
| મેજ પરથી | **mej parthī** | *from on top of the table* |
| ઓરડામાંથી | **orḍāmāṃthī** | *from (out of) the room* |
| ઘરેથી | **gharethī** | *from (out of) the house* |

## 4 Word order

When a time word (for example, આજે **āje**) and a place word (for example, અહીં **ahīṃ**) occur in the same sentence, the time word is placed first, for example:

તેઓ આજે અહીં નથી **teo āje ahīṃ nathī** *they are not here today.*
આજે તેઓ ઘેર છે **āje teo gher che** *today they are at home.*

## 5 બસ! bas! *enough!*

The word બસ! **bas!** *enough!* is used idiomatically in many situations, and you will hear it frequently. It indicates that the speaker has said all that he or she wants to say about a topic, as used by Bhavna in the above dialogue. A similar use is seen when one ends a list, for example:

બે છોકરા છે, બસ! **be chokrā che, bas!** *there are two children* (*and no more*)!

Or in the same situation as an interrogative:

| | |
|---|---|
| ભાવના | આજે બે વર્ગો છે. |
| ફિરદોસ | બસ? |
| **Bhāvnā** | **āje be vargo che.** |
| **Phirdos** | **bas?** |
| *Bhavna* | *Today there are two classes.* |
| *Firdos* | *Is that all?* |

It may well be useful to know that બસ **bas** *enough!* is also used when you do not want any more to eat. Gujaratis have a very strong tradition of hospitality, so your hostess will keep pressing more and more food on you until you say you have had enough!

## વાતચીત ૨ vātcīt 2

## યુનિવર્સિટીમાં yunivarsiṭīmāṃ *In the university*

Shailesh Patel and Juhi Barot are also students. They are discussing their daily surroundings and how often they come into the university.

| | |
|---|---|
| શૈલેશ | કેમ છે. જૂઈ? |
| **Śaileś** | **kem che, Jūī?** |
| જૂઈ | સારું છે. શું ખબર છે. શૈલેશ? |
| **Jūī** | **sāruṃ che. śuṃ khabar che, Śaileś?** |
| શૈલેશ | ખાસ કંઈ નહિ. આજે બહુ ઠંડી છે ને? |
| **Śaileś** | **khās kaṃī nahī. āje bahu ṭhaṃḍī che ne?** |

| | |
|---|---|
| જૂઈ | હા, છે. કેટલા બધા લોકો અહીં છે! એ લોકો કોણ છે? તેઓ શું કરે છે? |
| **Jūī** | **hā, che. keṭlā badhā loko ahīṃ che! e loko koṇ che? teo śuṃ kare che?** |
| શૈલેશ | ખબર નથી. ઘણા લોકો છે ને? |
| **Śaileś** | **khabar nathī. ghaṇā loko che ne?** |
| જૂઈ | તું રોજ અહીં આવે છે? |
| **Jūī** | **tuṃ roj ahīṃ āve che?** |
| શૈલેશ | હું રોજ નથી આવતો. દર અઠવાડિયે હું બે-ત્રણ વાર આવું છું. |
| **Śaileś** | **huṃ roj nathī āvto. dar aṭhvāḍiye huṃ betraṇ vār āvuṃ chuṃ.** |
| જૂઈ | તું ક્યારે આવે છે - બપોરે? |
| **Jūī** | **tuṃ kyāre āve che – bapore?** |
| શૈલેશ | ના, હું સવારે આવું છું અને સાંજે હું ઘેર જાઉં છું. તું હવે ક્યાં જાય છે? |
| **Śaileś** | **nā, huṃ savāre āvuṃ chuṃ ane sāṃje huṃ gher jāuṃ chuṃ. tuṃ have kyāṃ jāy che?** |
| જૂઈ | હું અહીંથી બજારે જાઉં છું. એ દુકાનો કેટલી સારી છે! આવજો, શૈલેશ! |
| **Jūī** | **huāṃ ahīṃthī bajāre jāuṃ chuṃ. e dukāno keṭlī sārī che! āvjo, Śaileś!** |
| શૈલેશ | આવજો! |
| **Śaileś** | **āvjo!** |

શું ખબર છે? **śuṃ khabar che?** *what's new?*
ખબર (f.) **khabar** *news*
ખાસ કંઈ નહિ **khās kaṃī nahi** *nothing special*
આજે બહુ ઠંડી છે ને? **āje bahu ṭhaṃḍī che ne?** *it's very cold today, isn't it?*
હા, છે **hā, che** *yes it is* (note that Gujarati does not need the pronoun *It* here)
કેટલા બધા લોકો અહીં છે! **keṭlā badhā loko ahīṃ che!** *what a lot of people are here!*
તેઓ શું કરે છે? **teo śuṃ kare che?** *what are they doing?*
ખબર નથી **khabar nathī** *no idea, I don't know*
ઘણું **ghaṇuṃ** *much, many, quite*
તું રોજ અહીં આવે છે? **tuṃ roj ahīṃ āve che?** *do you come here every day?*
હું રોજ નથી આવતો **huṃ roj nathī āvto** *I don't come every day*
દર અઠવાડિયે **dar aṭhvāḍiye** *every week*

બેત્રણ વાર **betraṇ vār** *two or three times*
ક્યારે? **kyāre?** *when?*
બપોરે **bapore** *in the afternoon*
હું ઘેર જાઉં છું **huṃ gher jāuṃ chuṃ** *I am going home*
તું હવે ક્યાં જાય છે? **tuṃ have kyāṃ jāy che?** *where are you going now?*
એ દુકાનો કેટલી સારી છે! **e dukāno keṭlī sārī che!** *those shops are very good!*

True or false? Correct and rewrite the following sentences. Here's an example to start you off:

આજે બહુ ગરમી છે.
**āje bahu garmī che.**
ના, આજે બહુ ગરમી નથી. આજે બહુ ઠંડી છે.
**na, āje bahu garmi nathi. āje bahu ṭhaṃḍi che.**

૧ આજે ઓછા લોકો અહીં છે.
**1 āje ochā loko ahīṃ che.**
૨ શૈલેશ રોજ અહીં આવે છે.
**2 Śaileś roj ahīṃ āve che.**

Answer the following questions.

૩ જૂઈ ક્યાં જાય છે?
**3 Jūī kyāṃ jāy che?**
૪ બજાર કેવી છે?
**4 bajār kevī che?**

ઓછું **ochuṃ** *few, insufficient*

## વ્યાકરણ vyākaraṇ

### 6 Stem and base forms of nouns and adjectives

You have already seen that nouns vary in singular and plural forms, for example:

| | | |
|---|---|---|
| છોકરી | **chokrī** | *girl* |
| છોકરીઓ | **chokrīo** | *girls* |
| છોકરો | **chokro** | *boy* |
| છોકરા | **chokrā** | *boys* |

The singular form, which is the one you will find in the શબ્દાવલિ **śabdāvali** *vocabulary,* is called the *independent* form.

#### Stem forms

(*a*) In the singular, clitics must be added after another form of the noun which is called the *stem* form. Sometimes this is the same as the independent form, for example:

Independent form: બજાર **bajār** *market*
Stem form with the clitic માં **-māṃ** *in:* બજારમાં **bajārmāṃ** *in the market*

However, the independent and stem forms may be different, as in the case of masculine nouns ending in ઓ **-o** and neuters ending in ઉં **-uṃ,** which replace these endings with એ **-ā,** for example:

Independent form: ઓરડો **orḍo** *room*
Stem form with the clitic માં **-māṃ** *in:* ઓરડામાં **orḍāmāṃ** *in the room*
Or independent form: રસ્તો **rasto** *road*
Stem form with the clitic પર **par** on: રસ્તા પર **rastā par** *on the road*

Or independent form: છોકરું **chokruṃ** *child*
Stem form with the clitic થી **thī** *from:* છોકરાથી **chokrāthī** *from the child*

The stem form is also used when addressing someone directly. This form is known as a vocative, for example:

એ છોકરા **e chokrā!** *boy!*

(*b*) In the plural, nouns do not require a special stem form; they use the same form with or without clitics, for example:

| | |
|---|---|
| Plural: બજારો **bajāro** *markets* | With the clitic માં **-māṃ** *in:* બજારોમાં **bajāromāṃ** *in the markets* |
| Or plural: રસ્તાઓ **rastāo** *roads* | With the clitic પર **par** *on:* રસ્તાઓ પર **rastāo par** *on the roads* |
| Or plural: છોકરાં **chokrāṃ** *children* | With the clitic થી **thī** *from:* છોકરાંથી **chokrāṃthī** *from the children* |

(*c*) A variable adjective agreeing with a stem form noun is also in the stem form, for example:

Independent form: મોટો ઓરડો **moṭo orḍo** *a big room*
Stem form with the clitic માં **-māṃ** *in:* મોટા ઓરડામાં **moṭā orḍāmāṃ** *in the big room*
Or independent form: લાંબો રસ્તો **lāṃbo rasto** *the long road*
Stem form with the clitic પર **par** on: લાંબા રસ્તા **lāṃbā rastā par** *on the long road*
Or independent form: નાનું છોકરું **nānuṃ chokruṃ** *the small child*
Stem form with the clitic થી **thī** *from:* નાના છોકરાથી **nānā chokrāthī** *from the small child*

The adjective appears in the stem form even if the noun has the same form in its independent and stem forms, for example:

Independent form: ગામ **gām** *town, village*
Stem form with the clitic માં **-māṃ** *in:* મોટા ગામમાં **moṭā gāmmāṃ** *in the big village*

### Base forms

(*a*) Base forms are a special form of stem forms which are used only before the cliticએ **-e.** Nouns which have no special stem form add એ **-e** to the independent form, for example:

Independent form: સાંજ **sāṃj** *evening*
Base form: સાંજે **sāṃje** *in the evening*

This means that only singulars of masculine nouns ending in ઓ **o-** and neuters ending in ઉં **-uṃ** have base forms. This form is made by replacing ઓ **-o** or યું **-uṃ** with the clitic એ **-e,** for example:

Independent form: દહાડો **dahāḍo** *day*
Stem form with the clitic થી **thī** *from:* એ દહાડાથી **e dahāḍāthī** *from that day*
Base form: તે દહાડે **te dahāḍe** *on that day*
Or independent form: અઠવાડિયું **aṭhvāḍiyuṃ** *week*
Stem form with the clitic સુધી **sudhī** *for, until:* એક અઠવાડિયા સુધી **ek aṭhvāḍiyā sudhī** *for a week*
Base form: ગયે અઠવાડિયે **gaye aṭhvāḍiye** *last week*

(*b*) A variable adjective agreeing with the base form of a noun is also in the base form, for example:

ગયે અઠવાડિયે **gaye aṭhvāḍiye** *last week.*

Since it is invariable, the feminine adjective does not have a base form and does not add એ **-e,** for example:

ગઈ કાલે **gaī kāle** *yesterday*

(See Appendix 2 for tables of all these different forms page 320.)

## 7 *The present continuous and the indefinite*

### Formation and use

The form of the verb given in the dictionary and in the vocabulary lists consists of the basic form of the verb, which is known as the *root* and ends in વું **-vuṃ.** This form is called the infinitive. From this root, various tense stems (present, past and future tenses) are formed, and to these stems endings are added (called personal endings). The personal endings indicate person (*I, you,* etc.) and number (singular and plural), for example:

> છું **chuṃ** *am* shows the first person singular ending, so you know it refers to *I,* but the person could be masculine or feminine
> છીએ **chīe** *are* shows the first person plural ending, so you know it refers to *we* but the people could be masculine or feminine

The other set of endings indicates gender and number, but not person, for example:

> હતી **hatī** *was* is feminine singular, but it can be used for either the first, second or third person forms

| | | |
|---|---|---|
| હું હતી | **huṃ hatī** | *I was* |
| તું હતી | **tuṃ hatī** | *you were* |
| એ હતી | **e hatī** | *she was* |

The present continuous tense of verbs (other than the verb *to be*) in Gujarati is formed by adding the personal endings to the present stem and then adding the present tense of the verb *to be* as an auxiliary (*helping*) verb.

Present tense endings, for example:

આવવું **āv-vuṃ** *to come*

present stem: આવ **āv-**

| | | | |
|---|---|---|---|
| **Singular** | | | |
| First person | હું આવું છું | **huṃ āvuṃ chuṃ** | *I am coming* |
| Second person | તું આવે છે | **tuṃ āve che** | *you are coming* |
| Third person | એ, તે, આ આવે છે | **e, te, ā āve che** | *he/she/it is coming* |
| **Plural** | | | |
| First person | અમે આવીએ છીએ | **ame āvīe chīe** | *we are coming* |

| | | | |
|---|---|---|---|
| | આપણે આવીએ છીએ | **āpṇe āvīe chīe** | *we are coming* |
| Second person | તમે આવો છો | **tame āvo cho** | *you are coming* |
| Third person | તેઓ, તે આવે છે | **teo, te āve che** | *they are coming* |

The negative of the present continuous tense is formed by adding તું **-tuṃ** endings to the present stem. This form marks gender and number (like હતું **hatuṃ** *was*), and the negative of the present tense of the verb *to be* is added (નથી **nathī**), for example:

આવવું **āv-vuṃ** *to come*

| | | | |
|---|---|---|---|
| present stem: | આવ | **āv-** | |
| negative form of main verb: | આવતું | **āvtuṃ** | *coming* |
| negative of auxiliary verb: | નથી | **nathī** | *is not* |

| **Singular** | | | |
|---|---|---|---|
| **Feminine** | | | |
| First person | હું આવતી નથી | **huṃ āvtī nathī** | *I am not coming* |
| Second person | તું આવતી નથી | **tuṃ āvtī nathī** | *you are not coming* |
| Third person | તે, એ આવતી નથી | **te, e āvtī nathī** | *she is not coming* |
| | આ આવતી નથી | **ā āvtī nathī** | *she is not coming* |
| **Masculine** | | | |
| First person | હું આવતો નથી | **huṃ āvto nathī** | *I am not coming* |
| Second person | તું આવતો નથી | **tuṃ āvto nathī** | *you are not coming* |
| Third person | તે, એ આવતો નથી | **te, e āvto nathī** | *he is not coming* |
| | આ આવતો નથી | **ā āvto nathī** | *he is not coming* |

| | | | |
|---|---|---|---|
| **Neuter** | | | |
| Third person | તે, એ આવતું નથી | **te, e āvtuṃ nathī** | *it/that is not coming* |
| | આ આવતું નથી | **ā āvtuṃ nathī** | *it/this is not coming* |
| **Plural** | | | |
| **Feminine of respect** (See Unit 1, grammar point 5) | | | |
| First person | અમે આવતાં નથી | **ame āvtāṃ nathī** | *we are not coming* |
| | આપણે આવતાં નથી | **āpṇe āvtāṃ nathī** | *we are not coming* |
| Second person | તમે આવતાં નથી | **tame āvtāṃ nathī** | *you are not coming* |
| Third person | તેઓ આવતાં નથી | **teo āvtāṃ nathī** | *they/those are not coming* |
| | આ આવતાં નથી | **ā āvtāṃ nathī** | *they/these are not coming* |
| **Feminine inanimate** (see Unit 1, grammar point 5) | | | |
| Second person | તમે આવતી નથી | **tame āvtī nathī** | *you are not coming* |
| Third person | તે આવતી નથી | **te āvtī nathī** | *they/those are not coming* |
| | આ આવતી નથી | **ā āvtī nathī** | *they/these are not coming* |
| **Masculine animate** | | | |
| First person | અમે આવતા નથી | **ame āvtā nathī** | *we are not coming* |
| | આપણે આવતા નથી | **āpṇe āvtā nathī** | *we are not coming* |

| | | | |
|---|---|---|---|
| Second person | તમે આવતા નથી | **tame āvtā nathī** | *you are not coming* |
| Third person | તેઓ આવતા નથી | **teo āvtā nathī** | *they/those are not coming* |
| | આ આવતા નથી | **ā āvtā nathī** | *they/these are not coming* |
| **Masculine inanimate** | | | |
| Third person | તે આવતા નથી | **te āvtā nathī** | *they/those are not coming* |
| | આ આવતા નથી | **ā āvtā nathī** | *they/these are not coming* |
| **Neuter** | | | |
| Third person | તે, એ આવતાં નથી | **te, e āvtaṃ nathī** | *they/those are not coming* |
| | આ આવતાં નથી | **ā āvtāṃ nathī** | *these are not coming* |

The rule of syllabification given in the script section applies here and should be noted for pronunciation. Do not worry about it too much, you will soon pick it up by hearing the language spoken, for example:

| | | |
|---|---|---|
| સમજવું | **samaj-vuṃ** | *to understand* |
| તે સમજતો નથી | **te samajto nathī** | *he does not understand* |
| But: તે સમજે છે | **te samje che** | *he understands* |

English has several present tenses, whose meanings are all covered in Gujarati by the present continuous tense. This present tense is used in Gujarati for expressing an action which:

(*a*) takes place at a particular time in the present, for example:
હું આવું છું **huṃ āvuṃ chuṃ** *I'm coming (now)*

(*a*) takes place at a particular time in the present, for example:
હું આવું છું **huṃ āvuṃ chuṃ** *I'm coming (now)*
(*b*) occurs habitually, for example:
હું રોજ આવું છું **huṃ roj āvuṃ chuṃ** *I come every day*
(*c*) takes place in the immediate future, for example:
હું હવે જાઉં છું **huṃ have jāuṃ chuṃ** *I'm going now*

### The indefinite

When the present form is used without the auxiliary, it is called the indefinite present. While this is used to express general truths and things which should be, its main use is to ask for permission, to make an invitation, and so on. For example:

| | | |
|---|---|---|
| શું કરું? | **śuṃ karuṃ?** | *what should I do?* |
| હું જાઉં? | **huṃ jāuṃ?** | *may I go?* |
| આપણે જઈએ! | **āpṇe jaīe!** | *let's go!* |

The negative used in these cases is ન **na** instead of નથી **nathī,** for example:

| | | |
|---|---|---|
| હું ન જાઉં? | **huṃ na jauṃ?** | *shall I not go?* |

## 8 Irregular present verb forms

Gujarati has very few irregular verbs. These are verbs that behave differently from **āvvuṃ** in that the verb stem may vary, or the ending follows a different pattern.The few irregular present tense verbs can be learnt quickly. The negative form always behaves exactly as આવતું **āvtuṃ** given above.

### Verbs with two stems

રહેવું **rahevuṃ** *to remain, stay* has two stems:
(*a*) રહ **rah-,** which is used before vowel endings,
(*b*) રહે **rahe-,** which is used before consonantal endings, for example:

કહેવું **kahevuṃ** *to say* follows the same pattern as રહેવું **rahevuṃ:**

(*a*) કહ **kah-** which is used before vowel endings,
(*b*) કહે **kahe-** which is used before consonantal endings, for example:

| | | |
|---|---|---|
| હું કહું છું | **huṃ kahuṃ chuṃ** | *I am saying* |
| But: હું કહેતી નથી | **huṃ kahetī nathī** | *I am not saying* |

જવું **javuṃ** *to go*
This has two stems (જા **jā-** and જ **ja-**). The second and third person singular and the third person plural endings are slightly different.

| **Singular** | | | |
|---|---|---|---|
| First person | હું જાઉં છું | **huṃ jāuṃ chuṃ** | *I am going/I go* |
| Second person | તું જાય છે | **tuṃ jāy che** | *you are going* |
| Third person | એ, તે, આ જાય છે | **e, te, ā jāy che** | *he/she/it is going* |
| **Plural** | | | |
| First person | અમે જઈએ છીએ | **ame jaīe chīe** | *we are going* |
| | આપણે જઈએ છીએ | **āpṇe jaīe chīe** | *we are going* |
| Second person | તમે જાઓ છો | **tame jāo cho** | *you are going* |
| Third person | તેઓ, તે જાય છે | **teo, te jāy che** | *they are going* |
| **Negative** | જતું નથી | **jatuṃ nathī** | *not going* |

(You will have another opportunity of looking at irregular verbs in Unit 3.)

## *9* to go to

When going *to* somewhere, but not *into* somewhere, a clitic is not required, for example:

| | | |
|---|---|---|
| હું ભારત જાઉં છું | **huṃ Bhārat jāuṃ chuṃ** | *I am going to India* |

But: હું દુકાને જાઉં છું **huṃ dukāne jāuṃ chuṃ** *I am going to the shops (because I shall go into them)*

This means that for countries or cities, no clitic is needed when expressing going *to* them, for example:

હું મુંબઈ જાઉં છું **huṃ Muṃbaī jāuṃ chuṃ** *I am going to Bombay*

But in order to express staying *in* them, માં **-māṃ** is used, for example:
હું ભારતમાં હતી **huṃ Bhāratmāṃ hatī** *I was in India*

In order to express going to a person પાસે **pāse** *near* is used, for example:

છોકરો દીપક પાસે જાય છે **chokro Dīpak pāse jāy che** *the boy goes to Deepak*

## 10 Idioms

Some of the features in the dialogues do not translate literally into colloquial English. Be sure to note the translation, which will include English equivalents for idioms .

(*a*) કેટલું **keṭluṃ** *how much?* can be used to qualify an adjective and means *very*, for example:
કેટલી સારી છે! **keṭlī sārī che!** *how good!* (i.e. *very good*)

With a noun, બધું **badhuṃ** (lit. *all*) must be used after કેટલું **keṭluṃ,** for example:

કેટલા બધા લોકો હતા! **keṭlā badhā loko hatā!** *what a lot of people were there!*

(*b*) ખબર **khabar** *news* is also used idiomatically, for example:
શું ખબર છે? **śuṃ khabar che?** (lit. *what is the news?*) is used frequently upon meeting an acquaintance.
ખાસ કંઈ ખબર નથી **khās kaṃī khabar nathī** (lit. *there is no special news*) is the usual reply.

ખબર નથી **khabar nathī** (lit. *there is no news*) is a standard way of saying (*I*) *don't know*.

(*c*) Gujarati speakers often add ને? **ne?** at the end of questions. It is used only with verbs and adjectives and means *isn't it?* when the expected answer is *yes, it is*.

તે તમારી બહેન છે ને? **te tamārī bahen che ne?** *she's your sister, isn't she?*

| | | |
|---|---|---|
| આવો ને? | **āvo ne?** | *come in, won't you?* |
| સારું ને? | **sāruṃ ne?** | *it's good, isn't it?* |

When the speaker is more doubtful about the reply to the question, કે **ke** is used instead, for example:

| | | |
|---|---|---|
| તું આવે કે? | **tuṃ āve ke?** | *you are coming, aren't you?* |
| Also: તું આવે કે નહિ? | **tuṃ āve ke nahi?** | *you are coming, aren't you?* |
| તું આવે કે કેમ? | **tuṃ āve ke kem?** | *you are coming, aren't you?* |

## અભ્યાસ abhyās

**A** Make as many questions as you can from the following statements.

૧ આજે બહુ ગરમી છે.
**1 āje bahu garmī che.**
૨ ગઈ કાલે ઠંડી હતી.
**2 gaī kāle ṭhaṃḍī hatī.**
૩ ફિરદોસ વિદ્યાર્થી છે.
**3 Phirdos vidyārthī che.**
૪ નીલા ગામ જાય છે.
**4 Nīlā gām jāy che.**
૫ તમે નથી આવતાં.
**5 tame nathī āvtāṃ.**

**B** Shaheena is interrogating Neena. Using the interrogative (question) words given below, write out the question that Shaheena must have been asked. Use the તમે **tame** forms.

શહીના (કેવું?)
**Śahīnā (kevuṃ?)**
નીના ચોપડી બહુ ખરાબ છે.
**Nīnā copḍī bahu kharāb che.**

શહીના (ક્યાં?)
**Śahīnā (kyāṃ?)**
નીના ગઈ કાલે હું ઘેર હતી.
**Nīnā gaī kāle huṃ gher hatī.**

શહીના (ક્યારે?)
**Śahīnā (kyāre?)**
નીના હું રોજ સવારે દુકાને જાઉં છું.
**Nīnā huṃ roj savāre dukāne jāuṃ chuṃ.**

શહીના (કોણ?)
**Śahīnā (koṇ?)**
નીના ખબર નથી.
**Nīnā khabar nathī.**

**C** Neena is now in a bad mood and wants to contradict everything Shaheena says. Write out her replies to Shaheena's remarks in the dialogue below, but first look at this example:

શહીના આજે બહુ ઠંડી છે ને?
**Śahīnā āje bahu ṭhaṃḍī che ne?**
નીના ના, બહુ ગરમી છે.
**Nīnā nā, bahu garmī che.**

This example means *It is very cold today, isn't it? No, it is hot.* Note that Gujarati uses nouns here, where English uses adjectives, i.e., the Gujarati literally means *There is a lot of coldness today, isn't there? No, there is a lot of heat.*

શહીના ગઈ કાલે શૈલેશભાઈ અહીં હતા ને?
**Śahīnā gaī kāle Śaileśbhāī ahīṃ hatā ne?**
નીના ના,...
**Nīnā nā,...**

| | |
|---|---|
| શહીના | આ મોટી દુકાનો કેટલી સારી છે! |
| **Śahīnā** | **ā moṭī dukāno keṭlī sārī che!** |
| નીના | ના,... |
| **Nīnā** | **nā,...** |

| | |
|---|---|
| શહીના | તમે રોજ અહીં આવો છો ને? |
| **Śahīnā** | **tame roj ahīṃ āvo cho ne?** |
| નીના | ના,... |
| **Nīnā** | **nā,...** |
| શહીના | તમારા મોટા ભાઈ મુંબઈમાં રહે છે ને? |
| **Śahīnā** | **tamārā moṭā bhāī Muṃbaīmāṃ rahe che ne?** |
| નીના | ના,... |
| **Nīnā** | **nā,...** |

**D** Put the following forms of the present tense of the verb *to be* into the past, and the past forms into the present.

૧ તે માંદો છે.
**1 te māṃdo che.**
૨ તે લોકો અહીં છે.
**2 te loko ahīṃ che.**
૩ અમે ખુશ હતા.
**3 ame khuś hatā.**
૪ તમે મજામાં છો?
**4 tame majāmāṃ cho?**

**E** Imagine that you are in a students' coffee bar with your friend Priya. Fill in your part of the conversation.

| | |
|---|---|
| પ્રિયા | કેમ છે? શું ખબર છે? |
| **Priyā** | **kem che? śuṃ khabar che?** |
| 1 | *Greet her and say everything's OK.* |
| પ્રિયા | આજે હું બજારે જાઉં છું. તે શું કરે છે? |
| **Priyā** | **āje huṃ bajāre jāuṃ chuṃ. tuṃ śuṃ kare che?** |
| 2 | *Say you are studying.* |
| પ્રિયા | આપણે જઈએ! |
| **Priyā** | **āpṇe jaīe!** |
| 3 | *Refuse and tell her you have two Gujarati classes.* |
| પ્રિયા | ચાલ, હું જાઉં. આવજો! |

**Priyā** **cāl, huṃ jāuṃ. āvjo!**
**4** *Say goodbye.*

અભ્યાસ (m.) **abhyās** *study*
અભ્યાસ કરવો **abhyās karvo** *to study*
(Lit. *to make a study*, so હું ગુજરાતીનો અભ્યાસ કરું છું **huṃ gujarātīno abhyās karuṃ chuṃ** *I am studying Gujarati*, lit. *I am making a study of Gujarati.* You should note that કરવો **karvo** here is agreeing with અભ્યાસ **abhyās** *study* which is masculine, rather than having the usual infinitive ending which is neuter, i.e. કરવું **karvuṃ** *to do, to make.*)

**F** Which is the correct alternative in the following sentences?

૧ આજે ગરમ/ગરમી છે.
**1** **āje garam/garmī che.**
૨ તું નથી આવતી/આવતાં.
**2** **tuṃ nathī āvtī/āvtāṃ.**
૩ ગઈ કાલે દીપકભાઈ અહીં ન હતા/હતાં.
**3** **gaī kāle Dīpakbhāī ahīṃ na hatā/hatāṃ.**
૪ હું મુંબઈમાં નથી રહતી/રહેતી
**4** **huṃ Muṃbaīmāṃ nathī rahtī/rahetī.**
૫ તેઓ ભારતમાં/ભારત જાય છે
**5** **teo Bhāratmāṃ/Bhārat jāy che.**

**G** In the following passage, the writer has forgotten to put any endings on the nouns and verbs and has written out the dictionary forms. Write out the passage, correcting the dictionary forms in the brackets using the English translation as a guide

(ગયું) (અઠવાડિયું) એક મિત્ર અહીં (હતું). પણ તે આ (ગામ)માં (નથી) (રહેવું) અને હવે તે અહીં (ન + છે). પણ હવે (પેલું) (મોટું) (મકાન)માં એક (નાનું) છોકરો (રહેવું). હું રોજ આ (ઘર) (જવું) અને અમે ખુશ (છે).

**(gayuṃ) (aṭhvāḍiyuṃ) ek mitra ahīṃ (hatuṃ). paṇ te ā (gām)māṃ (nathī) (rahevuṃ) ane have te ahīṃ (na + che). paṇ have (peluṃ) (moṭuṃ) (makān)māṃ ek (nānuṃ) chokro (rahevuṃ). huṃ roj ā (ghar) (javuṃ) ane ame khuś (che).**

*Last week my friend was here. But he does not live in this town and now he is not here. But now a young boy lives in that big house. I go to this house every day and we are happy.*

## — સમજ્યા/સમજ્યાં? samjyā/samjyāṃ? —

શૈલેશ    દર અઠવાડિયે હું લેસ્ટર જાઉં છું. હું ત્યાં નથી રહેતો - હું લંડનમાં રહું છું. બાપુજી શિક્ષક છે અને તેઓ લેસ્ટરમાં કામ કરે છે. હું લંડનમાં અભ્યાસ કરું છું. સવારે હું યુનિવર્સિટીમાં જાઉં છું અને બપોરે હું ઘેર આવું છું. સાંજે હું ઘેર અભ્યાસ કરું છું.

**Śaileś**    **dar aṭhvāḍiye huṃ Lesṭar jāuṃ chuṃ. huṃ tyāṃ nathī raheto - huṃ Laṃḍanmāṃ rahuṃ chuṃ. bāpujī śikṣak che ane teo Lesṭarmāṃ kām kare che. huṃ Laṃḍanmāṃ abhyās karuṃ chuṃ. savāre huṃ yunivarsiṭīmāṃ jāuṃ chuṃ ane bapore huṃ gher āvuṃ chuṃ. sāṃje huṃ gher abhyās karuṃ chuṃ.**

| |
|---|
| શિક્ષક (m.), શિક્ષિકા (f.) **śikṣak, śikṣikā** *teacher* |

Answer the following questions.

૧ શૈલેશ ક્યાં રહે છે?

**1 Śaileś kyāṃ rahe che?**

૨ શૈલેશ દુકાનમાં કામ કરે છે?

**2 Śaileś dukānmāṃ kām kare che?**

૩ એ ક્યારે યુનિવર્સિટીમાં જાય છે?

**3 e kyāre yunivarsiṭīmāṃ jāy che?**

૪ બપોરે એ ક્યાં જાય છે?

**4 bapore e kyāṃ jāy che?**

૫ સાંજે એ શું કરે છે?

**5 sāṃje e śuṃ kare che?**

The Gujarati version of Indian place names may be different from the English version, for example:

The Gujarati version of Indian place names may be different from the English version, for example:

| | | |
|---|---|---|
| મુંબઈ | **Muṃbaī** | *Bombay* |
| ભારત | **Bhārat** | *India* |

Or it may be the same, but transcribed phonetically into Gujarati, i.e. written as it is pronounced and not as it is spelled, for example:

| | | |
|---|---|---|
| લંડન | **Laṃḍan** | *London* |
| લેસ્ટર | **Lesṭar** | *Leicester* |

Leicester is a city in the British Midlands whose population is said to be between a third and a half Gujarati. It is certainly a cultural centre for Gujaratis in the UK and it now has a number of prominent Gujarati buildings, in particular its Jain temple.

## ગુજરાત અને ગુજરાતીઓ gujarāt ane gujarātīo

Although many younger Gujaratis speak Gujarati at home, many of them do not know how to read or write in Gujarati and are not confident about using Gujarati in formal situations. Gujarati is available as a GCSE subject in the UK, usually outside mainstream teaching, but there is no provision for Advanced Level Gujarati. Gujarati is not available outside Gujarat and Bombay as a university subject except in a few universities. Medieval Gujarati can be studied in Paris. The School of Oriental and African Studies (SOAS), University of London, is one of the few places where it can be studied from scratch to a level at which it is possible to study both modern and medieval literature.

# 3

# તમે ક્યાં રહો છો? TAME KYĀṂ RAHO CHO?

*Where do you live?*

### *In this unit you will learn how to*

talk about where you live and ask others questions about where they live
talk about your family
express opinions
give commands

## વાતચીત ૧ vātcīt 1

### તમારું ઘર કેવું છે? tamāruṃ ghar kevuṃ che?
### *What's your house like?*

Jagdish Modi and Mohammad Thobani work together. They are discussing Jagdish's house in Wembley, just outside London, and Mohammad's house in London proper.

મોહમ્મદ જગદીશભાઈ, તમે ક્યાં રહો છો?
**Mohammad Jagdīśbhāī, tame kyāṃ raho cho?**

જગદીશ — મારું ઘર વેંબલીમાં છે. ઈલિંગ રોડથી ઘણું દૂર નથી. મને વેંબલી બહુ જ ગમે છે.

**Jagdīś** — **mārum̩ ghar Vem̩blīmām̩ che. Īlim̩g Roḍthī ghaṇum̩ dūr nathī. mane Vem̩blī bahu j game che.**

મોહમ્મદ — વેંબલી કેવું છે?

**Mohammad** — **Vem̩blī kevum̩ che?**

જગદીશ — ઈલિંગ રોડ પર ઘણી ગુજરાતી દુકાનો છે અને ત્યાં મને સસ્તી ગુજરાતી ચીજો મળે છે અને રસ્તામાં અમે અમારા મિત્રોને મળીએ છીએ. તમે ક્યાં રહો છો?

**Jagdīś** — **Īlim̩g Roḍ par ghaṇī gujarātī dukāno che ane tyām̩ mane sastī gujarātī cījo maḷe che ane rastāmām̩ ame amārā mitrone maḷīe chīe. tame kyām̩ raho cho?**

મોહમ્મદ — હું શહેરમાં રહું છું. મારું મકાન બહુ નાનું છે પણ એ મને બહુ સારું લાગે છે. એમાં ચાર જ ઓરડા છે. તમારા ઘરમાં કેટલા ઓરડા છે?

**Mohammad** — **hum̩ śahermām̩ rahum̩ chum̩. mārum̩ makān bahu nānum̩ che paṇ e mane bahu sārum̩ lāge che. emām̩ cār j orḍā che. tamārā gharmām̩ keṭlā orḍā che?**

જગદીશ — અમારા ઘરમાં સાત ઓરડા છે. મને એ ઘર બહુ ગમે છે. પણ મારી પત્નીને એ ઘર નથી ગમતું કારણ કે એ ઘણું જૂનું છે. તમારું મકાન કેવું છે?

**Jagdīś** — **amārā gharmām̩ sāt orḍā che. mane e ghar bahu game che paṇ mārī patnīne e ghar nathī gamtum̩ kāraṇ ke e ghaṇum̩ jūnum̩ che. tamārum̩ makān kevum̩ che?**

મોહમ્મદ — એ નવું છે અને દરેક ઓરડામાં નવો સામાન છે. દરેક ઓરડાની બારીઓ મોટી છે અને એમાંથી બહુ પ્રકાશ આવે છે. બહુ સુંદર લાગે છે. એક દિવસ અમારે ઘેર આવજો!

**Mohammad** — **e navum̩ che ane darek orḍāmām̩ navo sāmān che. darek orḍānī bārīo moṭī che ane emām̩thī bahu prakāś āve che. bahu sum̩dar lāge che. ek divas amāre gher āvjo!**

જગદીશ — પણ ભાડું કેટલું છે? મોંઘું છે? તમને હવે બહુ પૈસા મળે છે?

**Jagdīś** — **paṇ bhāḍum̩ keṭlum̩ che? mom̩ghum̩ che? tamne have bahu paisā maḷe che?**

મોહમ્મદ ના, મને બહુ પૈસા નથી મળતા. બાપુજીના મિત્રનું મકાન છે.
**Mohammad** **nā, mane bahu paisā nathī maḷtā. bāpujīnā mitranuṃ makān che.**

તમારું **tamāruṃ** *your*
મારું **māruṃ** *mine*
વેંબલી **Veṃblī** *Wembley*
ઈલિંગ રોડ **Īliṃg Roḍ** *Ealing Road*, a very Gujarati street in Wembley
ઘણું દૂર **ghaṇuṃ dūr** *a little way*
મને ગમે છે **mane game che** *I like*
ઘણું **ghaṇuṃ** *many, quite a few*
મને મળે છે **mane... maḷe che** *I get*
સસ્તું **sastuṃ** *cheap*
ચીજ (f.) **cīj** *thing*
રસ્તામાં **rastāmāṃ** *on the street, in the street*
અમે અમારા મિત્રોને મળીએ છીએ **ame amārā mitrone maḷīe chīe** *we meet our friends*
અમારું **amāruṃ** *our*
મળવું **maḷvuṃ** *to meet*
શહેર (n.) **śaher** *city*
મને સારું લાગે છે **mane sāruṃ lāge che** *I think it's nice*
સાત **sāt** *seven*
મારી પત્નીને એ ઘર નથી ગમતું **mārī patnīne a ghar nathī gamtuṃ** *my wife doesn't like that house*
પત્ની (f.) **patnī** *wife*
કારણ કે **kāraṇ ke** *because*
જૂનું **jūnuṃ** *old*
તમારું **tamāruṃ** *yours*
સામાન (m.) **sāmān** *luggage, furniture*
બારી (f.) **bārī** *window*
પ્રકાશ (m.) **prakāś** *light*
સુંદર **suṃdar** *beautiful*
લાગે છે **lāge che** *it seems*
દિવસ (m.) **divas** *day*
ભાડું (n.) **bhāḍuṃ** *rent*
મોંઘું **moṃghuṃ** *expensive*

> તમને બહુ પૈસા મળે છે? **tamne bahu paisā maḷe che?** *do you earn much money?*
> હવે **have** *now*

True or false? Correct and rewrite the following sentences.

૧ જગદીશ ભારતમાં રહે છે.
**1 Jagdīś Bhāratmāṃ rahe che.**
૨ જગદીશ બહુ પૈસા મળે છે.
**2 Jagdīś bahu paisā maḷe che.**
૩ મોહમ્મદને ત્યાં જૂનો સામાન છે.
**3 Mohammadne tyāṃ jūno sāmān che.**

Answer the following questions.

૪ મોહમ્મદનું ઘર કેવું છે?
**4 Mohammadnuṃ ghar kevuṃ che?**
૫ વેંબલી કેવું છે?
**5 Veṃblī kevuṃ che?**

## વ્યાકરણ vyākaraṇ

### 1 *The particles* ને ne *and* નું nuṃ

#### Direct and indirect objects

The direct object is the person or thing which receives the effect of a verb, so in the sentence *I see Deepak*, Deepak is the direct object of the verb *to see*. Verbs may have two objects, one being the direct object and the other the indirect object. For example, in the sentence *I give Deepak the book*, the book is the direct object (the thing which is being given) and Deepak is the indirect object (the person to whom the thing is being given). In English, this sentence could be written *I gave the book to Deepak; to* marks the indirect object of the verb. Some sentences do not have direct objects. For example, in the sentence *I told Deepak,* Deepak is still the indirect object since he is not what was told, which was an unstated direct object (*the thing said, the story,* etc.).

The clitic or ending ને **ne** is used in Gujarati to mark both direct and indirect objects.

ને **ne** is always used with the indirect object, and always with the direct object when it is a person. It is often used when the direct object is an animal, but it is used less often when the direct object is a thing, for example:

હું ભાઈને ચોપડી આપું છું **huṃ bhāīne copḍī āpuṃ chuṃ** *I give the book* (direct object) t*o my brother* (indirect object)
હું જગદીશભાઈને સાંભળું છું **huṃ Jagdīśbhāīne sāṃbhaḷuṃ chuṃ** I *listen to Jagdishbhai* (direct object - person)
But: હું એની વાત સાંભળું છું **huṃ enī vāt sāṃbhaḷuṃ chuṃ** *I listen to his speech* (direct object - inanimate).

As with other clitics, ને **ne** is added to the stem form of nouns. Note that the pronoun takes a special form; see the table below. Adjectives which agree with this noun or pronoun are also in the stem form, for example:

હું નાના છોકરાને ચોપડી આપું છું **huṃ nānā chokrāne copḍī āpuṃ chuṃ** *I give the book to the small boy*

## Possession

The ending નું **-nuṃ** declines as a variable adjective. When it is added to the stem form of the noun it usually indicates possession, like the English *'s* (for example, *Nila's brother*). It agrees with the following noun, i.e. the thing possessed not the possessor, for example:

નીલાનો ભાઈ **Nīlāno bhāī** *Neela's brother* (where નું **-nuṃ** agrees with the brother (m.), not Neela (f.))
એનો ભાઈ **eno bhāī** *his* or *her brother*

It is often unnecessary in Gujarati to use possessive pronouns, as you will have seen in the dialogues and examples. For instance, in the following sentence there is no need to specify whose sister is coming if it is the sister of the speaker. However, if it is someone else's sister then this must be made clear, for example:

| | | |
|---|---|---|
| બહેન આવે છે | **bahen āve che** | (*my*) *sister is coming* |
| But: નીલાની બહેન આવે છે | **Nīlānī bahen āve che** | *Neela's sister is coming* |

## Table of pronouns with ને -n and નું -num

| | Indepen-dent form of pronoun | | Possessive form of pronoun (નું num̩ form or equivalent) | | Pronoun with ને ne | |
|---|---|---|---|---|---|---|
| **Singular** | | | | | | |
| First person | હું | **hum̩** | મારું | **mārum̩** | મને | **mane** |
| Second person | તું | **tum̩** | તારું | **tārum̩** | તને | **tane** |
| Third person | તે | **te** | તેનું | **tenum̩** | તેને | **tene** |
| | એ | **e** | એનું | **enum̩** | એને | **ene** |
| | આ | **ā** | આનું | **ānum̩** | આને | **āne** |
| | કોણ | **koṇ** | કોનું | **konum̩** | કોને | **kone** |
| **Plural** | | | | | | |
| First person | અમે | **ame** | અમારું | **amārum̩** | અમને | **amne** |
| | આપણે | **āpṇe** | આપણું | **āpaṇum̩** | આપણને | **āpaṇne** |
| Second person | તમે | **tame** | તમારું | **tamārum̩** | તમને | **tamne** |
| | આપ | **āp** | આપનું | **āpnum̩** | આપને | **āpne** |
| Third person | તેઓ | **teo** | તેઓનું/ તેમનું | **teonum̩/ temnum̩** | તેઓને/ તેમને | **teone/ temne** |

(You will have an opportunity of looking at further uses of નું **num̩** in Unit 5.)

## 2 Impersonal verbs

Gujarati has a very small number of verbs of a type similar to the English *it seems to me*. For example, if you want to say you like something in Gujarati, you have to say that it pleases you; if you want to say you think something, you say that it seems to you; if you want to say you get something, you have to say it accrues to you, etc.

In English, these constructions use a neuter form ***it** seems to me* with an indirect object (*it seems **to me***) in a way which is very similar to Gujarati. Gujarati uses the ને **-ne** forms which we met in grammar point 1 above as indirect objects.

(*a*) The impersonal construction ***it** seems to me* does not have to have a grammatical subject in Gujarati (i.e., you do not always have to say *it*), for example:

| | | |
|---|---|---|
| મને લાગે છે | **mane lāge che** | (lit. *it seems to me*) *I think* |
| મને થાય છે | **mane thāy che** | (lit. *it is to me*) *I think* |
| મને ગમે છે | **mane game che** | (lit. *it is pleasing to me*) *I like* |
| તેને સારું છે | **tene sāruṃ che** | (lit. *it is good to him*) *he is well* |

These verbs use neuter agreements in the positive and the negative, for example:

| | | |
|---|---|---|
| મને સારું લાગે છે | **mane sāruṃ lāge che** | *it seems good to me* |
| મને નથી લાગતું | **mane nathī lāgtuṃ** | *it doesn't seem to me* |

(*b*) However, some impersonal constructions do have a grammatical subject, as in the English sentence, ***This book** is pleasing to me* which has a grammatical subject (i.e., the book). Where there is a grammatical subject in Gujarati, the verb must agree with it, for example:

આ છોકરા મને નથી ગમતા **ā chokrā mane nathī gamtā** *I don't like these boys* (The verb ending agrees with the grammatical subject, which is છોકરા **chokrā** *boys*)
Or: મને સમજ નથી પડતી **mane samaj nathī paḍtī** *I don't understand* (સમજ **samaj** *understanding* is a feminine noun)

મને સમજ પડે છે **mane samaj paḍe che** (lit. *understanding falls to me*) *I understand*

The verb મળવું **maḷvuṃ** *to meet* is used as an impersonal verb when it means *to get* or *to obtain*. In the negative of the impersonal construction, the verb agrees with the subject, for example:

| | | |
|---|---|---|
| મને પૈસા મળે છે | **mane paisā maḷe che** | *I earn money* (lit. *money gets to me*) |
| મને પૈસા નથી મળતા | **mane paisā nathī maḷtā** | *I don't earn money* |

(The verb agrees with પૈસા **paisā**, the grammatical subject)

However, મળવું **maḷvuṃ** *to meet* also behaves like a regular personal verb, for example:

| | | |
|---|---|---|
| આપણે ત્યાં તમને મળીએ છીએ | **āpṇe tyāṃ tamne maḷīe chīe** | *we meet you there* |
| અમે ત્યાં એને નથી મળતા | **ame tyāṃ ene nathī maḷtā** | *we don't meet him there* |

(You will have another opportunity of looking at impersonal verbs in Unit 4).

## 3 Negatives

The forms નહિ **nahi** and નહીં **nahīṃ** *not* are interchangeable in all circumstances, and they can come before or after the verb. However, ન **na** is used only before the verb. Although some verb forms may use any of these negatives, some are restricted to using only ન **na,** such as the past tense ન હતું **na hatuṃ** (*it*) *was not*. The negative used by each form of the verb is therefore given when the form is introduced.

નહીં **nahīṃ** can also mean *no* in reply to a question, like ના **nā**. મા **mā** is used only with prohibitions (negative commands), but is rarely used in colloquial speech. નથી **nathī** is the negative of all forms of છે **che** *is*. When it is used as an auxiliary verb, it may appear before or after the main verb, for example:

તે રોજ નથી આવતો **te roj nathī āvto/** તે રોજ આવતો નથી **te roj āvto nathī** *he doesn't come every day*

## 4 Commands and requests

In Gujarati, as in English, there are special forms of verbs which are used for giving commands. These are called imperative verbs. In English, they are like ordinary verbs except they usually do not use a pronoun, for example, *Do it!*, *Go away!* You will notice that in written English there is often an exclamation mark (!) after imperative forms. Gujarati has several ways of forming imperatives or command verbs.

### Telling someone to do something or wishing for something to happen

Like English, Gujarati usually does not use the pronoun with the imperative forms and often uses an exclamation mark in the written form. For immediate commands, the present imperative is used. This differs from the indefinite present (the present without the auxiliary – see Unit 2, in grammar point 7 – in only two places):

(*a*) The second person singular (તું **tuṃ**), where the plain stem of the verb is used:

| | | |
|---|---|---|
| કરવું | **kar-vuṃ** | *to do, to make* |
| કર! | **kar!** | *do!* (તું **tuṃ**) |

(*b*) The third person polite (તેઓ **teo**), where there is an ending in ઓ **-o**:

| | | |
|---|---|---|
| આવવું | **āvvuṃ** | *to come* |
| આવો! | **āvo!** | *may he come!* |

Other forms of the present imperative are the same as the indefinite present, for example:

| | | |
|---|---|---|
| ઘેર જા! | **gher jā!** | *go home!* (તું **tuṃ**) |

| | | |
|---|---|---|
| ઘેર જાઓ! | **gher jāo!** | *go home!* (તમે **tame**) |
| અંદર આવો! | **aṃdar āvo!** | *come in!* (તમે **tame**) |
| આપણે જઈએ! | **āpṇe jaīe!** | *let's go!* |
| ભગવાન એનું ભલું કરો! | **Bhagvān enuṃ bhaluṃ karo!** | *may God grant him good fortune!* (તેઓ **teo**) |

## Asking someone to do something

In order to ask someone to do something, you should use the future/polite imperative. This is formed by inserting the suffix જ **-j-** after the stem and before the personal endings ઈ **-e** and ઓ **-o** of the second person forms, for example:

| | | |
|---|---|---|
| આવવું | **āvvuṃ** | *to come* |
| આવજે! | **āvje!** | *come !* (તું **tuṃ**) |
| આવજો! | **āvjo!** | *please come!* (તમે **tame**) |

There is also a third person form, which is rarely used in spoken Gujarati:

થજો! **thajo!** *may it happen so!*

## Asking someone to do a favour

For very formal requests or asking for favours, a form will શો **śo** is used (this is the same form as the future, see Unit 4, grammar point 1) to give a future sense or simply to make very polite requests, for example:

| | | |
|---|---|---|
| મારા ઘેર આવશો! | **mārā gher āvśo!** | *would you please come to my house?* (તમે **tame**) |
| But: મારા ઘેર આવજો! | **mārā gher āvjo!** | *please come to my house* (તમે **tame**) |

There is no equivalent of the expression *please* when making requests in Gujarati; the use of the જ **-j-** or શો **-śo** form is polite enough without needing an extra word. Politeness can also be expressed by using the particle જરા **jarā** *just, a little,* for example:

જરા મને ચોપડી આપો! **jarā mane copḍī āpo!** *just give me the book, won't you?*

### Asking someone not to do something

Prohibitions (negative imperatives or commands) add ન **na,** નહિ **nahi** or નહીં **nahīṃ** to the forms given above, for example:

| | | |
|---|---|---|
| ઘેર નહિ જાઓ! | **gher nahi jāo!** | *don't go home!* |
| ઘેર ન જાઓ! | **gher na jāo!** | *don't go home!* |
| ઘેર ન જશો! | **gher na jaśo!** | *please don't go home!* |

The negative મા **mā** is used in certain frequently occurring expressions, for example:

ચિંતા મા કરો! **ciṃtā mā karo!** *don't worry!*

Another type of prohibition is formed using the negative present form of the verb with ન **na,** નહિ **nahi** or નહીં **nahīṃ** instead of નથી **nathī,** for example:

ઘેર નહિ જતો! **gher nahi jato!** *don't go home!*

## વાતચીત ૨ vātcīt 2

## તમારે કેટલાં ભાઇબહેન છે? tamāre ketlaṃ bhaibahen che? *How many brothers and sisters do you have?*

Nalini Patel and Gopi Parekh are in a cafe on the Ealing Road discussing their families.

ગોપી — તમારે કેટલાં ભાઇબહેન છે?
**Gopī** — **tamāre keṭlāṃ bhāībahen che?**

નલિની — મારે એક મોટા ભાઇ અને એક નાનો ભાઇ છે.
**Nalinī** — **māre ek moṭā bhāī ane ek nāno bhāī che.**

ગોપી — એમનાં નામો શું છે?
**Gopī** — **emnāṃ nāmo śuṃ che?**

નલિની — મોટા ભાઇનું નામ શૈલેશ છે અને નાના ભાઇનું નામ કમલેશ છે. મારે કોઇ બહેન નથી. તમારે એક જ બહેન છે ને?

**Nalinī** **moṭā bhāīnum nām Śaileś che ane nānā bhāīnuṃ nām Kamleś che. māre koī bahen nathī. tamāre ek j bahen che ne?**

ગોપી ના, હું એકની એક દીકરી છું, પણ મારા કાકાનો દીકરો અમારી સાથે રહે છે. એનું નામ અનુજ છે.

**Gopī** **nā, huṃ eknī ek dīkrī chuṃ, paṇ mārā kākāno dīkro amārī sāthe rahe che. enuṃ nām Anuj che.**

નલિની તમે સંયુક્ત કુટુંબમાં રહો છો?

**Nalinī** **tame saṃyukta kuṭuṃbmāṃ raho cho?**

ગોપી હા, અમારું મોટું ઘર છે તો ઠીક છે.

**Gopī** **hā, amāruṃ moṭuṃ ghar che, to ṭhīk che.**

નલિની કોઇ આવે છે! આ માણસ કોણ છે?

**Nalinī** **juo! koī āve che! ā māṇas koṇ che?**

ગોપી અનુજ છે. જુઓ, એની પાસે નવી ગાડી છે. ફાઇન છે ને? ચાલો, હું ઘેર જાઉં.

**Gopī** **Anuj che. juo, enī pāse navī gāḍī che. phāīn che ne? cālo, huṃ gher jāuṃ.**

નલિની હું તમારી સાથે આવું?

**Nalinī** **huṃ tamārī sāthe āvum?**

ગોપી જરૂર. કંઇ વાંધો નહિ. અમારે ત્યાં આવો ને?

**Gopī** **jarūr. kaṃī vāṃdho nahi. amāre tyāṃ āvo ne?**

નલિની મારી રાહ જોજો. ચાલો, આપણે તમારે ત્યાં જઇએ!

**Nalinī** **mārī rāh jojo. cālo, āpṇe tamāre tyāṃ jaīe!**

**તમારે... છે tamāre... che** *you have*
ભાઇબહેન (n.pl.) **bhāībahen** *brothers and sisters*
નામ (n.) **nām** *name*
મારે કોઇ બહેન નથી **māre koī bahen nathī** *I don't have a sister*
એકની એક દીકરી (f.) **eknī ek dīkrī** *only child* (female)
કાકા (m.pl.) **kākā** *uncle*
દીકરો (m.) **dīkro** *son*
સંયુક્ત કુટુંબ (n.) **saṃyukta kuṭuṃb** *joint family*
ઠીક **ṭhīk** *OK*
કોઇ આવે છે! **koī āve che!** *someone's coming!*
માણસ (m./n.) **māṇas** *person*
જુઓ! **juo!** *look!*

એની પાસે નવી ગાડી છે **enī pāse navī gāḍī che** *he has a new car*
ફાઈન **phāīn** *fine*
તમારી સાથે **tamārī sāthe** *with you*
જરૂર **jarūr** *certainly*
કંઈ વાંધો નહિ **kaṃī vāṃdho nahi** *no problem*
મારી રાહ જોજો! **mārī rāh jojo!** *wait for me!*

True or false? Correct and rewrite the following sentences.

૧ નલિનીને બે બહેનો છે.
**1 Nalinīne be baheno che.**
૨ ગોપીને બે ભાઈઓ છે.
**2 Gopīne be bhāīo che.**
૩ નલિનીના કાકાના દીકરાનું નામ અનુજ છે.
**3 Nalinīnā kākānā dīkrānuṃ nāṃ Anuj che.**

Answer the following questions.

૪ શૈલેશ અને કમલેશ કોણ છે?
**4 Śaileś ane Kamaleś koṇ che?**
૫ કોની પાસે નવી ગાડી છે?
**5 konī pāse navī gāḍi che?**

## વ્યાકરણ vyākaraṇ

### 5 More irregular present verb forms

For the first explanation of this see page 72. Unit 2, point 8.
જોવું **jovuṃ** *to see*

| Singular | | | |
|---|---|---|---|
| First person | હું જોઉં છું | **huṃ jouṃ chuṃ** | *I see, am seeing* |
| Second person | તું જુએ છે | **tuṃ jue che** | *you see* |

| | | | |
|---|---|---|---|
| Third person | એ, તે, આ જુએ છે | **e, te, ā jue che** | *he/she/it sees* |
| **Plural** | | | |
| First person | અમે જોઈએ છીએ | **ame joīe chīe** | *we see* |
| | આપણે જોઈએ છીએ | **āpṇe joīe chīe** | *we see* |
| Second person | તમે જુઓ છો | **tame juo cho** | *you see* |
| Third person | તેઓ જુએ છે | **teo jue che** | *they see* |
| **Negative** | | | |
| | જોતું નથી | **jotuṃ nathī** | *does not see* |

ધોવું **dhovuṃ** *to wash* follows exactly the same pattern.

## 6 Pronouns with adverbials

In Unit 2, grammar point 3, you met the clitics માં **māṃ,** etc. While clitics are usually written as part of the word they govern (for example, બજારમાં **bajārmāṃ** *in the market*), there is another group of words which function in a similar way but which are written separately from the word they govern. These are called adverbials (for example, પાસે **pāse** *near* and સાથે **sāthe** *with*). The variable ending નું **-nuṃ** may also be added to the independent form of the words the adverbial governs. This ending appears in the form ન **-nā,** ની **-nī** or ને **-ne**, according to the adverbial. Although many speakers use ના **-nā** with all of these adverbials, in written Gujarati the various forms must be used and so must be learnt with each new form. (see Appendix 2 for a full list of these adverbials – page 320). The corresponding possessive forms of the pronouns are also used, for example, મારા **mārā,** મારી **marī,** મારે **māre**:

| | | |
|---|---|---|
| ભાઈની સાથે આવો | **bhāīnī sāthe āvo** | *come with (your) brother* |
| એની સાથે આવો | **enī sāthe āvo** | *come with him* |
| મારી સાથે આવો | **mārī sāthe āvo** | *come with me* |

In the case of nouns, the નું **-nuṃ** form can often be omitted, but the pronoun always has to take the appropriate form (એને **ene,** એના **enā,** એની **enī,** etc.), for example:

| | | |
|---|---|---|
| તે ભાઈ સાથે આવે છે | **te bhāī sāthe āve che** | *she is coming with (her) brother* |
| Or: તે ભાઈની સાથે આવે છે | **te bhāīnī sāthe āve che** | *she is coming with her brother* |
| But: તે એની સાથે આવે છે | **te enī sāthe āve che** | *she is coming with him* |

Words which describe the action of the verb or are associated more closely with the verb are called adverbs, such as the English *he runs **quickly***. The adverbial forms in Gujarati can also function as adverbs, for example:

આપણે સાથે બજારે જઈએ છીએ **āpṇe sāthe bajāre jaīe chīe** *we are going to the market together*

## 7 Expressions for to have

Gujarati does not have a verb *to have* and so expresses possession in a variety of ways. The main distinction is between having things that are movable and those that involve a more permanent relationship.

(*a*) In the case of movable objects ની પાસે **nī pāse** is used, for example:

મારી પાસે પૈસા છે **mārī pāse paisā che** *I have money*

(*b*) In the case of immovable objects (for example, houses), relatives and parts of the body, a form with **nuṃ** may be used which agrees with the thing possessed, or a **ne** form of the possessor may be used, for example:

| | | |
|---|---|---|
| એનું એક મોટું ઘર છે | **enuṃ ek moṭuṃ ghar che** | *she/he has a big house* |
| એને બે છોકરા છે | **ene be chokrā che** | *she/he has two boys* |

In the first and second persons, a form ending in એ **e** of the pronominal adjective (મારે **māre** from મારું **māruṃ**, etc.) is used more often than the ને **ne** form (મને **mane**), for example:

મારે બે છોકરા છે **māre be chokrā che** *I have two boys*

These મારે **māre** forms are used idiomatically with ત્યાં **tyāṃ** *there* in the sense of *one's house,* for example:

| | | |
|---|---|---|
| અમારે ત્યાં આવો! | **amāre tyāṃ āvo!** | *come to our house!* |
| હું એને ત્યાં રહું છું | **huṃ ene tyāṃ rahuṃ chuṃ** | *I am staying at her place* |

## 8 *Note on* કોઇ koi *and* કંઇ kaṃi

(*a*) There are three adjectives used in the singular in Gujarati to mean *some* or *any.* These are: કોઇ **koī** *some, any,* કંઇ **kaṃī** *some, any,* કશું **kaśuṃ** *any* (*at all*). Only કશું **kaśuṃ** is variable. Some speakers prefer to use either કોઇ **koī,** કંઇ **kaṃī** all the time, whereas others use કોઇ **koī** when referring to people and કંઇ **kaṃī** when describing things, and others use કંઇ **kaṃī** only in agreement with neuter nouns. કશું **kaśuṃ** is used mainly in negatives. For example:

| | | |
|---|---|---|
| હું કોઇ દિવસ બજારમાં નથી જતી | **huṃ koī divas bajārmāṃ nathī jatī** | *I never go to the market* |
| કોઇ સ્ત્રી તમારી રાહ જુએ છે? | **koī strī tamārī rāh jue che** | *some woman is waiting for you* |
| તમારી પાસે કંઇ ચોપડી છે? | **tamārī pāse kaṃī copḍī che?** | *have you got a book with you?* |
| મારે કોઇ કામ નથી | **māre koī kām nathī** | *I've not got any work* |
| મારે કંઇ કામ નથી | **māre kaṃī kām nathī** | *I've not got any work* |
| કંઇ કામ છે? | **kaṃī kām che?** | *is there any work; may I help you?* |

| | | |
|---|---|---|
| તે કશું કામ નથી કરતો | **te kaśuṃ kām nathī karto** | *he doesn't do any work* |

(*b*) These three forms are also used as pronouns, meaning *someone, something, anyone, anything*. Here, કોઇ **koī** is used for animates and કંઇ **kaṃī** for inanimates. For example:

| | | |
|---|---|---|
| કોઇ બારણા પાસે છે? | **koī bārṇā pāse che?** | *is there someone at the door?* |
| કંઇ નહિ | **kaṃī nahi** | *that's nothing, it's all right* |
| મેજ પર શું છે? - કંઇ નથી | **mej par śuṃ che? - kaṃī nathī** | *what's on the table? Nothing* |
| કોઇ છે? | **koī che?** | *is anyone there?* |

(*c*) These forms are not used in the plural, although a reduplicated form કોઇ કોઇ **koī koī** is used with animates and inanimates, for example:

| | | |
|---|---|---|
| કોઇ કોઇ માણસો અહીં છે | **koī koī māṇaso ahīṃ che** | *some people are here* |
| કોઇ કોઇ વાર તે આવે છે | **koī koī vār te āve che** | *he comes sometimes* |

Otherwise, કેટલાંક **keṭlāṃk** *some, quite a few* and થોડાંક **thoḍāṃk** *some, not many* are used. These behave like variable adjectives before their ક **-k** endings, for example:

| | | |
|---|---|---|
| કેટલાક માણસો ત્યાં હતા | **keṭlāk māṇaso tyāṃ hatā** | *some people were there* |
| થોડાક માણસો ત્યાં હતા | **thoḍāk māṇaso tyāṃ hatā** | *a few people were there* |

## અભ્યાસ abhyās

A traditional Gujarati house uses space quite differently from a modern house. The important division is into private and public space, the private rear or inner rooms being used by women and family members. Outsiders, especially men, are not usually admitted to the inner rooms. For the family members, there is no private space; people do not have their own bedrooms. The men of the house sleep in one area, the women in another. In modern houses, space is used more like a European house to a greater or lesser degree.

For a detailed study of the traditional wooden houses of Gujarat, see Useful sources page 6 *Haveli, Wooden Houses and Mansions of Gujarat.*

ઓટલો (m.) **oṭlo** *verandah at the front of a house*
પડસાળ (f.) **paḍsāḷ** *room at the front of a house in front of the*
ઓરડો **orḍo** (usually with a swing)
ઓરડો (m.) **orḍo** *room* (traditionally a rear room)
ચોક (m.) **cok** *internal courtyard*

**Modern names include:**
સૂવાનો ઓરડો (m.) **sūvāno orḍo** *bedroom*
બેઠક (f.) **beṭhak** *living room*
રહેવાનો ઓરડો (m.) **rahevano orḍo** *living room*
રસોડું (n.) **rasoḍuṃ** *kitchen*
નાહવાનો ઓરડો (m.) **nāhvāno orḍo** *bathroom*

**A** Answer the following questions in Gujarati about the house in this drawing.

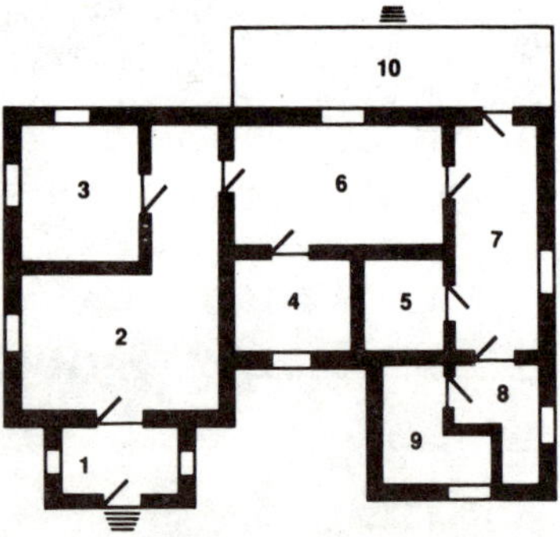


૧ આ ઘર કેવું છે?
1 **ā ghar kevuṃ che?**
૨ એ મોટું છે?
2 **e moṭuṃ che?**
૩ કેટલા ઓરડા છે?
3 **keṭlā orḍā che?**
૪ ઓરડાઓનાં નામો શું છે?
4 **orḍāonāṃ nāmo śuṃ che?**
૫ તમને આ ઘર ગમે છે?
5 **tamne ā ghar game che?**

**B** Write out and correct the following sentences.

૧ હું તારો ભાઈને સાંભળું છું.
**1 huṃ tāro bhāīne sāṃbhaḷuṃ chuṃ.**
૨ એ મારું સારું લાગે છે.
**2 e māruṃ sāruṃ lāge che.**
૩ આ ઘર મારી પત્નીને નથી ગમતી.
**3 ā ghar mārī patnīne nathī gamtī.**
૪ મારે ઓછા પૈસા મળે છે.
**4 māre ocha paisā maḷe che.**
૫ મારું ઘરમાં ચાર ઓરડા છે.
**5 māruṃ gharmāṃ cār orḍā che.**

> ઓછું **ochuṃ** *few, less, insufficient*

**C** The following dialogue between Anahita and Shobha has been jumbled up. Write it out in the correct order.

અનાહિતા મને ખબર છે. મારી પાસે થોડા પૈસા છે.
**Anāhitā mane khabar che. mārī pāse thoḍā paisā che.**
શોભા શહેરના બજારમાં વેપારીઓ સારો પણ મોંઘો માલ રાખે છે.
**Śobhā śahernā bajārmāṃ vepārīo sāro paṇ moṃgho māl rākhe che.**
અનાહિતા કેમ નહીં? ચાલો જઈએ!
**Anāhitā kem nahīṃ? cālo jaīe!**
શોભા આજે મારે કંઈ કામ નથી. હું તારી સાથે આવું?
**Śobhā āje māre kaṃī kāṃ nathī. huṃ tārī sāthe āvuṃ?**
અનાહિતા હું બજારે જાઉં છું.
**Anāhitā huṃ bajāre jāuṃ chuṃ.**
શોભા ક્યાં જાય છે અનાહિતા?
**Śobhā kyāṃ jāy che Anāhitā?**

> વેપારીઓ સારો પણ મોંઘો માલ રાખે છે **vepārīo sāro paṇ moṃgho māl rākhe che** *the merchants keep nice but expensive goods*

**D** You have just started to learn Gujarati and you want to practise speaking with Viren. Complete your part of the dialogue.

| | |
|---|---|
| 1 | *Say hello to Viren* |
| વિરેન | મજામાં. કેમ, સ્ટીવ, તમે ગુજરાતી શીખો છો? |
| **Viren** | **majāmāṃ. kem, Sṭiv, tame gujarātī śīkho cho?** |
| 2 | *Say yes, you are learning Gujarati. Say it's very difficult.* |
| વિરેન | ના, સહેલું છે! તમને ગુજરાતી ગમે છે? |
| **Viren** | **nā, sahelum̩ che! tamne gujarātī game che?** |
| 3 | *Ask him what he is saying. Say you don't understand. Ask him to speak slowly.* |
| વિરેન | તમને ગુજરાતી ગમે છે? |
| **Viren** | **tamne gujarātī game che?** |
| 4 | *Say you like it very much indeed.* |

શીખવું **śīkhvum̩** *to learn*
સહેલું **sahelum̩** *easy*
અઘરું **aghrum̩** *difficult, hard*
ધીમે **dhīme** *slowly*

**E** Make commands and requests using the following sentences. Use the following example to guide you.

મારો દીકરો બજારે જાય છે, દીકરા,...!
**māro dīkro bajāre jāy che, dīkrā,...!**
Becomes: દીકરા, બજારે જા!
**dīkrā, bajāre jā!**

૧ દીપકભાઈ મારે ત્યાં આવે છે. દીપકભાઈ,...!
**1 Dīpakbhāī māre tyām̩ āve che. Dīpakbhāī,...!**
૨ શોભા કામ કરે છે. શોભા,...!
**2 Śobhā kām kare che. Śobhā...!**
૩ આનલ અને ઉદિતા મારી વાત સાંભળે છે. આનલ અને ઉદિતા...!

**3 Ānal ane Uditā mārī vāt sāṃbhaḷe che. Ānal ane Uditā...!**
૪ રચનાબેન મને સામાન આપે છે. રચનાબેન, જરા...!
**4 Racnāben mane sāmān āpe che. Racnāben, jarā...!**
૫ નીલા ઘેર નથી જતી. નીલા...!
**5 Nīlā gher nathī jatī. Nīlā,...!**

**F** Change the following sentences to include કોઇ **koī,** કંઇ **kaṃī,** કશું **kaśuṃ,** કેટલાંક **keṭlāṃk** instead of the underlined form. Use the following example to guide you.

તમને આ ચોપડી ગમે છે?
**tamne ā copḍī game che?**
Becomes: તમને કોઇ ચોપડી ગમે છે?
**tamne koī copḍī game che?**

૧ દુકાનમાં એ મળતું નથી.
**1 dukānmāṃ e maḷtuṃ nathī.**
૨ આ કામ રહે છે?
**2 ā kām rahe che?**
૩ આ લોકોને શહેર ગમે છે.
**3 ā lokone śaher game che.**
૪ આ દહાડે મારે ત્યાં આવજો!
**4 ā dahāḍe māre tyāṃ āvjo!**
૫ તે ખૂબ અભ્યાસ કરતો નથી.
**5 te khūb abhyās karto nathī.**

## — સમજ્યા/સમજ્યાં? samjyā/samjyāṃ? —

મહેર અને ફિરદોસ મિસ્ત્રી શિક્ષકો છે. એમને એક દીકરો અને એક દીકરી છે. દીકરાનું નામ રેશાદ છે અને દીકરીનું નામ અનાહિતા છે. તેઓ નાનાં છે અને નિશાળે જાય છે.

તેઓ મુંબઇમાં રહે છે. એમનું મકાન ઘણું નાનું છે પણ શહેરમાં જ છે. મુંબઇમાં ઘણા લોકો શહેરથી દૂર રહે છે કારણ કે શહેરનાં મકાનો બહુ મોંઘાં છે. મકાન બહુ સારું છે. એમાં બે સૂવાના ઓરડા, એક રહેવાનો ઓરડો, નાનું રસોડું અને નાહવાનો ઓરડો છે.

**Maher ane Phirdos Mistrī śikṣako che. emne ek dīkro ane ek dīkrī che. dīkrānuṃ nām Reśād che ane dīkrīnuṃ nām Anāhitā che. teo nānāṃ che ane niśāḷe jāy che.**

**teo Muṃbaīmāṃ rahe che. emnuṃ makān ghaṇuṃ nānuṃ che paṇ śahermāṃ j che. Muṃbaimāṃ ghaṇā loko śaherthī dūr rahe che kāraṇ ke śahernāṃ makāno bahu moṃghāṃ che. makān bahu sāruṃ che. emāṃ be sūvānā orḍā, ek rahevāno orḍo, nānuṃ rasoḍuṃ ane nāhvāno orḍo che.**

Answer the following questions.

૧ આ મકાનમાં કેટલા માણસો રહે છે?
**1 ā makānmāṃ keṭlā māṇaso rahe che?**
૨ મહેર અને ફિરદોસ શું કામ કરે છે?
**2 Maher ane Phirdos śuṃ kām kare che?**
૩ એમના દીકરાનું નામ શું છે?
**3 emnā dīkrānuṃ nām śuṃ che?**
૪ અનાહિતાને કેટલી બહેનો છે?
**4 Anāhitāne keṭlī baheno che?**

## ગુજરાત અને ગુજરાતીઓ gujarāt ane gujāratīo

Many Gujaratis live in joint families, that is families where more than two generations live together. Traditionally, after marriage a woman goes to live in her husband's house with his parents and his brothers and sisters. His brothers' wives also live with them, but his sisters will leave home when they are married. In this way, it is common to find not only several generations, but also many brothers and cousins living under one roof. Since cousins are brought up together, they call one another brothers and sisters, although they may distinguish between *real* brothers and sisters and *cousin-brothers* and *cousin-sisters*.

# 4

# આપણે શું કરીશું? ĀPṆE ŚUṂ KARĪŚUṂ?

*What shall we do?*

### *In this unit you will learn how to*

talk about future events
say you are hungry and thirsty and talk about what you like to eat
talk about clothes

## વાતચીત ૧ vātcīt 1

### અમદાવાદ **Amdāvād** ***Ahmadabad***

Prabodh and his daughter Leena are talking about their forthcoming visit to Ahmadabad.

પ્રબોધ કાલથી મને થોડા દિવસની રજા મળશે. આવતી કાલે આપણે અમદાવાદ જઇશું.

**Prabodh** **kālthī mane thoḍā divasnī rajā maḷśe. āvtī kāle āpṇe Amdāvād jaīśuṃ.**

| | |
|---|---|
| લીના | કેવી રીતે જઈશું? આપણે ટ્રેનમાં જઈશું? |
| **Līnā** | **kevī rīte jaīśuṃ? āpṇe ṭrenmāṃ jaīśuṃ?** |
| પ્રબોધ | તારો ભાઈ આજે મુંબઈથી આવશે. આવતી કાલે આપણે સાથે ટ્રેનમાં જઈશું. |
| **Prabodh** | **tāro bhāī āje Muṃbaīthī āvśe. āvtī kāle āpṇe sāthe ṭrenmāṃ jaīśuṃ.** |
| લીના | આપણે અમદાવાદમાં શું કરીશું? આપણે શાંતામાસી અને વિનોદમામાને ત્યાં રહીશું? |
| **Līnā** | **āpṇe Amdāvādmāṃ śuṃ karīśuṃ? āpṇe Śāṃtamāsī ane Vinodmāmāne tyāṃ rahīśuṃ?** |
| પ્રબોધ | હા, જરૂર. હું તને અમદાવાદ બતાવીશ. તને ખબર છે કે હું ત્યાં વિદ્યાર્થી હતો? શહેરમાં ઘણાં જૂનાં જૂનાં મકાનો છે અને મોટી મોટી દુકાનો વગેરે છે. નદી પણ છે. તું એનું નામ જાણે છે. |
| **Prabodh** | **hā, jarūr. huṃ tane Amdāvād batāvīś. tane khabar che ke huṃ tyāṃ vidyārthī hato? śahermāṃ ghaṇāṃ jūnāṃ jūnāṃ makāno che ane moṭī moṭī dukāno vagere che. nadī paṇ che. tuṃ enuṃ nāṃ jāṇe che?** |
| લીના | હા, સાબરમતી છે. ગાંધીજીનો આશ્રમ એના પર છે. તમે મને ત્યાં લઈ જશો? |
| **Līnā** | **hā, Sabarmatī che. Gāṃdhījīno āśram enā par che. tame mane tyāṃ laī jaśo?** |
| પ્રબોધ | હા, હું લઈ જઈશ! ખૂબ મઝા આવશે. |
| **Prabodh** | **hā, huṃ laī jaiś! khūb majhā āvśe.** |
| લીના | મા નહિ આવે? |
| **Līnā** | **Mā nahi āve?** |
| પ્રબોધ | એને ઈસ્પિતાલમાં થોડું કામ રહે છે. તે થોડા દિવસો પછી આવશે. ત્યારે આપણે સૌરાષ્ટ્રમાં ફરવા જઈશું. ચાલો, સામાન તૈયાર કર! |
| **Prabodh** | **ene ispitālmāṃ thoḍuṃ kām rahe che. te thoḍā divaso pachī āvśe. tyāre āpṇe Saurāṣṭramāṃ pharvā jaīśuṃ. cālo, sāmān taiyār kar!** |

રજા (f.) **rajā** *holiday*
આવતી કાલ (f.) **āvtī kāl** *tomorrow*
આપણે જઈશું **āpṇe jaīśuṃ** *we shall go*
કેવી રીતે **kevī rīte** *in what way, manner*
ટ્રેનમાં **ṭrenmāṃ** *by train*

આવશે **āvśe** *he/she/it will come*
સાથે **sāthe** *together*
આપણે શું કરીશું? **āpṇe śuṃ karīśuṃ?** *what shall we do?*
આપણે રહીશું? **āpṇe rahīśuṃ?** *shall we stay?*
માસી (f.) **māśī** *aunt* (mother's sister)
મામા (m.p.) **māmā** *uncle* (mother's brother)
હું બતાવીશ **huṃ batāvīś** *I shall show you*
તને ખબર છે કે... **tane khabar che ke...** *you know that...*
જૂનાં જૂનાં **jūnāṃ jūnāṃ** *very old*
વગેરે **vagere** *etc.*
નદી (f.) **nadī** *river*
તું જાણે છે? **tuṃ jāṇe che?** *do you know?*
સાબરમતી **Sabarmatī** *Sabarmati* (name of a river)
ગાંધીજી **Gāṃdhījī** *'Mahatma' Gandhi*
આશ્રમ (m.) **āśram** *ashram*
તમે મને ત્યાં લઈ જશો? **tame mane tyāṃ laī jaśo?** *will you take me there?*
ખૂબ મઝા આવશે **khūb majhā āvśe** *it will be great fun*
મા (f.) **Mā** *Mum*
એને ઇસ્પિતાલમાં થોડું કામ રહે છે **ene ispitālmāṃ thoḍuṃ kām rahe che** *she has a little work left in the hospital*
થોડા દિવસો પછી **thoḍā divaso pachī** *after a few days*
ત્યારે **tyāre** *then*
સૌરાષ્ટ્ર (n.) **Saurāṣṭra** *Saurashtra, peninsular Gujarat*
આપણે ફરવા જઈશું **āpṇe pharvā jaīśuṃ** *we shall tour around*
તૈયાર **taiyār kar!** *get ready*

True or false? Correct and rewrite the following sentences.

૧ આ લોકો ગાડીમાં અમદાવાદ જશે.
**1 ā loko gāḍīmāṃ Amdāvād jaśe.**
૨ અમદાવાદમાં તેઓ લીનાના કાકાને ત્યાં રહેશે.
**2 Amdāvādmāṃ teo Līnānā kākāne tyāṃ raheśe.**
૩ લીનાની મા અમદાવાદ નહિ આવશે.
**3 Līnānī mā Amdāvād nahi āvśe.**

Answer the following questions.

૪ લીના અમદાવામાં શું કરશે?
**4 Līnā Amdāvādmāṃ śuṃ karśe?**

૪ પ્રબોધને લાગે છે કે લીનાને અમદાવાદ ગમશે?

**5 Prabodhne lāge che ke Linān̄e Amdāvād gamśe?**

## વ્યાકરણ vyākaraṇ

### 1 The future tense

The future tense, as its name implies, is used for talking about future actions (*I shall go, he will see,* etc.). It is formed in Gujarati by adding a set of future endings to the verbal stem, for example:

| | | | |
|---|---|---|---|
| Infinitive: | કરવું | **kar-vuṃ** | *to do, to make* |
| Stem: | કર | **kar-** | |
| Future: | કરીશ | **kar-īś** | *I shall do* |

| | | | |
|---|---|---|---|
| **Singular** | | | |
| First person | હું કરીશ | **huṃ karīś** | *I shall do, make* |
| Second person | તું કરશે | **tuṃ karśe** | *you will do* |
| Third person | એ, તે કરશે | **e, te karśe** | *he/she/it will do* |
| | આ કરશે | **ā karśe** | *he/she/it will do* |
| **Plural** | | | |
| First person | અમે કરીશું | **ame karīśuṃ** | *we shall do* |
| | આપણે કરીશું | **āpṇe karīśuṃ** | *we shall do* |
| Second person | તમે કરશો | **tame karśo** | *you will do* |
| Third person | તેઓ, તે કરશે | **teo, te karśe** | *they will do* |

In order to form negatives, the future uses નહિ **nahi** or ન **na** *not*, for example:

હું નહિ/ન કરીશ **huṃ nahi/na karīś** *I shall not do*

(*a*) Verbs which have more than one stem (irregular present

tenses) use the following stems in the future:
જવું **javuṃ** *to go* uses જ **ja-**, for example:

| | | |
|---|---|---|
| હું જઈશ | **huṃ jaīś** | *I shall go* |
| તે જશે | **te jaśe** | *he/she/it will go* |

થવું **thavuṃ** *to be* uses થ **tha-**, for example:

| | | |
|---|---|---|
| હું થઈશ | **huṃ thaīś** | *I shall be* |
| તે થશે | **te thaśe** | *he/she/it will be* |

જોવું **jovuṃ** *to see* uses જો **jo-**, for example:

| | | |
|---|---|---|
| હું જોઈશ | **huṃ joīś** | *I shall see* |
| તે જોશે | **te jośe** | *he/she/it will see* |

(*b*) Irregular present tenses which have a special stem with એ **e-** before consonants in the present (રહેવું **rahevuṃ,** કહેવું **kahevuṃ,** લેવું **levuṃ**), use both their stem forms in the same way in the future tense:

લેવું **levuṃ** *to carry, to take* has લે **le-** before consonants and લ **la-** before vowels, for example:

| | | |
|---|---|---|
| હું લઈશ | **huṃ laīś** | *I shall take* |
| તે લેશે | **te leśe** | *he/she/it will take* |

કહેવું **kahevuṃ** *to say* has કહે **kahe-** before consonants and કહ **kah-** before vowels, for example:

| | | |
|---|---|---|
| હું કહીશ | **huṃ kahīś** | *I shall say* |
| તે કહેશે | **te kaheśe** | *he/she/it will say* |

રહેવું **rahevuṃ** *to live, to stay* has રહે **rahe-** before consonants and રહ **rah-** before vowels, for example:

| | | |
|---|---|---|
| હું રહીશ | **huṃ rahīś** | *I shall stay* |
| તે રહેશે | **te raheśe** | *he/she/it will stay* |

(*c*) The future of the verb *to be* is formed from હોવું **hovuṃ,** which is a different verb from the present છે **che,** etc., for example:

| | | |
|---|---|---|
| હું હોઈશ | **huṃ hoīś** | *I shall be* |
| તે હશે | **te haśe** | *he/she/it will be* |

The future tense is used to refer to future action, to express probability or supposition and for the future imperative (see Unit 3, grammar point 4*b*). For example:

| | | |
|---|---|---|
| તે કાલે આવશે | **te kāle āvśe** | *he will come tomorrow* |
| તે ઘેર હશે | **te gher haśe** | *he must be at home* |
| મારે ત્યાં ચા પીવા આવશો | **māre tyāṃ cā pīvā āvśo** | *please come to my house for tea* |

## 2 Expressions of purpose

The invariable ending વા **-vā** (the stem form of the infinitive ending વું **-vuṃ**) is added to a verbal stem to express intention or purpose, for example:

| | | |
|---|---|---|
| તે ફરવા જાય છે | **te pharvā jāy che** | *she is going for a walk* |
| હું ભાઈને મળવા જાઉં છું | **huṃ bhāīne maḷvā jauṃ chuṃ** | *I am going to meet my brother* |

The adverbial (see Unit 3, grammar point 6) (ને) માટે **(ne) māṭe** *for the sake of, in order to* is occasionally used after the વા **-vā** form, for example:

તેઓ ગાંધીજીનો આશ્રમ જોવા માટે અમદાવાદ જશે **teo Gāṃdhījīno āśram jovā māṭe Amdāvād jaśe** *they will go to Ahmadabad in order to see Gandhi's ashram*

## 3 કે ke *and* એમ em

Direct speech is the term used when what was actually said is reproduced. In English, direct speech is usually given within inverted commas, for example:

'Tomorrow we shall go to Ahmadabad,' said Prabodh.

Indirect, or reported, speech, is the term used when somebody reports what someone else has said. For example:

Prabodh said that tomorrow they would go to Ahmadabad.

You can see that in this example several changes have been made to the original speech: *they* for *we, would* for *shall.* However, in Gujarati reported speech is the same as direct speech and is introduced by કે **ke** *that* or followed by એમ **em** *thus.*

Examples of કે **ke** introducing reported speech:

તેને ખબર છે કે આપણે આવીશું **tene khabar che ke āpṇe āvīśuṃ** *he knows that we will come*
મને લાગે છે કે તે આવશે **mane lāge che ke te āvśe** *I think that he will come*

એમ **em** *thus,* etc. is used when the reported speech is given first, for example:

તમે શું કરો છો, એમ આ માણસોને પૂછીએ **tame śuṃ karo cho, em ā māṇasone pūchīe** *let us ask these people what they are doing*
નહિ જા, એમ નોકરને કહો **nahi jā, em nokarne kaho** *tell the servant not to go.*

As you can see from these sentences, the reported speech is what was actually said, and the word for word translation of the last two sentences is: *what are you doing thus let us ask these people* and *do not go! thus tell the servant.*

## 4 Repetition

Repetition of a word can serve several functions in Gujarati. Two frequent uses are as follows.

(*a*) The repetition of an adjective, usually with plural forms, emphasises its intensity and can be translated into English as *very,* for example:

મોટી મોટી દુકાનો **moṭī moṭī dukāno** *very big shops*

(*b*) The repetition of pronouns suggests variety in the example below:

શું શું લેશો? **śuṃ śuṃ leśo?** *what things will you take?*

## વાતચીત ૨ vātcīt 2

### તમને ગુજરાતી ખોરાક ભાવે છે? tamne gujarātī khorāk bhāve che? *Do you like Gujarati food?*

Asish invites his English friend Steve to eat with him.

આશિષ મોડું થાય છે. મને ભૂખ લાગે છે. સ્ટીવ, તમે મારે ત્યાં જમવા આવશો?

**Āśiṣ moḍuṃ thāy che. mane bhūkh lāge che. Sṭīv, tame māre tyāṃ jamvā āvśo?**

સ્ટીવ હું જરૂર આવીશ. મને ગુજરાતી ખોરાક બહુ ભાવે છે, પણ ખાવાનું કોણ તૈયાર કરશે?

**Sṭīv huṃ jarūr āvīś. mane gujarātī khorāk bahu bhāve che, paṇ khāvānuṃ koṇ taiyār karśe?**

આશિષ હું પોતે ખાવાનું તૈયાર કરીશ. તમને ખબર ન હતી કે હું હમેશાં મારું પોતાનું ખાવાનું તૈયાર કરું છું? તમે શાકાહારી છો?

**Āśiṣ huṃ pote khāvānuṃ taiyār karīś. tamne khabar na hatī ke huṃ hameśāṃ māruṃ potānuṃ khāvānuṃ taiyār karuṃ chuṃ? tame śākāhārī cho?**

સ્ટીવ ના, હું માંસાહારી છું, પણ મને શાકાહારી ખાવાનું બહુ જ ભાવે છે.

**Sṭīv huṃ māṃsāhārī chuṃ, paṇ mane śākāhārī khāvānuṃ bahu j bhāve che.**

આશિષ ભલે. કંઈ વાંધો નહિ. હું શાક, રોટલી અને દાળભાત વગેરે જલદી બનાવીશ. તમને કઇ જાતની મીઠાઇ ભાવે છે?

**Āśiṣ bhale. kaṃī vāṃdho nahi. huṃ śāk, roṭlī ane dāḷbhāt vagere jaldī banāvīś. tamne kaī jātnī mīṭhāī bhāve che?**

સ્ટીવ હું મીઠાઇ નથી ખાતો. મને ખાંડ નથી ભાવતી. હું ખાંડ વગરની ચા પણ પીઉં છું.

**Sṭīv huṃ mīṭhāī nathī khāto. mane khāṃḍ nathī bhāvtī. huṃ khāṃḍ vagarnī cā paṇ pīuṃ chuṃ.**

| | |
|---|---|
| આશિષ | હું દૂધ લઇ આવું? રસોડામાં તાજું દૂધ છે. |
| **Āśiṣ** | **huṃ dūdh laī āvuṃ? rasoḍāmāṃ tājuṃ dūdh che.** |
| સ્ટીવી | હા, દૂધ લઇ આવજો. |
| **Sṭīv** | **hā, dūdh laī āvjo.** |
| આશિષ | ચાલો, આપણે હાથ ધોઇએ અને જમીએ. તે પછી આપણે ફરવા જઇસું. |
| **Āśiṣ** | **cālo, āpṇe hāth dhoīe ane jamīe. te pachī āpṇe pharvā jaīśuṃ.** |

મોડું થાય છે **moḍuṃ thāy che** *it's getting late*
મને ભૂખ લાગે છે **mane bhūkh lāge che** *I'm hungry*
જમવું **jamvuṃ** *to eat, to dine*
મને ભાવે છે **mane bhāve che** *I like* (food, drink)
ખોરાક (m.) **khorāk** *food (cuisine, style of food)*
ખાવાનું (n.) **khāvānuṃ** *food*
પોતે **pote** *oneself, self*
હમેશાં **hameśāṃ** *always*
પોતાનું **potānuṃ** *one's own/own*
શાકાહારી **śākāhārī** *vegetarian*
માંસાહારી **māṃsāhārī** *non-vegetarian*
શાક (n.) **śāk** *vegetable*
રોટલી (f.) **roṭlī** *bread*
દાળભાત (f.) **dāḷbhāt** *rice and lentils*
જલદી **jaldī** *quickly, soon*
બનાવું **banāvuṃ** *make, do*
કઇ જાતની મીઠાઇ **kaī jātnī mīṭhāī?** *what kind of sweets?*
ખાવું **khāvuṃ** *to eat*
ખાંડ (f.) **khāṃḍ** *sugar*
ખાંડ વગરનું **khāṃḍ vagarnuṃ** *sugarless*
પીવું **pīvuṃ** *to drink*
તાજું દૂધ **tājuṃ dūdh** *fresh milk*
હાથ (m.) **hāth** *hand, arm*

True or false? Correct and rewrite the following sentences.

૧ આશિષને ભૂખ લાગતી નથી.
**1 Āśiṣne bhūkh lāgtī nathī.**
૨ સ્ટીવને ગુજરાતી ખોરાક નથી ભાવતી.
**2 Śṭīvne gujarātī khorāk nathī bhāvtī.**

૩ સ્ટીવને ખાંડ ભાવે છે.
**3 Sṭīvne khāṃḍ bhāve che.**

Answer the following questions.

૪ આશિષ કઇ જાતનું ખાવાનું બનાવશે?
**4 Āśiṣ kaī jātnuṃ khāvānuṃ banāvśe?**
૫ સ્ટીવ શું પીએ છે?
**5 Śṭīv śuṃ pīe che?**

## વ્યાકરણ vyākaraṇ

### 5 The reflexive pronoun

The form of the pronoun used to mean *oneself,* etc. is called the reflexive pronoun. Its Gujarati form, પોતે **pote** *self,* is used to give emphasis, for example:

હું પોતે **huṃ pote** *I myself*
તે પોતે **te pote** *he himself/she herself,* etc.
હું પોતે રોટલી બનાવીશ **huṃ pote roṭlī banāvīś** *I shall make the breads myself*

There is also a variable adjective પોતાનું **potānuṃ** *one's own,* which is used mainly to avoid ambiguity in sentences, for example:

તે પોતાને ગામ જાય છે **te potāne gām jāy che** *she is going to her own village* (i.e. not her husband's village)
એ એની પોતાની ગાડી છે **ā enī potānī gāḍī che** *this is his own car* (i.e. not one that he has borrowed)

There is also a form, પોતપોતાનું **potpotānuṃ** which is used to mean *each to his/her own,* for example:

બધા લોકો પોતપોતાને ઘેર જાય છે **badhā loko potpotāne gher jāy che** *everyone is going to his own home*

## 6 More impersonal verbs

In Unit 3, grammar point 2 some impersonal verbs were introduced, including ગમવું **gamvuṃ** *to like*, લાગવું **lāgvuṃ,** *to seem, occur to,* etc. Here you will meet some more frequently used impersonal verbs.

ભાવવું **bhāvvuṃ** *to like* (only used for food), for example:

તમને ગુજરાતી ખોરાક ભાવે છે? **tamne gujarātī khorāk bhāve che?** *do you like Gujarati food?*

આવડવું **āvaḍvuṃ** *to know* (*how to*), *to understand,* for example:

મને ગુજરાતી આવડે છે **mane gujarātī āvaḍe che** *I understand Gujarati*

However, you should note that if you want to say you know how to do something, the verb which describes the thing you know how to do adds a form in તાં **-tāṃ** to the root of the verb, for example:

| | | |
|---|---|---|
| Infinitive | વાંચવું | **vāṃcvuṃ** *to read* |
| Root | વાંચ- | **vaṃc-** |
| તાં **tāṃ** form | વાંચતાં | **vāṃctāṃ** |

So: મને ગુજરાતી વાંચતાં આવડે છે પણ હિંદી વાંચતાં નથી આવડતું **mane gujarātī vāṃctāṃ āvaḍe che paṇ hiṃdī vāṃctāṃ nathī āvaḍtuṃ** *I know how to read Gujarati but I don't know how to read Hindi*

Some verbs have personal and impersonal forms with different meanings.

(*a*) Both forms of મળવું **maḷvuṃ** have been given (Unit 3), personal *to meet,* impersonal *to be found, get,* for example:

| | | |
|---|---|---|
| એને બહુ પૈસા નથી મળતા | **ene bahu paisā nathī maḷtā** | *he doesn't earn much money* |
| એ બહેનને મળવા જાય છે | **e bahenne maḷvā jāy che** | *she is going to meet her sister* |

(*b*) You met impersonal forms of લાગવું **lāgvuṃ** *to seem, strike, feel* in Unit 3, and in this unit it has been used to express hunger and thirst, for example:

| | | |
|---|---|---|
| મને ભૂખ લાગે છે | **mane bhūkh lāge che** | *I feel hungry* |
| મને તરસ લાગે છે | **mane taras lāge che** | *I feel thirsty* |

It is also used to express feeling hot, tired, etc. For example:

| | | |
|---|---|---|
| આજે ગરમી લાગે છે ને? | **āje garmī lāge che ne?** | *it's hot today, isn't it?* |
| છોકરીને થાય લાગે છે | **chokrīne thāk lāge che** | *the girl feels tired* |

It also has a personal form meaning *to begin,* for example:

| | | |
|---|---|---|
| હું કામ કરવા લાગું? | **huṃ kām karvā lāguṃ?** | *shall I start to do some work?* |

(*c*) The verb ચાલવું **cālvuṃ** (personal *to walk* - Unit 2) is used impersonally to mean *to be all right,* for example:

| | | |
|---|---|---|
| એમ નહિ ચાલે | **em nahi cāle** | *that won't do* |
| ચાલે તો એમ | **cāle to em** | *that's all right* |

(*d*) The verb પડવું **paḍvuṃ** has a personal form *to fall,* for example:

ફળ ઝાડ પરથી પડે છે **phaḷ jhāḍ parthī paḍe che** *the fruit falls from the tree*

Its impersonal meaning is *to fall to someone, to happen,* for example:

તમને ખબર પડે છે? **tamne khabar paḍe che?** *do you know about this?*

It also has another impersonal use as a verb of necessity. You will learn about it in Unit 5.

(*e*) The only other common verb used impersonally is ફાવવું **phāvvuṃ** (whose personal form *to succeed* is rare) meaning *to be suitable,* for example:

આ તમને ફાવે છે? **ā tamne phāve che?** *is this to your liking?*

## 7 to know

You have now met four ways of saying *to know* in Gujarati.

(*a*) ખબર **khabar** *to know* (*something*), for example:

મને ખબર છે કે નીલા ભારતમાં છે **mane khabar che ke Nīlā Bhāratmāṃ che** *I know that Neela is in India*
તમને ખબર છે? **tamne khabar che?** *do you know about this?*

(*b*) જાણવું **jāṇvuṃ** *to know, to have knowledge,* for example:

હું જાણું છું કે નીલા ભારતમાં છે **huṃ jāṇuṃ chuṃ ke Nīlā Bhāratmāṃ che** *I know that Neela is in India*

(*c*) આવડવું **āvaḍvuṃ** *to know* (*how to do something*)

મને ગુજરાતી લખતાં આવડે છે **mane gujarātī lakhtāṃ āvaḍe che** *I know how to write Gujarati*

(*d*) ઓળખવું **oḷakhvuṃ** *to know, to be acquainted with*

હું નીલાને ઓળખું છું **huṃ Nīlāne oḷakhuṃ chuṃ** *I know Neela*

## અભ્યાસ abhyās

Here is a page from Javed's diary.

21 September

રજા! સવારે અને બપોરે હું ઘેર જ રહીશ. સાંજે
હું વીરેનને મળવા બજારે જઈશ. તે પછી આપણે
અક્ષયને ત્યાં જઈશું. મને લાગે છે કે અક્ષયને શાકાહારી
ખાવાનું બનાવતાં બરાબર આવડે છે. તે પછી આપણે
સાથે ફરવા જઈશું. ખૂબ મઝા આવશે!

**rajā! savāre ane bapore huṃ gher j rahīś. sāṃje huṃ Vīrenne maḷvā bajāre jaīś. te pachī āpṇe Akṣayne tyāṃ jaīśuṃ. mane lāge che ke Akṣayne śākāhārī khāvānuṃ banāvtāṃ barābar āvaḍe che. te pachī āpṇe sāthe pharvā jaīsuṃ. khūb majhā āvśe!**

**A** Answer the following questions in Gujarati about what Javed is going to do tomorrow.

૧ કાલે જાવેદ શું કરશે?
**1 kāle Jāved śuṃ karśe?**
૨ કાલે સાંજે તે ઘેર જ રહેશે? તે કોઇને ત્યાં જશે?
**2 kāle sāṃje te gher j raheśe? te koīne tyāṃ jaśe?**
૩ તેને રજા મળશે?
**3 tene rajā maḷśe?**
૪ તે શું ખાસે? ક્યાં, ક્યારે અને કોની સાથે?
**4 te śuṃ khāśe? kyāṃ, kyāre ane konī sāthe?**
૫ મઝા આવશે?
**5 majhā āvśe?**

**B** Correct and rewrite the following sentences.

૧ હું ખાંડ નથી ભાવતો.
**1 huṃ khāṃḍ nathī bhāvto.**
૨ આપણે ફરવીએ જઇશું.
**2 āpṇe pharvīe jāīśuṃ.**
૩ તમને ખબર છે એમ એ આવશે કે નહિ?
**3 tamne khabar che em e āvśe ke nahi?**
૪ આવતી કાલે તેઓ મારે ત્યાં હતાં.
**4 āvtī kāle teo māre tyāṃ hatāṃ.**
૫ એ પોતાનું ચા બનાવશે.
**5 e potānuṃ cā banāvśe.**

**C** You are at Ashis' house. Fill in your part of the dialogue.

આશિષ આવો, આવો. કેમ છો?
**Āśiṣ āvo, āvo. kem cho?**
1 *Say you're fine. Ask how he is.*
આશિષ મજામાં. બેસો, બેસો ને? તમને ભૂખ લાગે છે?
**Āśiṣ majāmāṃ. beso, beso ne? tamne bhūkh lāge che?**

| | |
|---|---|
| 2 | *Say you are not hungry.* |
| આશિષ | તમે ચા લેશો? |
| **Āśiṣ** | **tame cā leśo?** |
| 3 | *Say you aren't thirsty.* |
| આશિષ | કંઇ વાંધો નહિ. શું ખબર છે? |
| **Āśiṣ** | **kaṃī vāṃdho nahi. śuṃ khabar che?** |
| 4 | *Say nothing special. Ask him where his son is today.* |
| આશિષ | આજે એ એના મામાને ત્યાં છે. એ સાંજે આવશે. |
| **Āśiṣ** | **āje e ena māmāne tyāṃ che. e sāṃje āvśe.** |
| 5 | *Suggest you go to meet Steve. Tell him Steve is American but he can speak Gujarati.* |
| આશિષ | ચાલો, આપણે જઇએ! |
| **Āśiṣ** | **cālo, āpṇe jaīe!** |

બેસવું **besvuṃ** *to sit*

**D** Steve is practising speaking Gujarati with Viren. His Gujarati is good but he keeps making mistakes. Correct his parts of the dialogue.

| | |
|---|---|
| સ્ટીવ | કેમ છે વીરેન? |
| **Sṭīv** | **kem che Vīren?** |
| વીરેન | હું મજામાં છું. તમારું ગુજરાતી બહુ સારું છે. તમે શા માટે ગુજરાતી શીખો છો? |
| **Vīren** | **huṃ majāmāṃ chuṃ. tamāruṃ gujarātī bahu sāruṃ che. tame śā māṭe gujarātī śīkho cho?** |
| સ્ટીવ | મારો પત્ની ગુજરાતી છે. એ હમેશાં ગુજરાતી જ બોલો. |
| **Sṭīv** | **māro patnī gujarātī che. e hameśāṃ gujarātī j bolo.** |
| વીરેન | મને બોલતાં આવડે છે પણ મને વાંચતાં લખતાં આવડતું નથી. |
| **Vīren** | **mane boltāṃ āvaḍe che paṇ mane vāṃctāṃ lakhtāṃ āvaḍtuṃ nathī.** |
| સ્ટીવ | તમે ખબર છોકે ગુજરાતી બહુ અઘરું નથી છે. |
| **Sṭīv** | **tame khabar cho ke gujarātī bahu aghruṃ nathī che.** |
| વીરેન | તમે ક્યાં શીખો છો? અહીંથી દૂર છે? |
| **Vīren** | **tame kyāṃ śīkho cho? ahīṃthī dūr che?** |

| | |
|---|---|
| સ્ટીવ | અહીંથી બહુ દૂર નથી છે. તમે મારો સાથે શીખવો આવશો! |
| **Stīv** | **ahīṃthī bahu dūr nathī che. tame māro sāthe śīkhvo āvśo!** |
| વીરેન | ખૂબ મઝા આવશે! |
| **Vīren** | **khūb majhā āvśe!** |

શા માટે **śā māṭe?** *why? for what reason?*

**E** Smita can't wake up in the morning. Complete her replies to her mother's orders, using the indefinite present for the first two orders, the present continuous for the third order and the future for the last two orders. (If you need some extra help with these tenses, look at Unit 2, grammar point 7 and Unit 4, grammar point 1.)

| | |
|---|---|
| લીલા | બેટા, જલદી આવ! તારો નાસ્તો તૈયાર છે! |
| **Līlā** | **beṭā, jaldī āv! tāro nāsto taiyār che!** |
| સ્મિતા | હા, હું જલદી (આવવું). |
| **Smitā** | **hā, huṃ jaldī (āvvuṃ).** |
| લીલા | જલદી તૈયાર થા! |
| **Līlā** | **jaldī taiyār thā!** |
| સ્મિતા | હા, હું જલદી કપડાં (પહેરવું). |
| **Smitā** | **hā, huṃ jaldī kapḍāṃ (pahervuṃ).** |
| લીલા | નિશાળે જા! મોડું થાય છે! |
| **Līlā** | **niśāḷe jā! moḍuṃ thāy che!** |
| સ્મિતા | હા, હું (જવું). |
| **Smitā** | **hā, huṃ (javuṃ).** |
| લીલા | બપોરે તું શું કરશે? |
| **Līlā** | **bapore tuṃ śuṃ karśe?** |
| સ્મિતા | હું શહેર (જવું). |
| **Smitā** | **huṃ śaher (javuṃ).** |
| લીલા | અને પછી? |
| **Līlā** | **ane pachī?** |
| સ્મિતા | હું અહીં (આવવું). |
| **Smitā** | **huṃ ahīṃ (āvvuṃ).** |

પહેરવું **pahervuṃ** *to wear, to dress*

# — સમજ્યા/સમજ્યાં? samjyā/samjyāṃ? —

Priya and Aanal meet in a shopping street in London.

| | |
|---|---|
| પ્રિયા | કેમ છે, આનલ? તું ક્યાં જાય છે? |
| **Priyā** | **kem che, Ānal? tuṃ kyāṃ jāy che?** |
| આનલ | હું થોડાં કપડાં ખરીદવા જાઉં છું. આવતે અઠવાડિયે હું ભારત જઈશ. |
| **Ānal** | **huṃ thoḍāṃ kapḍāṃ kharīdvā jāuṃ chuṃ. āvte aṭhvāḍiye huṃ Bhārat jaiś.** |
| પ્રિયા | કેમ લંડનમાં કપડાં ખરીદે છે? અહીં બધું જ મોંઘું છે. ભારતમાં સારાં અને સસ્તાં કપડાં મળે છે. |
| **Priyā** | **kem Laṃḍanmāṃ kapḍāṃ kharīde che? ahīṃ badhuṃ j moṃghuṃ che. Bhāratmāṃ sārāṃ ane sastāṃ kapḍāṃ maḷe che.** |
| આનલ | પણ ત્યાં સ્ત્રીઓ ઘાઘરા અને ઓઢણી કે સાડીઓ પહેરે છે ને? |
| **Ānal** | **paṇ tyāṃ strīo ghāgharā ane oḍhaṇī ke sāḍīo pahere che ne?** |
| પ્રિયા | હા, પણ શહેરોમાં સ્ત્રીઓ બધી જાતનાં કપડાં પહેરે છે. સારું કાપડ પણ મળે. માશીના દરજીને કાપડ આપજે અને તે જલદી તારાં કપડાં સીવશે. |
| **Priyā** | **hā, paṇ śaheromāṃ strīo badhī jātnāṃ kapḍāṃ pahere che. sāruṃ kāpaḍ paṇ maḷe. Māśīnā darjīne kāpaḍ āpje ane te jaldī tārāṃ kapḍāṃ sīvśe.** |
| આનલ | ભલે, પ્રિયા, મને કહેજે, તું કોઈ દિવસે અંગ્રેજી પહેરવેશ પહેરે છે? |
| **Ānal** | **bhale. Priyā, mane kaheje, tuṃ koī divase aṃgrejī paherveś pahere che?** |
| પ્રિયા | ના, કદી નહિ. અંગ્રેજી કપડાં મને નથી ગમતાં. હું હમેશાં સાડી પહેરું છું. |
| **Priyā** | **nā, kadī nahi. aṃgrejī kapḍāṃ mane nathī gamtāṃ. huṃ hameśāṃ sāḍī paheruṃ chuṃ.** |

> કપડાં (n.pl.) **kapḍāṃ** *clothes*
> ખરીદવું **kharīdvuṃ** *to buy*
> સ્ત્રી (f.) **strī** *woman*
> ઘાઘરો (m.) **ghāgharo** *skirt*
> ઓઢણી (f.) **oḍhaṇī** *scarf, veil*

સાડી (f.) **sāḍī** *sari*
પહેરવું **pahervuṃ** *to wear, to dress*
બધી જાતનું **badhī jātnuṃ** *every kind of*
કાપડ (n.) **kāpaḍ** *cloth*
દરજી (m.) **darjī** *tailor*
સીવવું **sīvvuṃ** *to sew*
પહેરવેશ (m.) **paherveś** *dress, costume*
કદી નહિ **kadī nahi** *never*
ધોતિયું (n.) **dhotiyuṃ** *dhoti*

## ગુજરાત અને ગુજરાતીઓ gujarāt ane gujarātīo

In Gujarat people wear many different kinds of clothes, from traditional Gujarati village clothing to the latest European designer fashions. Every occasion requires a special kind of clothes and care must be taken to select the appropriate garments. For example, at a Gujarati wedding women wear the most expensive saris they can afford and large amounts of gold jewellery.

Ahmadabad, the tenth largest city in India and the largest city of Gujarat, was the capital of Gujarat until

Gandhinagar was built in the 1960s. It was founded in 1411 by Ahmad Shah I who established the independent Islamic kingdom of Gujarat. There are many beautiful buildings dating from this time which can be seen in the lavishly illustrated book *Ahmadabad* (Michell and Shah—see Useful sources page 6). It is also an important textile and industrial centre, sometimes called the Manchester of India!

# 5

# તમારે શું જોઈએ છે? TAMĀRE ŚUṂ JOĪE CHE?

*What do you need?*

## *In this unit you will learn how to*

express need, necessity and wanting
name members of the extended family
say what you want in a shop
talk about your daily routine

If you are learning the script, you should try to avoid reading the transliterated passages, which are included for those who do not wish to read Gujarati. From now on, the transliterations will be given separately to help you do this.

## વાતચીત ૧ vātcīt 1

### મારે નવાં કપડાં જોઈએ છે **māre navāṃ kapdāṃ joīe che** ***I need some new clothes***

Veena and Meena live in Bombay. They are discussing what to do on a day's holiday.

વીણા    મારે નવાં કપડાં જોઇએ છે. ચાલો, આપણે બજારમાં જઇએ.

મીના    મારે પંજાબી સૂટનું કાપડ જોઇએ છે અને મારા ભાઇને જોડાની જરૂર છે. કદાચ હું મારી બહેનને માટે કાપડ લઇશ. કઇ દુકાનમાં મળશે?

વીણા    મુંબઇમાં ઘણી મોટી કુદાનો હોય છે. 'કલા નિકેતન'માં સારું પણ મોંઘું કાપડ મળશે. સાડીઓ, ચણિયા-ચોળી અને પંજાબી સૂટો, બધી જાતનો માલ છે!

મીના    મારે તારી મદદ જોઇશે. મારે મોંઘું કાપડ નથી જોઇતું. મારે રોજનાં કપડાંની જરૂર પડે છે.

વીણા    મારી પાસે રોકડા પૈસા નથી. હું બૅન્કમાંથી પૈસા ઉપાડીશ અને ત્યાંથી આપણે બજારમાં જઇશું. આપણે કાપડ લઇશું અને પછી આપણે હોટેલમાં ચા પીવા જઇશું.

મીના    હોટેલમાં? મોંઘું પડશે.

વીણા    કંઇ વાંધો નહિ. હું પૈસા આપીશ. સાંજે હું દરજીને બોલાવીશ. મારો દરજી સારાં કપડાં સીવે છે.

મીના    સારું. હું મારે જોઇતી ચીજો લઇ લઇશ.

વીણા    ચાલો, જલદી તૈયાર થા!

**Vīṇā**    **māre navāṃ kapḍāṃ joīe che. cāḷo, āpṇe bajārmāṃ jaīe.**

**Mīnā**    **māre paṃjābī sūṭnuṃ kāpaḍ joīe che ane mārā bhāīne joḍānī jarūr che. kadāc huṃ mārī bahenne māṭe kāpaḍ laīś. kaī dukanmāṃ maḷśe?**

**Vīṇā**    **Muṃbaīmāṃ ghaṇī moṭī dukāno hoy che. 'Kalā Niketan'māṃ sāruṃ paṇ moṃghuṃ kāpaḍ maḷśe. sāḍīo, caṇiyā-coḷī ane paṃjābī sūṭo, badhī jātno māl che!**

**Mīnā**    **māre tārī madad joīśe. māre moṃghuṃ kāpaḍ nathī joītuṃ. māre rojnāṃ kapdāṃnī jarūr paḍe che.**

**Vīṇā**    **mārī pāse rokḍā paisā nathī. huṃ beṃkmāṃthī paisā upāḍīś ane tyāṃthī āpṇe bajārmāṃ jaīśuṃ. āpṇe kāpaḍ laīśuṃ ane pachī āpṇe hoṭalmāṃ cā pīvā jaīśuṃ.**

**Mīnā**    **hoṭalmāṃ? moṃghuṃ paḍśe.**

**Vīṇā**    **kaṃī vāṃdho nahi. huṃ paisā āpīś. sāṃje huṃ darjīne bolāvīś. māro darjī sārāṃ kapḍāṃ sīve che.**

**Mīnā** **sāru. huṃ mārī joītī cījo laī laiś.**
**Vīṇā** **cālo, jaldī taiyār thā!**

મારે નવાં કપડાં જોઇએ છે **māre navāṃ kapḍāṃ joīe che** *I want some new clothes*
પંજાબી સૂટનું કાપડ **paṃjābī sūṭnuṃ kāpaḍ** *cloth for a Punjabi suit*
જોડો (m.) **joḍo** *shoe*
કદાચ **kadāc** *perhaps*
ચણિયા-ચોળી (f.) **caṇiyā-coḷī** *skirt and bodice*
મદદ (f.) **madad** *help, aid*
રોજનાં કપડાં (n.pl.) **rojnāṃ kapḍāṃ** *everyday clothes*
જરૂર પડે છે **jarūr paḍe che** *it is necessary*
રોકડા પૈસા (m.pl.) **rokḍā paisā** *change*
બૅન્કમાંથી પૈસા ઉપાડવા **beṃkmāṃthī paisā upāḍvā** *to draw money out of the bank*
હોટલ/હોટેલ (f.) **hoṭal/hoṭel** *hotel, cafe*
મોંઘું પડશે **moṃghuṃ paḍśe** *it will be expensive*
બોલાવવું **bolāvvuṃ** *call, invite, summon*
મારે જોઇતી ચીજો **māre joītī cījo** *the things which I need*
લઇ લેવું **leī levuṃ** *get, take*
તૈયાર થવું **taiyār thavuṃ** *get (oneself) ready*

True or false? Correct and rewrite the following sentences.

૧ મુંબઇમાં મોટી દુકાનો નથી.
૨ મીનાને મોંઘું કાપડ જોઇએ છે.
૩ વીણા પાસે રોકડા પૈસા છે.

Answer the following questions.

૪ તમને લાગે છે કે મીના પાસે બહુ પૈસા છે?
૫ કોને કાપડ જોઇએ છે?

**1 Muṃbaīmāṃ moṭī dukāno nathī.**
**2 Mīnāne moṃghuṃ kāpaḍ joīe che.**
**3 Vīṇā pāse rokḍā paisā che.**
**4 tamne lāge che ke Mīnā pāse bahu paisā che?**
**5 kone kāpaḍ joīe che?**

## વ્યાકરણ vyākaraṇ

### 1 Need, necessity, wanting

One very common construction to express need in Gujarati is an impersonal construction (see Unit 3, grammar point 2) with the word જોઈએ **joīe** (*is*) *wanted, needed.* The person who wants something is put into the ને **ne** form (for મારે **māre** forms see grammar point 2 below) and the thing wanted becomes the Gujarati subject, with the same rules of agreement as other impersonal constructions, for example:

| | | |
|---|---|---|
| મારે નવાં કપડાં જોઈએ છે | **māre navāṃ kapḍāṃ joīe che** | *I want (need) some new clothes* |
| મારે નવાં કપડાં નથી જોઈતાં | **māre navāṃ kapḍāṃ nathī joītāṃ** | *I don't want new clothes* |

This verb has only the following two forms.

(*a*) The present with or without the auxiliary જોઈએ છે **joīe che** (negative જોઈતું નથી **joītuṃ nathī,** which is variable) and જોઈએ **joīe** (negative ન/નહિ જોઈએ **na/nahi joīe**), for example:

મારે કાપડ જોઈએ છે **māre kāpaḍ joīe che** *I need some cloth*

This is the only verb in Gujarati where there is no difference in meaning between the continuous and indefinite presents (see Unit 2, grammar point 7).

(*b*) The future જોઈશે **joīśe** (negative નહિ જોઈશે **nahi joīśe**).

The adjectival form જોઈતું is also used as an adjective meaning *necessary,* for example:

મારી પાસે જોઈતા પૈસા નથી **mārī pāse joītā paisā nathī** *I haven't got the necessary money with me*

When greater necessity is to be expressed, the construction ની જરૂર (પડવી) **nī jarūr (paḍvī)** *is necessary* is used, for example:

| | | |
|---|---|---|
| મને નવા જોડાની જરૂર છે | **mane navā joḍānī jarūr che** | *I need some new shoes* |
| એને માટે મોંઘા કાપડની જરૂર નથી | **ene māṭe moṃghā kāpaḍnī jarūr nathī** | *there is no need for expensive cloth for that* |

(You will have another opportunity of looking at this point later in this unit.)

## 2 Pronouns and nouns as agents

Although most speakers of Gujarat use ને **ne** forms with the verbs of need, necessity and wanting, some Gujaratis insist that special forms must be used in written Gujarati. These are called agential forms because the subject becomes the agent of the verb. These forms are made by adding એ **e** to the base or stem form of the noun (see Unit 2, grammar point 6). The pronouns use special agential forms which are given below along with the ને **ne** forms. For example:

| | | |
|---|---|---|
| વીનાએ નવાં કપડાં જોઈએ છે | **Vīnāe navāṃ kapḍāṃ joīe che** | *Veena wants (needs) some new clothes* |
| મારે નવાં કપડાં નથી જોઈતાં | **māre navāṃ kapḍāṃ nathī joītāṃ** | *I don't want new clothes* |

| | Independent form of pronoun | Pronoun with ને ne | Pronoun with એ e agential endings | |
|---|---|---|---|---|
| **Singular** | | | | |
| First person | હું **huṃ** | મન **mane** | મારે | **māre** |
| Second person | તું **tuṃ** | તને **tane** | તારે | **tāre** |

| | | | | | | |
|---|---|---|---|---|---|---|
| Third person | તે | **te** | તેને | **tene** | તેણે | **teṇe** |
| | એ | **e** | એને | **ene** | એણે | **eṇe** |
| | આ | **a** | આને | **āne** | આણે | **āṇe** |
| | કોઈ | **koī** | કોઈને | **koīne** | કોઈએ | **koīe** |
| | કોણ | **koṇ** | કોને | **kone** | કોણે | **koṇe** |
| **Plural** | | | | | | |
| First person | અમે | **ame** | અમને | **amne** | અમારે | **amāre** |
| Second person | આપણે | **āpṇe** | આપણને | **āpaṇne** | આપણે | **āpṇe** |
| Third person | તમે | **tame** | તમને | **tamne** | તમારે | **tamāre** |
| | તેઓ | **teo** | તેઓને | **teone** | તેઓએ | **teoe** |
| | | | તેમને | **temne** | તેમણે | **temne** |

(You will have another opportunity of looking at this point in Unit 6.)

## 3 The habitual present

In addition to the continuous present which you met in Unit 1, grammar point 1 and Unit 2, grammar point 7, Gujarati also has a habitual present. Whereas the continuous present is used for particular or specific statements, the habitual form is used to express universal truths and general statements. For example:

અત્યારે તે ઘેર હોય છે **atyāre te gher hoy che** *he is (always/generally) at home now*

The use of these two presents can be compared in the following examples:

| | | |
|---|---|---|
| સાંજે લંડનમાં રસ્તા પર ઘણી ગાડીઓ હોય છે | **sāṃje Laṃḍanmāṃ rastā par ghaṇī gāḍīo hoy che** | *in the evening, there are many cars on the road in London* |

| | | |
|---|---|---|
| But: આજે રસ્તા પર ઘણી ગાડીઓ છે | **āje rastā par ghaṇī gāḍīo che** | *there are many cars on the road today* |
| Or: મારે સાત બહેન છે | **māre sāt bahen che** | *I have seven sisters* |

The forms of the habitual present of the verb હોવું *to be* are as follows:

| | | | |
|---|---|---|---|
| **Singular** | | | |
| First person | હું હોઉં છું | **huṃ houṃ chuṃ** | *I am* |
| Second person | તું હોય છે | **tuṃ hoy che** | *you are* |
| Third person | એ, તે હોય છે | **e, te hoy che** | *he/she is* |
| **Plural** | | | |
| First person | અમે હોઈએ છીએ | **ame hoīe chīe** | *we are* |
| | આપણે હોઈએ છીએ | **āpṇe hoīe chīe** | *we are* |
| Second person | તમે હો છો | **tame ho cho** | *you are* |
| Third person | તેઓ, તે હોય છે | **teo, te hoy che** | *they are* |

The negative form used is નથી, and so it appears the same as that of the continuous present, for example:

| | | |
|---|---|---|
| અત્યારે તે ઘેર છે | **atyāre te gher che** | *he is at home now* |
| અત્યારે તે ઘેર હોય છે | **atyāre te gher hoy che** | *he is (always/ generally) at home now* |
| અત્યારે તે ઘેર નથી | **atyāre te gher nathī** | *he is not at home now* (negative of both the above sentences) |

This verb is also used as an auxiliary to the main verb, for example:

| | | |
|---|---|---|
| અત્યારે તે ઘેર જાય છે | **atyāre te gher jāy che** | *she is going home now* |
| અત્યારે તે ઘેર જતી | **atyāre te gher jatī** | *she always goes* |

| | | |
|---|---|---|
| હોય છે | **hoy che** | *home now* |
| અત્યારે તે ઘેર જતી નથી | **atyāre te gher jatī nathī** | *she is not going home now; she does not go home now* |

Some speakers feel that these negatives are ambiguous and for the general present they use a negative of the type:

| | | |
|---|---|---|
| અત્યારે તે ઘેર હોતી નથી | **atyāre te gher hotī nathi** | *he is not at home now* |
| અત્યારે તે ઘેર જતી હોતી નથી | **atyāre te gher jatī hotī nathī** | *she is not going home now; she does not go home now* |

## 4 Further uses of નું num̦

You first met the ending નું **num̦** in Unit 3, grammar point 1, in the sense of possession. It is often added to nouns and clitics to create an adjectival form. You will find this simple formation allows you to create a large number of phrases from your existing vocabulary. For example:

| | | |
|---|---|---|
| રોજનાં કપડાં | **rojnām̦ kapḍām̦** | *everyday clothes* |
| પાસેનું ગામ | **pāsenum̦ gām** | *the nearby village* |
| ગામના લોકો | **gāmnā loko** | *village people* |
| મારી પાસેના પૈસા | **mārī pasenā paisā** | *the money I have with me* |
| પંજાબી સૂટનું કાપડ | **pam̦jābī sūṭnum̦ kāpaḍ** | *cloth for a Punjabi suit* |
| ઘરના ઓરડાઓ | **gharnā orḍāo** | *the rooms in the house* |
| એકનું એક છોકરું | **eknum̦ ek chokrum̦** | *an only child* |
| એકની એક છોકરી | **eknī ek chokrī** | *an only child, daughter* |

Complex adverbials (see Unit 3, grammar point 6) without the preceding નું **num̦** ending, may have નું **num̦** added to them to form adjectival phrases in the same way, for example:

| | | |
|---|---|---|
| ખાંડ વગરની ચા | **khāṃd vagarnī cā** | *sugarless tea* |
| ભારત અંગેની વાત | **Bhārat aṃgenī vāt** | *talk about India* |
| મુંબઈ તરફની બસ | **Muṃbaī taraphnī bas** | *the Bombay bus, the bus for Bombay* |

## વાતચીત ૨ vātcīt 2

### મારે ઘેર જવું જોઈએ māre gher javuṃ joīe
### *I should go home now*

Ali and Akshay are students in London. Ali wants to talk to Akshay, but Akshay has some chores to do.

| | |
|---|---|
| અલી | કેમ છે, અક્ષય? તારે ચા પીવી છે? |
| અક્ષય | ના, અત્યારે મારે ઘેર જવું જોઈએ. ત્યાં મારે ઘણું કામ કરવું પડશે. કાલે મારાં માબાપ ભારતથી પાછાં આવશે અને એ પહેલાં મારે ઘરના બધા ઓરડા સાફ કરવા જોઈએ. |
| અલી | તો વહેલી સવારે ઊઠજે અને બધું કામ કરજે! હવે ચા પીવા જઈએ! |
| અક્ષય | ના, કાલે મારે વહેલું ઊઠવું પડશે કારણ કે મારે એમને લેવા વિમાનમથક જવું પડશે. મારી પાસે વખત નથી. |
| અલી | તો ઘેર તારે શું કામ કરવું પડે? |
| અક્ષય | મારે થાળી સાફ કરવી પડે. |
| અલી | આ મોટું કામ નથી. તો શું તારે મારી સાથે ચા પીવી નથી? |
| અક્ષય | મારે ઘણુંબધું કરવું પડે છે. તું શા માટે મને મદદ નથી કરતો? |
| અલી | ના, મારે ઘેર મારું પોતાનું કામ કરવું પડે છે. પણ મારે માસી અને કાકાને મળવા આવવું જોઈએ. મારે કાકાની સાથે મારી નોકરી વિષે થોડી વાત કરવી છે. |
| અક્ષય | જરૂર આવજે, કોઈ પણ દિવસે. તેઓ હમેશાં સવારે વહેલા ઊઠે છે. |
| અલી | પણ હું વહેલી સવારે નથી ઊઠતો! તોપણ હું જલદી આવીશ. ચાલો, હવે મારે પણ ઘેર પાછું જવું જોઈએ. કાલે મળીશું, ઈન્શાઅલ્લાહ! |

| | |
|---|---|
| **Alī** | **kem che, Akṣay? tāre cā pīvī che?** |
| **Akṣay** | **nā, atyāre māre gher javuṃ joīe. tyāṃ māre ghaṇuṃ kām karvuā paḍśe. kāle mārāṃ** |

| | |
|---|---|
| | **mābāp bhāratthī pāchāṃ āvśe ane e pahelāṃ māre gharnā badhā orḍā sāph karvā joīe.** |
| **Alī** | **to vahelī savāre ūṭhje ane badhuṃ kām karje! have cā pīvā jaīe!** |
| **Akṣay** | **nā, kāle māre vaheluṃ uthvuṃ paḍśe kāraṇ ke māre emne levā vimānmathak javuṃ paḍśe. mārī pāse vakhat nathī.** |
| **Alī** | **to gher tāre śuṃ kām karvuṃ paḍe?** |
| **Akṣay** | **māre thāḷī sāph karvī paḍe.** |
| **Alī** | **ā moṭuṃ kām nathī. to śuṃ tāre mārī sāthe cā pīvī nathī?** |
| **Akṣay** | **māre ghaṇuṃbadhuṃ karvuṃ paḍe che. tuṃ śā māṭe mane madad nathī karto?** |
| **Alī** | **nā, māre gher maruṃ potānuṃ kām karvuṃ paḍe che. paṇ māre māsī ane kākāne maḷvā āvvuṃ joīe. māre kākānī sāthe mārī nokrī viṣe thoḍī vāt karvī che.** |
| **Akṣay** | **jarūr āvje, koī paṇ divase. teo hameśāṃ savāre vahelā ūṭhe che.** |
| **Alī** | **paṇ huṃ vahelī savāre nathī ūṭhto! to paṇ huṃ jaldī āvīś. cālo, have māre paṇ gher pāchuṃ javuṃ joīe. kāle maḷīśuṃ, inśāallāh!** |

તારે ચા પીવી છે? **tāre cā pīvī che?** *would you like tea?*
અત્યારે **atyāre** *now*
મારે ઘેર જવું જોઈએ **māre gher javuṃ joīe** *I should go home*
મારે ઘણું કામ કરવું પડશે **māre ghaṇuṃ kām karvuṃ paḍśe** *I have a lot of work I must do*
માબાપ (n.pl.) **mābāp** *parents*
તેઓ પાછાં આવશો **teo pāchāṃ āvśe** *they will come back*
એ પહેલાં **e pahelāṃ** *before that*
સાફ કરવું **sāph karvuṃ** *to clean*
તો **to** *then*
વહેલી સવારે **vahelī savāre** *in the early morning*
ઊઠવું **ūṭhvuṃ** *to rise, get up*

મારે વહેલું ઊઠવું પડશે **māre vahelum̩ ūṭhvum̩ paḍśe** *I shall have to get up early*
વિમાનમથક (n.) **vimānmathak** *airport*
મારી પાસે વખત નથી **mārī pāse vakhat nathī** *I don't have time*
તો ઘેર તારે શું કામ કરવું પડે? **to gher tāre śum̩ kām karvum̩ paḍe?** *then what work is there for you to do at home?*
થાળી (f.) **thāḷī** *thali, plate*
મદદ કરવી **madad karvī** *to help*
માસી અને કાકા **māsī ane kākā** *uncle and aunt,* (i.e., your parents. Note which terms of kinship have been chosen; see below)
નોકરી (f.) **nokrī** *service, employment*
વિષે **viṣe** *about*
વાત કરવી **vāt karvī** *to chat*
જરૂર આવજે **jarūr āvje** *please do come*
કોઈ પણ દિવસે **koī paṇ divase** *any day*
પાછું જવું **pāchum̩ jāvum̩** *to go back*
ઇન્શાઅલ્લાહ! **inśāallāh!** *God willing!*

True or false? Correct and rewrite the following sentences.

૧ અક્ષયનાં માબાપ ઘેર જ છે.
૨ કાલે અક્ષય ઘેર જ રહેશે.
૩ અલી અક્ષયનાં માબાપને ઓળખતો નથી.

Answer the following questions.

૪ અક્ષયને શું કામ કરવું પડશે?
૫ અલીએ અક્ષયને મદદ કરવી છે?

**1 Akṣaynām̩ mābāp gher j che.**
**2 kāle Akṣay gher j raheśe.**
**3 Alī Akṣaynām̩ mābāpne oḷakhto nathī.**
**4 Akṣayne śum̩ kām karvum̩ paḍśe?**
**5 Alīe Akṣayne madad karvī che?**

## વ્યાકરણ vyākaraṇ

### 5 Transitive and intransitive verbs

In English, some verbs have to have a direct object (see Unit 3, grammar point 2), for example:

| | |
|---|---|
| to need | I need some new clothes |
| to give | I give him the money |

Other verbs do not have to have a direct object, for example:

| | |
|---|---|
| to come | I came to your house |
| to go | I went to your house |

The verbs which have to have a direct object are called transitive verbs, and those which do not need one are called intransitive verbs. Gujarati also has these two types of verbs, and the distinction between the two types is of great importance. In future vocabulary lists, transitive verbs will be marked (tr.) and intransitive verbs (intr.). For example:

| | | |
|---|---|---|
| મારા ભાઈ મને પૈસા આપે છે | **mārā bhāī mane paisā āpe che** | *my brother gives me money* |
| હું તમને જોઉં છું | **huṃ tamne jouṃ chuṃ** | *I see you* |
| But: હું રોજ આવું છું | **huṃ roj āvuṃ chuṃ** | *I come every day* |
| હું તને બજારમાં મળીશ | **huṃ tane bajārmāṃ maḷīś** | *I'll meet you in the market* |

The first two are examples of transitive verbs, whose objects are પૈસા **paisā** and તમને **tamne.** In the fourth example, તને **tane** looks as if it could be the direct object, whereas it is, in fact, the indirect object of the intransitive verb મળવું **maḷvuṃ.**

## 6 More on need, necessity and wanting

જોઈએ **joīe** and other expressions of need, obligation and desire are also used in construction with other verbs to mean *to want to do,* etc. With intransitive verbs (*a* in the examples below), a form with વું **vuṃ** is used. With transitive verbs (*b* in the examples below), the suffix varies in gender and number according to the direct object of the verb, using the same pattern as variable adjectives.

વું જોઈએ **vuṃ joīe** ***ought to, should***

| | | |
|---|---|---|
| (*a*) મારે ઘેર જવું જોઈએ (છે) | **māre gher javuṃ joīe (che)** | *I ought to go home* |
| (*b*) મારે આ ચોપડી વાંચવી જોઈએ (છે)- | **māre ā copḍī vāṃcvī joīe (che)** | *I ought to read this book* |

જોઈએ **joīe** is unique in that there is no difference in meaning between the continuous present and the indefinite present tenses.

વું હોવું **vuṃ hovuṃ** ***want to***

| | | |
|---|---|---|
| (*a*) મારે ઘેર જવું છે | **māre gher javuṃ che** | *I want to go home* |
| (*b*) મારે આ ચોપડી વાંચવી છે | **māre ā copḍī vāṃcvī che** | *I want to read this book* |

વું પડવું **vuṃ paḍvuṃ** ***must, have to***

| | | |
|---|---|---|
| (*a*) મારે ઘેર જવું પડે છે | **māre gher javuṃ paḍe che** | *I must go home* |
| (*b*) મારે આ ચોપડી વાંચવી પડે છે | **māre ā copḍī vāṃcvī paḍe che** | *I have to read this book* |

There is no negative form of વું જોઈએ **vuṃ joīe** in Gujarati. So the negative of the જોઈએ **joīe** forms is the same as that for વું છે **vuṃ che:**

| | | |
|---|---|---|
| (*a*) મારે ઘેર જવું નથી | **māre gher javuṃ nathī** | *I don't want to/ have to go home* |

| | | |
|---|---|---|
| (*b*) મારે આ ચોપડી વાંચવી નથી | **māre ā copḍī vāṃcvī nathī** | *I don't want to read this book* |

પડે છે **paḍe che** forms its negative as follows:

| | | |
|---|---|---|
| (*a*) મારે ઘેર જવું નથી પડતું | **māre gher javuṃ nathī paḍtuṃ** | *I don't need to go home* |
| (*b*) મારે આ ચોપડી વાંચવી નથી પડતી | **māre ā copḍī vāṃcvī nathī paḍtī** | *I don't need to read this book* |

## 7 Agreement of adjectives functioning as adverbs

In the same way that adjec tives describe nouns, adverbs (as the name implies) describe the way the action of the verb is performed. In English, many adverbs end in *-y*. For example, *she ran quickly, we sing loudly,* etc. Sometimes, adverbs seem to be more loosely connected with the action of the verb. For example, *she came back, he arrived late.*

You have already seen that there are variable and invariable adjectives in Gujarati. Most Gujarati adverbs are invariable, but there are four *variable adverbs*, i.e. adverbs which vary like adjectives. These are: વહેલું **vaheluṃ** *early,* મોડું **moḍuṃ** *late,* પાછું **pāchuṃ** *back* and પહેલું **paheluṃ** *first.* Each of these shows four different ways of agreeing.

(*a*) If the verb is intransitive and the subject is in the independent form, the agreement is with the subject, for example:

તે કાલે પાછી આવશે **te kāle pāchī āvśe** *she will come back tomorrow*

(*b*) If the verb is intransitive but the subject is in any form other than the independent, the adverb is in the stem form, for example:

એણે કાલે પાછા આવવું છે **eṇe kāḷe pāchā āvvuṃ che** *she should come back tomorrow*

(*c*) If the verb is transitive and the object is present, the adverb agrees with the object, for example:

એ નાસ્તો વહેલો ખાય છે **e nāsto vahelo khāy che** *she eats her breakfast early; she has an early breakfast*

(*d*) If the verb is transitive and the object is not present, the adverb shows neuter singular agreement, for example:

એ વહેલું ખાય છે **e vahelum khāy che** *she eats early*

Note the contrast in the following expressions:

| | | |
|---|---|---|
| તે સવારે વહેલો ઊઠે છે | **te savāre vahelo ūṭhe che** | *he gets up early in the morning* |
| તે વહેલી સવારે ઊઠે છે | **te vahelī savāre ūṭhe che** | *he gets up in the early morning* |

## 8 Kinship and politeness

Parents of one's friends and friends of one's parents and much older acquaintances are usually referred to as *Aunt* and *Uncle.* Unlike English, they are called રમેશકાકા **Rameśkākā** *Ramesh Uncle*, etc. rather than *Uncle Ramesh.* It is usual to refer to men as કાકા **kākā** (lit. *father's brother, uncle*) and to women as માસી/માશી **māsī/māśī** (lit. *mother's sister, aunt*).

Indian kinship terms are far more complicated than English terms in that aunts and uncles are given specific names according to their exact relationship to the person. For example, there is a different word for *mother's sister* (માશી **māśī**) and for *wife of father's brother* (કાકી **kākī**).

This huge number of names seems very daunting at first, but if you try to work out what you would call your own relatives, you may find this an easier way to remember the terms. It will also help you to talk about your own family, even if you may still be a little vague about exact terms of kinship for other people's families!

This system, which seems so complicated to people from small nuclear or one-parent families, is understandable in the Indian extended family where a woman traditionally leaves her parents' home and village (પિયર **piyar**) after marriage to go to live in her in-laws' home (સાસરિયાં **sāsariyāṃ**) with her husband, his parents and his brothers, returning home for births and major family events only. Relationships are important from the point of view of ritual, for example the bride's મામા **māmā** *mother's brother* gives the bride away in certain communities, and relationships are traditionally strictly hierarchical. For example, in very traditional families a woman does not address or even show her face in front of her જેઠ **jeṭh** *husband's older brother,* whereas she has a close relationship with her દિયર **diyar** *husband's younger brother.* Older family members are addressed by their title or specific term of address, but younger family members are called by their name or nickname. Women never call their husbands by name, or refer to them by name, so when a woman speaks of an unnamed તેઓ **teo,** she is usually referring to her husband.

Gujarati Muslims use the same kinship terms except for શૌહર **śauhar** *husband,* બીબી **bībī** *wife* and વાલિદ **vālid** *father.*

## અભ્યાસ abhyās

**A** Answer the following questions in Gujarati about the things you have to do every day. Use the following example to guide you.

તમે નોકરી કરો છો **tame nokrī karo cho?**
હા, મારે નોકરી કરવી પડે છે. **hā, māre nokrī karvī paḍe che.**

૧ તમે વહેલા/વહેલાં ઊઠો છો? હા,...
૨ તમે ખાવાનું તૈયાર કરો છો? હા,...
૩ તમે આવ-જા કરો છો? ના,...
૪ તમે ઘર સાફ કરો છો? ના,...
૫ તમે વહેલા/વહેલાં સૂઈ જાઓ છો? હા,...

**1 tame vahelā/vahelāṃ ūṭho cho? hā,...**
**2 tame khāvānuṃ taiyār karo cho? hā,...**
**3 tame āv-jā karo cho? nā,...**
**4 tame ghar sāph karo cho? nā,...**
**5 tame vahelā/vahelāṃ sūī jāo cho? hā,...**

**B** Correct and rewrite the following sentences.

૧ સુથાર વહેલા કામ શરૂ કરે છે.
૨ મારે ઘણો અભ્યાસ કરવું પડે છે.
૩ પ્રબોધ અને એની દીકરીને વહેલાં નીકળવાં પડે છે.
૪ ચાલો, હું જવું જોઈએ.
૫ તમારે હાથ ધોવી જોઈએ, એમ છોકરીઓને કહો!

**1 suthār vahelā kām śarū kare che.**
**2 māre ghaṇo abhyās karvuṃ paḍe che.**
**3 Prabodh ane enī dīkrīne vahelāṃ nīkaḷvāṃ paḍe che.**
**4 cālo, huṃ javuṃ joīe.**
**5 tamāre hāth dhovī joīe, em chokrīone kaho!**

| | |
|---|---|
| સુથાર (m.) **suthār** *carpenter* | |
| શરૂ કરવું **śarū karvuṃ** *to begin* | |

**C** Put the following dialogue into the correct order and write it out.

| | |
|---|---|
| અલી | તારી સાથે લાવજે ને! મઝા આવશે! |
| હેલન | મારે જવું છે. આવતા વરસે હું જવા ધારું છું. તું ઉનાળામાં જાય છે ને? |
| અલી | તારું ગુજરાતી હવે ઘણું સારું છે. તારે હવે થોડા વખતમાં ગુજરાત જવું જોઈએ. |
| હેલન | મારી મા નાતાલમાં મારે ત્યાં આવે છે તેથી મારે અહીં રહેવું પડશે. |
| અલી | હા, કારણ કે ઉનાળામાં મને રજા મળે છે. પણ ત્યારે ત્યાં ભારે ગરમી હોય છે. તારે શિયાળામાં જવું જોઈએ. |

| | |
|---|---|
| **Alī** | **tārī sāthe lāvje ne! majhā āvśe!** |
| **Helen** | **māre javuṃ che. āvtā varse huṃ javā dhāruṃ chuṃ. tuṃ unāḷāmāṃ jāy che ne?** |
| **Alī** | **tāruṃ gujarātī have ghaṇuṃ sāruṃ che. tāre have thoḍā vakhtmāṃ Gujarāt javuṃ joīe.** |
| **Helen** | **mārī mā nātālmāṃ māre tyāṃ āve che tethī** |

| | |
|---|---|
| | **māre ahīṃ rahevuṃ paḍśe.** |
| **Alī** | **hā, kāraṇ ke unāḷāmāṃ mane rajā maḷe che. paṇ tyāre tyāṃ bhāre garmī hoy che. tāre śiyāḷāmāṃ javuṃ joie.** |

ઉનાળો (m.) **unāḷo** *summer*
નાતાલ (f.) **nātāl** *Christmas*
ભારે **bhāre** *very, heavy,* etc.
શિયાળો (m.) **śiyāḷo** *winter*

**D** Leela is offering Meena advice. Complete the dialogues using the correct form of the word in brackets.

| | |
|---|---|
| **1** મીના | માશી, મારે નવાં કપડાં (ખરીદવું). |
| *Meena* | *Auntie, I want some new clothes.* |
| **2** લીલા | તારે ભારતીય કપડાં (પહેરવું). |
| *Leela* | *You should wear Indian clothes.* |
| **3** મીના | કાલે મારે બજારે (જવું). |
| *Meena* | *I want to go to the market tomorrow.* |
| **4** લીલા | તારે (વહેલું) (નીકળવું). |
| *Leela* | *You should set out early in the morning.* |
| **5** મીના | મારે નીલાને (મળવું). |
| *Meena* | *I want to see Neela.* |
| **6** લીલા | અત્યારે તે ઑફિસે (જવું). |
| *Leela* | *She always goes to the office now.* |
| **7** મીના | મારે અહીં થોડી વાર (રહેવું). |
| *Meena* | *I want to stay here for a while.* |
| **8** લીલા | તારે ઘેર (પાછું) (જવું). |
| *Leela* | *You must go back home.* |

| | |
|---|---|
| **Mīnā** | **māśī, māre navāṃ kapḍāṃ (kharīdvuṃ).** |
| **Līlā** | **tāre bhāratīy kapḍāṃ (pahervuṃ).** |
| **Mīnā** | **kāḷe māre bajāre (javuṃ).** |
| **Līlā** | **tāre (vaheluṃ) (nīkaḷvuṃ).** |
| **Mīnā** | **māre Nīlāne (maḷvuṃ).** |
| **Līlā** | **atyāre te ophise (javuṃ).** |
| **Mīnā** | **māre ahīṃ thoḍī vār (rahevuṃ).** |
| **Līlā** | **tāre gher (pāchuṃ) (javuṃ).** |

## — સમજ્યા/સમજ્યાં? samjyā/samjyāṃ? —

ગામડામાં અમારે થોડી જમીન છે, પણ તેઓ ખેડૂત નથી. તેઓ સુથાર છે. તેઓ પોતે ખેતરનું જોઈતું કામ કરે છે. અમારા ખેતરમાં અમે મગફળીનો પાક લઈએ છીએ. ચાર વરસથી હું બૅન્કમાં નોકરી કરું છું.

હું વહેલી સવારે ઊઠું છું અને હું દાતણ કરું છું અને સ્નાન કરું છું. ઘરમાં અંબાજીનું મંદિર છે અને હું એની પૂજા કરું છું. પછી હું એમને માટે નાસ્તો તૈયાર કરું છું અને પછી હું ઑફિસ જવા નીકળું છું. હું બસમાં આવ-જા કરું છું અને રોજ બસો ચિકાર હોય છે અને લોકો બહુ ગડબડ કરે છે. રાતે હું કોઈ ચોપડી વાંચું છું અને પછી હું સૂઈ જાઉં છું.

મારો નોકરી છોડવી છે પણ ગામડામાં લોકોને બહુ ઓછા પૈસા મળે છે અને મારે બેચાર વરસ સુધી નોકરી કરવી પડે એમ છે.

Answer the following questions.

૧ આ સ્ત્રી ક્યાં રહે છે?
૨ એનો પતિ શું કામ કરે છે? વાણિયો છેય?
૩ તે મંદિરમાં શું કરે છે?
૪ બપોરે તે ઘેર જમવા આવે છે?
૫ બસમાં તે મજામાં હોય છે?
૬ તેને નોકરી ગમે છે?

**gāmḍāmāṃ amāre thoḍī jamīn che, paṇ teo kheḍūt nathī. teo suthār che. teo pote khetarnuṃ joītuṃ kām kare che. amārā khetarmāṃ ame magphaḷīno pāk laīe chīe. cār varasthī huṃ beṃkmāṃ nokrī karuṃ chuṃ.**

**huṃ vahelī savāre ūṭhuṃ chuṃ ane huṃ dātaṇ karuṃ chuṃ ane snān karuṃ chuṃ. gharmāṃ Aṃbājīnuṃ maṃdir che ane huṃ enī pūjā karuṃ chuṃ. pachī huṃ emne māṭe nāsto taiyār karuṃ chuṃ ane pachī huṃ ophis javā nīkaḷuṃ chuṃ. huṃ basmāṃ āv-jā karuṃ chuṃ ane roj baso cikār hoy che ane loko bahu garbaḍ kare che. rāte huṃ koī copḍī vāṃcuṃ chuṃ ane pachī huṃ sūī jāuṃ chuṃ.**

**māre nokrī choḍvī che paṇ gāmḍāmāṃ lokone bahu ochā paisā maḷe che ane māre becār varas sudhī nokrī karvī paḍe em che.**

Answer the following questions.

1 **ā strī kyāṃ rahe che?**
2 **eno pati śuṃ kām kare che? vāṇiyo che?**
3 **te maṃdirmāṃ śuṃ kare che?**
4 **bapore te gher jamvā āve che?**
5 **basmāṃ te majāmāṃ hoy che?**
6 **tene nokrī game che?**

ગામડું (n.) **gāmḍuṃ** *village*
જમીન (f.) **jamīn** *land, ground, floor*
તેઓ **teo** *he* (i.e., my husband)
ખેડૂત (m.) **kheḍūt** *farmer, peasant*
ખેતર (n.) **khetar** *field*
જોઈતું **joītuṃ** *necessary*
મગફળી (f.) **magphaḷī** *groundnut, peanut*
પાક (m.) **pāk** *crop*
વરસ (n.) **varas** *year*
દાતણ કરવું **dātaṇ karvuṃ** *to clean one's teeth*
સ્નાન કરવું **snān karvuṃ** *to take a bath*
અંબાજી **Aṃbājī** *Ambaji, Mother Goddess*
મંદિર (n.) **maṃdir** *temple, area of worship in the house*
પૂજા (f.) **pūjā** *worship*
ઑફિસ (f.) **ophis** *office*
નીકળવું **nīkaḷvuṃ** *to set out, depart*
બસ (f.) **bas** *bus*
આવ-જા **āv-jā karvī** *to commute*
ચિકાર **cikār** *crowded*
ગરબડ (f.) **garbaḍ** *noise*
સૂઈ જવું **sūī javuṃ** *to go to bed*
છોડવું **choḍvuṃ** *to leave*
એમ છે **em che** *that's the way it is*
વાણિયો (m.) **vāṇiyo** *merchant, Bania*

## ગુજરાત અને ગુજરાતીઓ gujarāt ane gujarātīo

In many Hindu households in Gujarat, there is a મંદિર **maṃdir** or area kept for worship. In India, wealthy families may keep a whole room for this purpose, whereas others will designate an area of another room. The family will keep pictures or images of gods here and burn incense and offer food to the gods. Pictures may include those of Aṃbājī (the mother goddess), Māhadeva (Śiva), Viṣṇu in his incarnation of Rāma or Kṛṣṇa, the saint Jalarām or the leaders of the Swāminārāyaṇ sect.

You will have noticed by now that there are many English words in Gujarati, such as સૂટ **sūṭ** or હોટેલ **hoṭal** in the first dialogue in this unit. It is clear that some of these words came into Gujarati because they are words for western ideas or artefacts such as ટ્રેન **ṭren** *train,* while there are less clear reasons for the widespread use of words such as the English રૂમ **rūm** *room,* for which there are perfectly adequate Gujarati words. In the UK you will hear many more speakers using English words, although they may make an effort not to do so. As a friend of mine said: 'અહીં (*in England*) અમે ઘણા *English words use* કરીએ છીએ.' **(ahīṃ ame ghaṇā** *English words use* **karīe chīe.)**

When you are practising talking with a Gujarati speaker, it is a good idea to use an English word if you don't know the Gujarati equivalent. You may find that the other person will suggest the Gujarati word, but at least it will allow you to keep the conversation going.

# 6

# હું ભારત ગયો HUṂ BHĀRAT GAYO

*I went to India*

***In this unit you will learn how to***

talk about a visit to India
talk about what you did on your visit
talk about what you did today
talk about a visit to a friend
give directions

## વાતચીત ૧ vātcīt 1

### હું ભારત ગયો **huṃ Bhārat gayo** *I went to India*

Sameer Shah has just come back to Coventry after his first visit to India. He meets his mother's friend, Leelaben Patel, in the market.

| | |
|---|---|
| લીલા | કેમ છે, સમીર? ઘણા દિવસથી આપણે નથી મળ્યાં. |
| સમીર | હું દેશ ગયો હતો. હું પરમ દિવસે જ પાછો આવ્યો. |

| | |
|---|---|
| લીલા | સારું. તું દેશમાં ક્યાં ગયો હતો? |
| સમીર | હું લંડનથી મુંબઇ ગયો હતો. હું વહેલી સવારે પહોંચ્યો તેથી હું પહેલી રાતે હોટેલમાં રહ્યો. બીજે દિવસે હું ત્યાંથી આગગાડીમાં વડોદરા ગયો અને હું કાકાને ત્યાં રહ્યો. |
| લીલા | એમનું ઘર કેવું લાગે છે? સરસ છે? |
| સમીર | બહુ જ સરસ છે. જૂનું અને ઊંચું છે. છાપરા પરથી આખું જૂનું શહેર દેખાય છે. તેઓ મોદી છે અને એમની નાની દુકાન આધુનિક નથી. અમારી લંડનની દુકાન એકદમ જુદી છે. |
| લીલા | હા, અહીં આપણે કૉમ્પ્યુટર વગેરે વાપરીએ છીએ. તે લોકો લાકડાની પેટીમાં રૂપિયા રાખે છે અને ચોપડામાં હિસાબ લખે છે. આ બધું તને કેવું લાગ્યું? |
| સમીર | એવી જુદી વ્યવસ્થા મને સરસ લાગી. ત્યાં મને આનંદ આવ્યો. થોડા દિવસ પછી હું રાજકોટ ગયો. |
| લીલા | રાજકોટમાં તું તારી માશીને મળ્યો? |
| સમીર | હા, હું સુરેશમામાને ત્યાં રહ્યો. તેઓ બન્ને મને શહેર જોવા લઇ ગયાં. હું મોટા ભાઇને માટે ટોપી અને બહેનને માટે થોડી સાડીઓ લઇ આવ્યો. |
| લીલા | સાડીઓ તારી બહેનને ગમી? |
| સમીર | હા, સૌ ગમી, પરંતુ અહીં બહુ ઓછી વાર સાડીઓ પહેરે છે. |
| લીલા | તો દેશમાં મઝા આવી? |
| સમીર | હા, ખૂબ, પણ ગરમીને કારણે કોઇ પણ દિવસે મને ભૂખ નહિ લાગી. પાણી ખરાબ હતું અને હું માંદો પડ્યો અને ઇસ્પિતાલમાં જવું પડ્યું. |
| લીલા | ઓ બાપ રે બાપ! હવે તો તારી તબિયત સારી છે? |
| સમીર | હા, ભગવાનની કૃપા, પણ હું પાતળો થયો ને? |
| લીલા | ના, મને એમ નથી લાગતું. તું એકદમ સારો લાગે છે. ઓહો, હવે મને તારી વાતની સમજ પડી! તું મજાક કરે છે! ચાલ, મારે ત્યાં નાસ્તો કરવા આવજે! |

| | |
|---|---|
| **Līlā** | **kem che, Samīr? ghaṇā divasthī āpṇe nathī maḷyāṃ.** |
| **Samīr** | **huṃ deś gayo hato. huṃ param divase j pācho āvyo.** |
| **Līlā** | **sāruṃ. tuṃ deśmāṃ kyāṃ gayo hato?** |
| **Samīr** | **huṃ Laṃḍanthī Muṃbai gayo hato. huṃ vehelī savāre pahoṃcyo tethī huṃ pahelī rāte hoṭelmāṃ rahyo. bīje divase huṃ tyāṃthī āggāḍīmāṃ Vaḍodrā gayo ane huṃ kākāne tyāṃ rahyo.** |

**Līlā** emnuṃ ghar kevuṃ lāge che? saras che?

**Samīr** bahu j saras che. jūnuṃ ane ūṃcuṃ che. chāprā parthī ākhuṃ jūnuṃ śaher dekhāy che. teo modī che ane emnī nānī dukān ādhunik nathī. amārī Laṃḍannī dukān ekdam judī che.

**Līlā** hā, ahīṃ āpṇe kampyuṭar vagere vāparīe chīe. te loko lākḍānī peṭīmāṃ rūpiyā rākhe che ane copḍāmāṃ hisāb lakhe che. ā badhuṃ tane kevuṃ lāgyuṃ?

**Samīr** evī judī vyavasthā mane saras lāgī. tyāṃ mane ānaṃd āvyo. thoḍā divas pachī huṃ Rājkoṭ gayo.

**Līlā** Rājkoṭmāṃ tuṃ tārī māśīne maḷyo?

**Samīr** hā, huṃ Sureśmāmāne tyāṃ rahyo. teo banne mane śaher jovā laī gayāṃ. huṃ moṭā bhāīne māṭe ṭopī ane bahenne māṭe thoḍī sāḍīo laī āvyo.

**Līlā** sāḍīo tārī bahenne gamī?

**Samīr** hā, sau gamī, paraṃtuṃ ahīṃ bahu ochī vār sāḍīo pahere che.

**Līlā** to deśmāṃ majhā āvī?

**Samīr** hā, khūb, paṇ garmīne kāraṇe koī paṇ divase mane bhūkh nahi lāgī. pāṇī kharāb hatuṃ ane huṃ māṃdo paḍyo ane ispitālmāṃ javuṃ paḍyuṃ.

**Līlā** o bāp re bāp! have to tārī tabiyat sārī che?

**Samīr** hā, Bhagvānnī kṛpā, paṇ huṃ pātḷo thayo ne?

**Līlā** nā, mane em nathī lāgtuṃ. tuṃ ekdam sāro lāge che. oho, have mane tārī vātnī samaj paḍī! tuṃ majāk kare che. cāl, māre tyāṃ nāsto karvā āvje!

---

ઘણા દિવસથી આપણે નથી મળ્યાં **ghaṇā divasthī āpṇe nathī maḷyāṃ** *we haven't met for a long time*
હું દેશ ગયો હતો **huṃ deś gayo hato** *I went to India*
હું પરમ દિવસે જ પાછો આવ્યો **huṃ param divase j pācho āvyo** *I came back only the day before yesterday*
હું પહોંચ્યો **huṃ pahoṃcyo** *I arrived*

---

હું પહેલી રાતે હોટેલમાં રહ્યો **huṃ pahelī rāte hoṭelmāṃ rahyo** *I stayed in a hotel on the first night*
બીજે દિવસે **bīje divase** *the next day*
ત્યાંથી **tyāṃthī** *from there*
આગગાડીમાં **āggāḍīmāṃ** *in the train, by train*
વડોદરા **Vaḍodrā** *Vadodara, Baroda*
ઊંચું **uṃcuṃ** *high*
છાપરા પરથી **chāprā parthī** *from* (on top of) *the roof*
આખું **ākhuṃ** *whole*
શહેર દેખાય છે **śaher dekhāy che** the city can be seen, you can see the city
મોદી (m.) **modī** *grocer*
આધુનિક **ādhunik** *modern*
એકદમ **ekdam** *completely*
વાપરવું (tr.) **vāparvuṃ** *to use*
લાકડાની પેટી (f.) **lākḍānī peṭī** *wooden box*
તેઓ ચોપડામાં હિસાબ લખે છે **teo copḍāmāṃ hisāb lakhe che** *they keep their accounts in ledgers*
આ બધું તને કેવું લાગ્યું? **ā badhuṃ tane kevuṃ lāgyuṃ?** *what did you think about all this?*
વ્યવસ્થા (f.) **vyavasthā** *arrangements*
રાજકોટ **Rajkoṭ** *Rajkot*
બન્ને **banne** *both*
તેઓ મને શહેર જોવા લઇ ગયાં **teo mane śaher jovā laī gayāṃ** *they took me to see the city*
ટોપી (f.) **ṭopī** *hat*
લઇ આવવું (tr.) **laī āvvuṃ** *to bring*
સૌ **sau** *all*
પરંતુ **paraṃtu** *but*
બહુ ઓછી વાર **bahu ochī vār** *seldom*
કોઇ પણ દિવસે **koī paṇ divase** *on any day at all*
હું માંદો પડ્યો **huṃ māṃdo paḍyo** *I fell ill*
ઓ બાપ રે બાપ! **o bāp re bāp!** *oh no!*
હવે તો તારી તબિયત સારી છે? **have to tārī tabiyat sārī che?** *but now your health is OK, isn't it?*
ભગવાનની કૃપા **Bhagvānnī kṛpā** (lit. the mercy of God) *thank God!*

હું પાતળો થયો **huṃ pātḷo thayo** *I became thin*
ઓહો **oho** *oh,* etc.
મને તારી વાતની સમજ પડી **mane tārī vātnī samaj paḍī** *I understand what you're saying*
તું મજાક કરે છે **tuṃ majāk kare che** *you are joking*
નાસ્તો કરવો **nāsto karvo** *to have breakfast/a snack*

True or false? Correct and rewrite the following sentences.

૧ સમીર પહેલી વાર પાકિસ્તાન ગયો.
૨ સમીર મુંબઈથી ભાવનગર ગયો.
૩ ભારતમાં સમીરની તબિયત સારી હતી.

Answer the following questions.

૪ સમીરને ભારત ગમ્યો?
૫ સમીર કેમ મજાક કરે છે?

**1 Samīr pahelī vār Pākistān gayo.**
**2 Samīr Muṃbaīthī Bhāvnagar gayo.**
**3 Bhāratmāṃ Samīrnī tabiyat sārī hatī.**
**4 Samīrne Bhārat gamyo?**
**5 Samīr kem majāk kare che?**

## વ્યાકરણ vyākaraṇ

### 1 Perfective verbs: the simple past

#### Intransitive and semi-transitive verbs

We met the past tense of the verb *to be* in Unit 2, grammar point 1 (હતું **hatuṃ**). This form is used for incompleted or habitual verbal action. It is called the imperfective because it is not concerned with the perfection or completion of an action. It is clear that in the case of forms like *I was* there is no question of the action being completed. However, when the action of a verb *is* completed, you need to use a different past tense (a perfective). So the English *I was going, I used to go* are imperfective forms; *I went* is a perfective form.

A perfective verb is formed by adding the ending યું **yuṃ** to the root of the verb, that is, the verb without the ending વું **vuṃ.** The ending યું is added to the last consonant of the root to form a conjunct consonant. This ending follows the same pattern as a variable adjective, although you should note that the feminine is formed by adding ઈ to the root without ય **y**. For example:

| | |
|---|---|
| આવવું | **āvvuṃ** *to come* |
| આવ્યો | **āvyo** (m.) |
| આવી | **āvī** (f.) |
| આવ્યું | **āvyuṃ** (n.) |

The negative used with this form is નહિ **nahi** or ન **na.**

A few verbs, such as લેવું **levuṃ** *to take* and બેસવું **besvuṃ** *to sit* form their perfectives with -ધું **dhuṃ** or -ઠું **ṭhuṃ**, for example:

લેવું **levuṃ** લીધું **līdhuṃ** *to take*
બેસવું **besvuṃ** બેઠું **beṭhuṃ** *to sit*

Most of the intransitive verbs are regular, although જવું **javuṃ** *to go* forms its simple past from the stem ગ **ga,** to give the forms ગયો **gayo,** ગઈ **gaī,** ગયું **gayuṃ,** for example:

વિજયાલક્ષ્મીબેન ઘેર ગયાં **Vijayālakṣmīben gher gayāṃ** *Vijayalakshmiben went home*

In the case of intransitive verbs, the ending agrees with the grammatical subject of the verb which appears in its independent form, for example:

| | | |
|---|---|---|
| મારો ભાઈ આવ્યો | **māro bhāī āvyo** | *my brother came* |
| તે આવી | **te āvī** | *she came* |
| છોકરું આવ્યું | **chokruṃ āvyuṃ** | *the child came* |
| સમીર માશીને મળ્યો | **Samīr māśīne maḷyo** | *Sameer met his aunt* |

Semi-transitive verbs are verbs which, although transitive in meaning, behave in the simple past like intransitive verbs. These include:

| | | |
|---|---|---|
| અડવું | **aḍvum** | *to touch* |
| ચૂકવું | **cūkvuṃ** | *to lose* (a game), *miss* (a train, etc.) |
| જમવું | **jamvuṃ** | *to eat* |
| પામવું | **pāmvuṃ** | *to receive, get; to experience* |
| બોલવું | **bolvuṃ** | *to tell* (intr. *to speak*) |
| ભણવું | **bhaṇvum** | *to study, learn* |
| ભૂલવું | **bhūlvuṃ** | *to forget* |
| લાવવું | **lāvvuṃ** | *to bring* |
| વળગવું | **vaḷgvuṃ** | *to clasp, embrace* |
| શીખવું | **śīkhvuṃ** | *to learn* |
| સમજવું | **samajvuṃ** | *to understand* |

For example:

| | | |
|---|---|---|
| વીરેન ચોપડી લાવ્યો | **Vīren copḍī lāvyo** | *Viren brought the book* |
| આનલ ગુજરાતી ભણી | **Ānal gujarātī bhaṇī** | *Aanal studied Gujarati* |

When this form appears without an auxiliary verb, it represents the simple past tense of Gujarati. This tense is used to describe an action which is completed (hence the name perfective for the ending in યું **yuṃ**). It is used for the general narrative tense, that is, the tense used to tell a sequence of events or a story; for example:

| | | |
|---|---|---|
| તે ગયો | **te gayo** | *he went* |
| શું થયું? | **śuṃ thayuṃ?** | *what happened?* |
| ગયે વરસે તે ભારત ગયો | **gaye varse te Bhārat gayo** | *he went to India last year* |

## 2 More perfective verbs: the perfect and the remote past

The perfective form with યું **yuṃ,** etc. is also used with the auxiliaries છે **che/**નથી **nathī** and હતું **hatuṃ/** ન હતું **na hatuṃ,** નહોતું **nahotuṃ.** The former is used for a present perfective, while the latter is used for the remote past:

(*a*) **Simple past** (see point 1 above), for example:

મારી બહેન ગઈ **mārī bahen gaī** *my sister went*

(*b*) **Perfect,** for example:

મારી બહેન ગઈ છે **mārī bahen gaī che** *my sister has gone*

(*c*) **Remote past,** for example:

મારી બહેન ગઈ હતી **mārī bahen gaī hatī** *my sister went*

Sentence (*a*) means *went* with no reference to present time and is used mostly as a narrative tense. Sentence (*b*) refers to a present state resulting from a previous action, and so its full meaning is *she has gone and is still not here.* Sentence (*c*) means that there has been subsequent activity after the main verb, which represents remote action, and so its full meaning is *my sister went and she has come back.*

When these tenses are used with certain verbs, the contrast between the three meanings is very clear. The most important of these verbs for you to note are: બેસવું **besvuṃ** *to sit* સૂવું **sūvuṃ** *to sleep* and પડવું **paḍvuṃ** *to lie, fall.* For example:

| | | |
|---|---|---|
| તે બેસે છે | **te bese che** | *he sits down* (i.e. *he is in the process of sitting down*) |
| તે બેઠો છે | **te beṭho che** | *he is sitting* (i.e. *he has sat down and is still sitting*) |
| તે બેઠો હતો | **te beṭho hato** | *he was sitting down* (i.e. *he had sat down and was still sitting*) |

(You will have another opportunity of looking at perfective verbs later in this unit.)

## 3 Adverbial formations

Many complex adverbials (see Unit 3, grammar point 6 and Appendix) are also used without the નું **nuṃ** ending in a purely adverbial manner. For example:

| | | |
|---|---|---|
| અંદર આવો | **aṃdar āvo** | *come in* |
| બહાર જાઓ | **bahār jāo** | *go out* |
| આગળ જાઓ | **āgaḷ jāo** | *go ahead* |
| એ નીચે રહે છે | **e nīce rahe che** | *she/he lives downstairs* |
| એ ઉપર રહે છે | **e upar rahe che** | *he/she lives upstairs* |
| આ તરફ જુઓ | **ā taraph juo** | *look this way* |
| આ બાજુ આવો | **ā bāju āvo** | *come on this side, come over here* |
| જમણી તરફ જાઓ | **jamṇī taraph jāo** | *go to the right* |
| ડાબી બાજુ જાઓ | **ḍābī bāju jāo** | *go to the left* |

Some adjectives are also used adverbially with an ending in એ **e**:

| | | |
|---|---|---|
| ધીમે | **dhīme** | *quietly, slowly* |
| ધીરે, ધીરે ધીરે | **dhīre, dhīre dhīre** | *slowly* |
| સીધા | **sīdhā** | *straight ahead* |
| ભલે | **bhale** | *good, well down! it's good that...* |

[For example:]

ભલે પધાર્યા **bhale padhāryā** *it's good that you have come, welcome!*

## વાતચીત ૨ vātcīt 2

### તમે આજે શું કર્યું? tame āje śuṃ karyuṃ? *What did you do today?*

Leela and Prabodh Parikh live in the suburbs of Bombay, but Leela teaches in a women's university in the town. Prabodh is asking her about her day.

| | |
|---|---|
| પ્રબોધ | લીલા, તું ક્યાં ગઇ? શું કરે છે? |
| લીલા | સવારથી હું કામ કરું છું. સવારે મેં નાસ્તો તૈયાર કર્યો. નિશાએ દૂધ નહિ પીધું અને નિમિષે કશું ખાધું નહિ. બાઇ આવી અને તે પછી હું નીકળી. હું ટ્રેન ચૂકી અને બસમાં ઘણા લોકો હતા તેથી મને જગ્યા નહિ મળી. |
| પ્રબોધ | યુનિવર્સિટીમાં શું થયું? |
| લીલા | પરમ દિવસે વિદ્યાર્થિનીઓએ પરીક્ષા આપી. તો તેઓ બહાર ગઇ. ગઇ કાલે મેં બૅન્કમાંથી ઓછા પૈસા લીધા તો મારે આજે ફરીથી જવું પડ્યું. કોઇએ તમને આજના સમાચાર કહ્યા? |
| પ્રબોધ | કયા સમાચાર? ચોરી અંગેના? મેં છાપામાં વાંચ્યા. |
| લીલા | તો કેમ તમે મને આ વાત જણાવી નહિ? |
| પ્રબોધ | કારણ કે મેં અત્યારે જ આ વાત વાંચી. કોઇએ તને બધી હકીકત કહી? |
| લીલા | ના. શું થયું? |
| પ્રબોધ | એક ચોર બૅન્ક ઑફ ઇન્ડિયામાં ગયા. તેણે કારકુન પાસે પૈસા માગ્યા. કારકુને ના પાડી અને તોફાન થયું. કારકુને ચોરને જમીન પર પછાડ્યો. પછી પોલીસે ચોરને પકડ્યો. |
| લીલા | ખરેખર? તમે આજે શું કર્યું? તમે ચોપડી વાંચી? |
| પ્રબોધ | ના, મેં એક બહુ સરસ ફિલ્મ જોઇ. |
| લીલા | ઠીક! આરામ કરો. તમે કેટલું બધું કામ કર્યું! |

| | |
|---|---|
| **Prabodh** | **Līlā, tuṃ kyāṃ gaī? śuṃ kare che?** |
| **Līlā** | **savārthī huṃ kām karuṃ chuṃ. savāre meṃ nāsto taiyār karyo. Niśāe dūdh nahi pīdhuṃ ane Nimiṣe kaśuṃ khādhuṃ nahi. bāī āvī ane te pachī huṃ nīkaḷī. huṃ ṭren cūkī ane basmāṃ ghaṇā loko hatā tethī mane jagyā nahi maḷī.** |

**Prabodh** yunivarsiṭīmaṃ śuṃ thayuṃ?

**Līlā** param divase vidyārthinīoe parīkṣā āpī. to teo bahār gaī. gaī kāle meṃ beṃkmāṃthī ochā paisā līdhā to māre āje pharīthī javuṃ paḍyuṃ. koīe tamne ājnā samācār kahyā?

**Prabodh** kayā samācār? corī aṃgenā? meṃ chāpāmāṃ vāṃcyā.

**Līlā** to kem tame mane ā vāt jaṇāvī nahi?

**Prabodh** kāraṇ ke meṃ atyāre j ā vāt vāṃcī. koīe tane badhī hakīkat kahī?

**Līlā** nā. śuṃ thayuṃ?

**Prabodh** ek cor Beṃk oph Inḍiyāmāṃ gayo. teṇe kārkun pāse paisā māgyā. kārkune nā pāḍī ane tophān thayuṃ. kārkune corne jamīn par pachāḍyo. pachī polīse corne pakḍyo.

**Līlā** kharekhar? tame āje śuṃ karyuṃ? tame copḍī vāṃcī?

**Prabodh** nā, meṃ ek bahu saras philm joī.

**Līlā** ṭhīk! ārām karo. tame keṭluṃ badhuṃ kām karyuṃ!

પીધું **pīdhuṃ** perfective of પીવું **pīvuṃ** *to drink*
ખાધું **khādhuṃ** perfective of ખાવું **khāvuṃ** *to eat*
બાઈ (f.) **bāī** *woman, servant*
ચૂકવું (intr.) **cūkvuṃ** *to miss* (train)
જગ્યા (f.) **jagyā** *place*
પરીક્ષા આપવી **parīkṣā āpvī** to *sit an exam*
તેઓ બહાર ગઈ **teo bahār gaī** *they've gone away*
સમાચાર (m.pl.) **samācār** *news*
ચોરી (f.) **corī** *theft*
મેં છાપામાં વાંચ્યા **meṃ chāpāmāṃ vāṃcyā** *I read it* (i.e. the news) *in the newspaper*
જણાવવું (tr.) **jaṇāvvum** *to inform*
હકીકત (f.) **hakīkat** *fact, news, detailed account*
ચોર (m.) **cor** *thief*
તેણે કારકુન પાસે પૈસા માગ્યા **teṇe kārkun pāse paisā māgyā** *he asked the clerk for money*

ના પાડવી **nā pādvī** *to refuse*
તોફાન (n.) **tophān** *storm; fight*
પછાડવું (tr.) **pachāḍvuṃ** *to knock down*
પોલીસ (m.) **polīs** *police*
પકડવું (tr.) **pakaḍvuṃ** *to catch*
ખરેખર? **kharekhar?** *really?*
ફિલ્મ (f.) **philm** *film, movie*
ઠીક! **ṭhīk!** *OK!*
આરામ કરવો **ārām karvo** *to take rest*

True or false? Correct and rewrite the following sentences.

૧ આજે લીલાએ કશું કામ ન કર્યું.
૨ લીલા બસમાં આવ-જા કરે છે.
૩ કારકુને ચોરને પૈસા આપ્યા.

Answer the following questions.

૪ લીલાને કેમ બૅન્કમાં જવું પડ્યું?
૫ આજે પ્રબોધે શું કર્યું?

**1 āje Līlāe kaśuṃ kām na karyuṃ.**
**2 Līlā basmāṃ āv-jā kare che.**
**3 kārkune corne paisā āpyā.**
**4 Līlāne kem beṃkmāṃ javuṃ paḍyuṃ?**
**5 āje Prabodhe śuṃ karyuṃ?**

## વ્યાકરણ vyākaraṇ

### 4 More perfective verbs: transitive verbs

Transitive verbs form their simple past in the same way as intransitives, the difference being in the sentence structure. The subject does not appear in the independent form but has an agential suffix એ **e** added (see point 5 below), and the verb agrees with its direct object. For example:

બાપે દીકરીને ફૂલ આપ્યું **bāpe dīkrīne phūl āpyuṃ** *the father* (agent) *gave his daughter* (indirect object) *a flower* (direct object).

The verb here agrees with the neuter singular ફૂલ **phūl,** the direct object of the verb. Note the agential ending એ **e,** added to બાપ **bāp.**

Also: મેં ફિલ્મ જોઈ **meṃ philm joī** *I saw a film*

The verb here agrees with the feminine singular ફિલ્મ **philm,** the direct object of the verb. મેં **meṃ** is the agential form of the first person singular pronoun.

## 5 More pronouns and nouns as agents

In addition to the forms given in Unit 5, grammar point 2, there are further agential forms of pronouns which are used as agents with the simple past of transitive verbs. Most of these are formed by adding એ **e** to the independent form of the pronoun (કોઈએ **koīe,** કોણે **koṇe,** આપે **āpe,** તેઓએ **teoe**). Some pronouns, whose independent forms end in એ **e**, are the same in the agential form (અમે **ame,** આપણે **āpṇe,** તમે **tame**). The singular pronouns have the special forms મેં **meṃ,** તેં **teṃ.**

| | Agential forms of the pronoun with verbs of need, necessity and wanting | | Agential forms of pronoun with past tenses in યું **yuṃ** | |
|---|---|---|---|---|
| **Singular** | | | | |
| First person | મારે | **māre** | મેં | **meṃ** |
| Second person | તારે | **tāre** | તેં | **teṃ** |
| Third person | તેણે | **teṇe** | તેણે | **teṇe** |
| | એણે | **eṇe** | એણે | **eṇe** |
| | આણે | **āṇe** | આણે | **aṇe** |
| | કોઈએ | **koīe** | કોઈએ | **koīe** |
| | કોણે | **koṇe** | કોણે | **koṇe** |

| **Plural** | | | | |
|---|---|---|---|---|
| First person | અમારે | **amāre** | અમે | **ame** |
| Second person | આપણે | **āpṇe** | આપણે | **āpṇe** |
| Third person | તમારે | **tamāre** | તમે | **tame** |
| | આપે | **āpe** | આપે | **āpe** |
| | તેઓએ | **teoe** | તેઓએ | **teoe** |
| | તેમણે | **temṇe** | તેમણે | **temṇe** |
| | એમણે | **emṇe** | એમણે | **emṇe** |

There are also agential forms of nouns. These add the agential ending એ **e** to the base form or to the stem form, for example:

| | | |
|---|---|---|
| છોકરે મને ચોપડી આપી | **chokre mane copḍī āpī** | *the boy gave me the book* |
| છોકરાએ મને ચોપડી આપી | **chokrāe mane copḍī āpī** | *the boy gave me the book* |
| પુરુષોએ કશું કામ ન કર્યું | **puruṣoe kaśuṃ kām na karyuṃ** | *the men did not do any work* |

Possessive adjectives agreeing with nouns with the agential ending can occur in the base form with એ **e** or in the dependent form, for example:

| | | |
|---|---|---|
| તમારે છોકરે મને ચોપડી આપી | **tamāre chokre mane copḍī apī** | *your boy gave me the book* |
| તમારા છોકરે મને ચોપડી આપી | **tamārā chokre mane copḍī apī** | *your boy gave me the book* |
| તમારા છોકરાએ મને ચોપડી આપી | **tamārā chokrāe māne copḍī āpī** | *your boy gave me the book* |

## 6 Notes on gender

Some nouns have masculine/neuter forms and feminine forms to contrast large or coarse (masculine/neuter) with small or fine (feminine):

| | | | | | |
|---|---|---|---|---|---|
| ચોપડો | **copḍo** | *ledger* | ચોપડી | **copḍī** | *book* |
| રોટલો | **roṭlo** | *thick bread* | રોટલી | **roṭlī** | *thin bread* |
| માટલું | **māṭluṃ** | *big earthen pot* | માટલી | **māṭlī** | *small earthen pot* |
| ગાડું | **gāḍuṃ** | *cart* | ગાડી | **gāḍī** | *carriage, motor car* |

## 7 Expressions for now

Gujarati has three words for *now,* હવે **have,** હમણાં **hamṇāṃ** and અત્યારે **atyāre.** These all have slightly different meanings and cannot be used interchangeably like English *now.*

(*a*) અત્યારે **atyāre** means *now, right now,* for example:

અત્યારે મારે જવું જોઈએ **atyāre māre javuṃ joīe** *I must go right now*

(*b*) હવે **have** means *now, right now* after something else has happened, for example:

| | | |
|---|---|---|
| તમે હવે ક્યાં જાઓ છો? | **tame have kyāṃ jāo cho?** | *where are you going now?* |
| મારે હવે જવું જોઈએ | **māre have javuṃ joīe** | *I must go now* |
| તેઓ માંદા હતા પણ હવે તેઓ સાજા થયા છે | **teo māṃdā hatā paṇ have teo sājā thayā che** | *he was ill but now he is well* |
| તેઓ ગયા છે. હવે હું મજામાં છું | **teo gayā che. have huṃ majāmāṃ chuṃ** | *he has gone. Now I am happy* |

(*c*) હમણાં **hamṇāṃ** means *now, these days* without reference to any specific time, for example:

નાણપણમાં તેઓ માંદા હતા. હમણાં તેઓ સાજા છે. **nāṇpaṇmāṃ teo māṃdā hata. hamṇāṃ teo sājā che** *in his childhood he was ill. Nowadays he is well*

## અભ્યાસ abhyās

Read this postcard form Farook to a friend in London

અત્યારે હું વડોદરામાં છું. ગયે અઠવાડિયે હું ગુજરાત
પહોંચ્યો હતો. હું રાજકોટ ગયો હતો અને ત્યાંથી હું
ભાવનગર ગયો હતો. આવતે અઠવાડિયે હું મુંબઈ
જઈશ અને ત્યાંથી પાછો આવીશ. મારે પાછા આવવું
નથી! અહીં ખૂબ મઝા આવે છે- મારે ફરીથી આવવું છે-
તું મારી સાથે આવશે ને?

**atyāre huṃ Vaḍodrāmāṃ chuṃ. gaye aṭhvāḍiye huṃ Gujarāt pahoṃcyo hato. huṃ Rājkoṭ gayo hato ane tyāṃthī huṃ Bhāvnagar gayo hato. āvte aṭhvāḍiye huṃ Mumbaī jaiś ane tyāṃthī huṃ pācho āvīś. māre pāchā āvvuṃ nathī! ahīṃ khūb majhā āve che - māre pharīthī āvvuṃ che - tuṃ marī sāthe āvśe ne?**

**Fārūk**

Answer the following questions in Gujarati.

૧ ફારૂક ગુજરાતમાં કેટલાં અઠવાડિયાં રહ્યો?
૨ ફારૂક ક્યા શહેરોમાં રહ્યો?
૩ એને ભારત ગમ્યો?
૪ એણે ગુજરાત ફરીથી જવું છે?
૫ તમે ક્યારેય ગુજરાત ગયા છો?

1 **Phārūk Gujarātmāṃ keṭlā divaso rahyo?**
2 **Phārūk kayāṃ śaheromāṃ rahyo?**
3 **ene Bhārat gamyo?**
4 **eṇe Gujarāt pharīthī javuṃ che?**
5 **tame kyārey Gujarāt gayā cho?**

| |
|---|
| ક્યારેય **kyārey** *ever* |

**B** Correct and rewrite the following sentences. Pay special attention to transitive and agential (એ **e**) forms.

૧ લીલા પરમ દિવસે એના ભાઈ જોઈ.
૨ કોણ તમને આ ખબર કહ્યું?
૩ તમે આ ચોરીની બાબતમાં કંઈ વાંચ્યા?
૪ તું એની વાત સાંભળ્યો?
૫ નીલાએ મારા ભાઈને નથી મળી.

**1 Līlā param divase enā bhāī joī.**
**2 koṇ tamne ā khabar kahyuṃ?**
**3 tame ā corīnī bābatmāṃ kaṃī vāṃcya?**
**4 tuṃ enī vāt sāṃbhaḷyo?**
**5 Nīlāe mārā bhāīne nathī maḷī.**

| | |
|---|---|
| ની બાબતમાં **nī bābatmāṃ** *in the matter of, concerning* | |

**C** Fill in your part of the following dialogue.

| | |
|---|---|
| અલી | કેમ છે? ઘણા દિવસથી આપણે નથી મળ્યા. |
| **Alī** | **kem che? ghaṇā divasthī āpṇe nathī maḷyā.** |
| *You* | *Say you are pleased to see him. Say you haven't seen (met) him since last year.* |
| અલી | મને ખબર છે. તું ક્યાં ગયો હતો? |
| **Alī** | **mane khabar che. tuṃ kyāṃ gayo hato?** |
| *You* | *Tell him you want to India and you came back the day before yesterday.* |
| અલી | મને તારો કાગળ હજી પણ મળ્યો નથી. |
| **Alī** | **mane tāro kāgaḷ hajī paṇ maḷyo nathī.** |
| *You* | *Tell him you are sorry and you know that you are very lazy.* |
| અલી | હું મજાક કરું છું. આજે તમારે કંઈ કામ કરવું પડશે? |
| **Alī** | **huṃ majāk karuṃ chuṃ. āje tamāre kaṃī kām karvuṃ paḍśe?** |
| *You* | *Tell him nothing special. Ask him why.* |
| અલી | મારા કાકા અમદાવાદથી આવ્યા છે. તું મારી સાથે ઘેર આવજે! |
| **Alī** | **mārā kākā Amdāvādthī āvyā che. tuṃ mārī sāthe gher āvje!** |
| *You* | *Say yes, you'd like to.* |

હજી પણ **hajī paṇ** *until now*

**D** Complete the text below using the correct form of the verb. The infinitive (વું **vuṃ**) form is given in brackets. Before you do this exercise, you may wish to revise the sections on the use of the past tenses, paying particular attention to the imperfect (હતું **hatuṃ** - Unit 2, grammar point 1), the simple past (ગયો **gayo,** etc. - point 1 above) and the remote past (ગયો હતો **gayo hato,** etc. - point 2 above).

શ્રીમતી પટેલ મોડાં (જાગવું) અને ખુશ ન (હોવું). બસ ભરચક (હોવું) અને એક છોકરો એમની સાડી પર ઊભો (રહેવું) અને એણે માફી ન (માગવું). એ શાકમારકેટ (જવું), શાકભાજી વાસી (હોવું). એમનાં સેક્રેટરી ગુસ્સે (હોવું) કારણ કે કૉમ્પ્યુટર બગડી (જવું). જોકે સાંજે એમના મિત્રે એક નવી ફિલ્મ જોવા એમને (બોલાવવું) તેથી શ્રીમતી પટેલી આનંદમાં (આવવું).

**Śrīmatī Paṭel moḍāṃ (jāgvuṃ) ane khuś na (hovuṃ). bas bharcak (hovuṃ) ane ek chokro emnī sāḍī par ūbho (rahevuṃ) ane eṇe māphī na (māgvuṃ). e śākmārkeṭ (javuṃ), śākbhājī vāsī (huvuṃ). emnāṃ sekreṭarī gusse (hovuṃ) kāraṇ ke kampyuṭar bagḍī (javuṃ). joke sāṃje emnā mitre ek navī philm jovā emne (bolāvvuṃ) tethī Śrīmatī Paṭel ānaṃdmāṃ (āvvuṃ).**

જાગવું **jāgvuṃ** *to wake up*
ભરચક **bharcak** *full*
ઊભું **ūbhuṃ** *standing*
માફી માગવી **maphī māgvī** *to apologise*
શાકમારકેટ (f.n.) **śākmārkeṭ** *vegetable market*
શાકભાજી (n.pl.) **śākbhājī** *vegetables*
વાસી **vāsī** *stale, old*
સેક્રેટરી (f.) **sekreṭarī** *secretary*
બગડી જવું (intr.) **bagḍī javuṃ** *to become broken*
જોકે **joke** *although*

**E** Complete the following dialogue by translating the English phrases in brackets into Gujarati.

માઈક — સાંભળો ભાઈ, હું હરે કૃષ્ણ હરે રામનું મંદિર શોધું છું. એ (*in which direction*) છે?

નટુભાઈ — જુઓ (*on the right side*) પોસ્ટ ઑફિસ છે. (*Opposite you*) જુહુ બજાર છે. (*Straight ahead*) જાઓ અને બજારમાં પહેલાં (*left side*) જાઓ. તમે હિંદુ ધર્મમાં વિશ્વાસ ધરાવો છો?

માઈક — ના, ભાઈ, હું ખ્રિસ્તી છું પણ લોકો કહે છે કે ત્યાંનું ખાવાનું બહુ સરસ છે અને એ લોકો બહુ માયાળુ છે.

**Māīk** — **sāṃbhaḷo bhāī, huṃ Hare Kṛṣṇa Hare Rāmnuṃ maṃdir śodhuṃ chuṃ. e** (*in which direction*) **che?**

**Naṭubhāī** — **juo,** (*on the right side*) **posṭ ophis che.** (*Opposite you*) **Juhu bajār che.** (*Straight ahead*) **jāo ane bajār pehelāṃ** (*left side*) **jāo. tame Hiṃdu dharmmāṃ viśvās dharāvo cho?**

**Māīk** — **nā, bhāī, huṃ Khristī chuṃ paṇ loko kahe che ke tyāṃnuṃ khāvānuṃ bahu saras che ane e loko bahu māyāḷu che.**

તરફ (f.) **taraph** *direction*
બાજુ (f.) **bāju** *side, direction*
જમણું **jamṇuṃ** *right*
સામું **nīsmuṃ** *opposite*
સીધું **sīdhuṃ** *straight ahead*
ડાબું **ḍābuṃ** *left*
ડાબી બાજુમાં **ḍābī bājumāṃ** *on the left side*

The Bombay suburb of Juhu was a resort for Bombay until the 1960s and 1970s when it became the fashionable place to live for Bombay's enormous film industry. It is well known that India produces more films than any other country in the world, and the two main centres of the industry are Madras, where films in the languages of the south are produced, and Bombay, where the Hindi films are produced.

The Hare Krishna Hare Rama temple is something of a landmark in Juhu, where it attracts a large number of overseas followers of the International Society for Krishna Consciousness (ISKCON), better known in the west as the Hare Krishnas. It is also known for its excellent restaurant, which is always crowded.

## — સમજ્યા/સમજ્યાં? samjyā/samjyāṃ? —

ગઈ કાલે મારા ખાસ મિત્ર તારીકે અમને જમવા બોલાવ્યા હતા. તેઓ અમારી સોસાયટીમાં રહે છે અને અમારા ફ્લૅટો સામસામે છેઃ અમે ૮ નંબરના ફ્લૅટમાં રહીએ છીએ અને તારીક ૭ નંબરના ફ્લૅટમાં રહે છે. મેં બારણા પર ટકોરા માર્યા.

| | |
|---|---|
| તારીક | સલામ અલેકુમ, કાસીમમિયાં! આવો આવો, કેમ છો? આવો નસરીન. |
| હું | વાલેકુમ સલામ! અમે મજામાં છીએ. કેમ છો? |
| તારીક | આવો, બેસો ને? મારી બેગમ અંદર છે, તે જલદી આવે છે. |
| નસરીન | હું અંદર જાઉં. મારે ખુરશીદા સાથે બહુ વાતો કરવી છે. |
| તારીક | એ લોકો અંદર બહુ જ લાંબી વાત કરશે. ચાલો, આપણે ફરવા જઈએ. |
| ખુરશીદા | હેં, મેં સાંભળ્યું! આપણે જલદી જમીશું અને પછી આપણે ચારેય જણાં પાન ખાવા જઈશું. |

અમે આ બધું જ કર્યું અને પછી અમે ખુદા હાફિજ કહી અને પોતપોતાને ઘેર પાછા ગયાં.

**gaī kāle mārā khās mitra Tārīke amne jamvā bolāvyā hatā. teo amārī sosāyaṭīmāṃ rahe che ane amārā phleṭo sāmsāme che: ame 8 naṃbarnā phleṭmāṃ rahīe chīe ane Tārīk 7 naṃbarnā phleṭmāṃ rahe che. meṃ bārṇā par ṭakorā māryā.**

| | |
|---|---|
| **Tārīk** | **salām alekum, Kāsīmmiyāṃ! āvo āvo, kem cho? āvo Nasrīn.** |
| **Huṃ** | **vālekum salām! āme majāmāṃ chīe. kem cho?** |
| **Tārīk** | **āvo, beso ne? marī begum aṃdar che, te jaldī āve che.** |
| **Nasrīn** | **huṃ aṃdar jāuṃ. māre Khurśīdā sāthe bahu vāto karvī che.** |
| **Tārīk** | **e loko aṃdar bahu j lāṃbī vāt karśe. cālo, āpṇe pharvā jaīe.** |

**Khurśīdā** **heṃ, meṃ sāṃbhaḷyuṃ! āpṇe jaldī jamīsuṃ ane pachī āpṇe cārey jaṇāṃ pān khāvā jaīśuṃ.**

**ame ā badhuṃ j karyuṃ ane pachī ame khudā hāphij kahī ane potpotāne gher pāchāṃ gayāṃ.**

True or false? Correct and rewrite the following sentences.

૧ તારીક અને કાસીમ ભાઈઓ છે.
૨ આ લોકો સાથે રહે છે.
૩ તારીકની પત્ની બહાર ગઈ હતી.

Answer the following questions.

૪ નસરીન કેમ અંદર જાય છે?
૫ આ લોકોનો ધર્મ શું છે? તેઓ કૃષ્ણ ભગવાનમાં વિશ્વાસ ધરાવે છે?

**1 Tārīk ane Kāsīm bhāīo che.**
**2 ā loko sāthe rahe che.**
**3 Tārīknī patnī bahār gaī hatī.**
**4 Nasrīn kem aṃdar jāy che?**
**5 ā lokono dharma śuṃ che? teo Kṛṣṇa Bhagvānmāṃ viśvās dharāve che?**

Write out the passage above, showing the changes that would have to be made if the characters were Hindu.

ઈસ્લામ (m.) **islām** *Islam*

પાન **pān** Paan is the leaf of the betel tree. It is filled with a number of spices and sometimes with tobacco and is eaten as a digestive after a meal. Paan is not always swallowed but is often spat out. This accounts for the red splashes you see on many public buildings in India.

## ગુજરાત અને ગુજરાતીઓ gujarāt ane gujarātīo

There is a large Gujarati Muslim minority, in both the Sunni and the Shi'a traditions. The schism between Shi'as and Sunnis over the succession to the leadership arose soon after the Prophet Mohammed's death, the former believing that his authority as Imam was passed on to his family. Various Shi'a subsects have formed due to disputes about the nature of the succession, and hence about the identity of the Imam himself. The largest of these subsects in Gujarat are the Shi'ite Bohras and the Khojas (who include the Aga Khanis and the Isna Asharis) and the Hanafite Sunni Memons.

Amongst the Khojas, the largest and best-known group are the Nizari Ismailis, who trace the succession back to the seventh Imam, Ismail, and recognise the authority of a living and visible Imam, H.H. the Aga Khan. As hereditary Imam, the Aga Khan has absolute authority over his followers in religious and social matters. Under his guidance this sect has moved in directions which are regarded as highly unorthodox by most other Muslims; they are no longer required to perform *namaz* (daily prayers), to observe the Ramadan fast, or even to undertake the *haj* (pilgrimage to Mecca).

Late in the eighteenth century, some Khojas who refused to accept the authority of the Aga Khan defected to the closely related Isna Asharia sect. This latter group are *Twelvers*, who assert that when the twelfth Imam disappeared in AD 873 he simply went into hiding, and that he will remain concealed until he reappears to herald the Day of Judgment.

By contrast, the Mustalian Ismailis, more commonly known as Bohras, believe that although God's messenger remains hidden he is to be found on earth at all times, where he lives and dies as an ordinary man and names his own successor. The

Bohras include several subgroups, including the Daudis, the Suleimanis, the Alavis and the Atba-e-Malik. The Memons, who are Sunnis rather than Shi'as and were also Lohanas before their conversion, originally came from Sindh and Kachchh, but they were among the first groups to move to the new European trading centres, first in Surat and then in Bombay.

Given their very active involvement in trade and other mercantile activities, each of these groups has established a substantial overseas diaspora. Ismaili and Bohra merchants established themselves in East Africa during the colonial period, and from there members of these two communities have moved to Britain, the United States and Canada. By contrast, the Memons' initial overseas bridgehead was in South Africa, where their descendants remain. Finally, many families from all Gujarati Muslim communities moved north to Karachi when Pakistan separated from India in 1947.

# 7

# કેટલા વાગ્યા છે? KEṬLĀ VĀGYĀ CHE?

*What's the time?*

## *In this unit you will learn how to*

count in Gujarati
tell the time
talk about the seasons
talk about possibilities and probabilities
connect phrases and sentences in a more idiomatic way

## વાતચીત ૧ vātcīt 1

### તું અહીંથી દૂર રહે છે? tuṃ ahīṃthī dūr rahe che? *Do you live far from here?*

In the students' coffee bar, Nisha Lakhani is talking to Ashish Jhaveri, who has recently come to study in London.

| | |
|---|---|
| નિશા | તું અહીંથી દૂર રહે છે? |
| આશિષ | ના, પણ મારે ટ્યૂબમાં આવવું પડે છે. |
| નિશા | તારે કેટલા વાગ્યે યુનિવર્સિટી આવવા નીકળવું પડે છે? |

| | |
|---|---|
| આશિષ | હું સવા નવની ટ્યૂબમાં આવું છું અને હું પોણા દસ વાગ્યે પહોંચું છું. સવારના વર્ગો દસ વાગ્યે શરૂ થાય છે અને પોણા વાગ્યે પૂરા થાય છે. |
| નિશા | તું કેટલા વાગ્યા સુધી અહીં રહે છે? |
| આશિષ | હું રોજ સાડા ચાર સુધી અહીં હોઉં છું. |
| નિશા | શાને માટે તું આખો દિવસ અહીં છે? |
| આશિષ | હું દોઢ વરસ જ અહીં છું તેથી આ મુદતમાં મારે બધું સંશોધન પૂરું કરવું પડશે. મેં યુ.એસ.માં અભ્યાસ કર્યો હતો અને હું થોડાં અઠવાડિયાં પહેલાં અહીં આવ્યો છું. |
| નિશા | તું લંડન જોવા ગયો નથી? |
| આશિષ | ના, મારી પાસે વખત નથી. |
| નિશા | પણ તું લંડનમાં ક્યારેય નાટક જોવા ગયો છે? |
| આશિષ | ના, ક્યારેય નહિ. |
| નિશા | એક દિવસ તું અમારા લોકોની સાથે આવજે. આજે તું મારી સાથે જમશે? |
| આશિષ | હા, જરૂર. મારો વર્ગ લગભગ એક વાગ્યા સુધી ચાલશે. તો હું તને સવા વાગ્યે મળીશ. |
| નિશા | ઠીક, પણ બપોરના વર્ગો અઢી વાગ્યે શરૂ થશે. |
| આશિષ | તારી ઘડિયાળમાં કેટલા વાગ્યા છે? |
| નિશા | દસમાં થોડીક મિનિટ બાકી છે. |
| આશિષ | તારી ઘડિયાળ આગળ જાય છે. દસમાં દસ છે. |
| નિશા | ચાલો, મારે જવું જોઈએ. આપણે બરાબર સવા વાગ્યે મળીશું. |

| | |
|---|---|
| **Niśā** | **tuṃ ahīṃthī dūr rahe che?** |
| **Āśis** | **nā, paṇ māre ṭyūbmāṃ āvvuṃ paḍe che.** |
| **Niśā** | **tāre keṭlā vāgye yunivarsiṭī āvvā nīkaḷvuṃ paḍe che?** |
| **Āśiṣ** | **huṃ savā navnī ṭyūbmaṃ āvuṃ chuṃ ane huṃ ahīṃ poṇā das vāgye pahoṃcuṃ chuṃ. savārnā vargo das vāgye śarū thāy che ane poṇā vāgye pūrā thāy che.** |
| **Niśā** | **tuṃ keṭlā vāgyā sudhī ahīṃ rahe che?** |
| **Āśiṣ** | **huṃ roj sāḍā cār sudhī ahīṃ houṃ chuṃ.** |
| **Niśā** | **śāne māṭe tuṃ ākho divas ahīṃ rokāy che?** |
| **Āśiṣ** | **huṃ doḍh varas j ahīṃ chuṃ tethī ā mudatmāṃ māre badhuṃ saṃśodhan pūruṃ karvuṃ paḍśe. meṃ Yu.Es.māṃ abhyās karyo hato ane huṃ thoḍāṃ aṭhvāḍiyāṃ pahelāṃ ahīṃ āvyo chuṃ.** |

| | |
|---|---|
| **Niśā** | **tuṃ Laṃḍan jovā gayo nathī?** |
| **Āśiṣ** | **nā, mārī pāse vakhat nathī.** |
| **Niśā** | **paṇ tuṃ Laṃḍanmāṃ kyārey nāṭak jovā gayo che?** |
| **Āśiṣ** | **nā, kyārey nahi.** |
| **Niśā** | **ek divas tuṃ amārā lokonī sāthe āvje. āje tuṃ mārī sāthe jamśe?** |
| **Āśiṣ** | **hā, jarūr. māro varg lagbhag ek vāgyā sudhī cālśe. to huṃ tane savā vāgye maḷīś.** |
| **Niśā** | **ṭhīk, paṇ bapornā vargo aḍhī vāgye śarū thaśe.** |
| **Āśiṣ** | **tārī ghaḍiyāḷmāṃ keṭlā vāgyā che?** |
| **Niśā** | **dasmāṃ thoḍīk miniṭ bākī che.** |
| **Āśiṣ** | **tārī ghaḍiyāḷ āgaḷ jāy che. dasmāṃ das che.** |
| **Niśā** | **cālo, māre javuṃ joīe. āpṇe barābar savā vāgye maḷīśuṃ.** |

ટ્યૂબ (f.) **ṭyūb** tube, *underground railway*
કેટલા વાગ્યે? **keṭlā vāgye?** *at what time?*
સવા નવની ટ્યૂબ **savā navnī ṭyūb** *the 9.15 tube*
પોણા દસ **poṇā das** *a quarter to ten*
પોણા વાગ્યે પૂરા થાય છે **poṇā vāgye pūrā thāy che** *they finish at a quarter to one*
કેટલા વાગ્યા સુધી? **keṭlā vāgyā sudhī?** *until what time?*
સાડા ચાર **sāḍā cār** *half past four*
રોકાવું **rokāvuṃ** *to stay*
દોઢ **doḍh** *one and a half*
મુદત (f.) **mudat** *fixed time*
સંશોધન (n.) **saṃśodhan** *research*
પૂરું કરવું (tr.) **pūruṃ karvuṃ** *to finish*
નાટક (n.) **nāṭak** *play, drama*
ક્યારેય નહિ **kyārey nahi** *never*
લગભગ **lagbhag** *approximately*
સવા વાગ્યે **savā vāgye** *at a quarter past one*
અઢી વાગ્યે **aḍhī vagye** *half past two*
તારી ઘડિયાળમાં કેટલા વાગ્યા છે? **tārī ghaḍiyāḷmāṃ keṭlā vāgyā che?** *what's the time by your watch?*
દસમાં થોડીક મિનિટ બાકી છે **dasmāṃ thoḍīk miniṭ bākī che** *it's*

*nearly ten o'clock*
તારી ઘડિયાળ આગળ જાય છે **tārī ghaḍiyāḷ āgaḷ jāy che** *your watch is fast*
દસમાં દસ છે **dasmāṃ das che** *it's ten to ten*
બરાબર સવા વાગ્યે **barābar savā vāgye** *at a quarter past one sharp*

True or false? Correct and rewrite the following sentences.

૧ આશિષ પોણા નવની ટ્યૂબમાં આવે છે.
૨ સવારના વર્ગો દસ વાગ્યે શરૂ થાય છે.
૩ બપોરના વર્ગો સાડા બે વાગ્યે શરૂ થાય છે.

Answer the following questions.

૪ આશિષ શું કામ કરે છે?
૫ આશિષને લંડન ગમે છે?

1 **Āśiṣ poṇā navnī ṭyūbmāṃ āve che.**
2 **savārnā vargo savā das vāgye śarū thāy che.**
3 **bapornā vargo sāḍā be vāgye śarū thāy che.**
4 **Āśiṣ śuṃ kām kare che?**
5 **Āśiṣne Laṃḍan game che?**

## વ્યાકરણ vyākaraṇ

## 1 Numerals

### Cardinal numbers (one, two, three...)

Gujarati numbers are not as straightforward as English numbers. Instead of regular forms such as *twenty-two, thirty-three* etc. in English, Gujarati has more variable forms such as બાવીસ **bāvīs** (*22*), બત્રીસ **batrīs** (*32*), બેતાળીસ **betāḷīs** (*34*), બાવન **bāvan** (*52*), etc. They must be learnt by heart up to one hundred (see Appendix 4 page 324). However, in most circumstances, you can get by using English numbers, so if you are in a hurry, you can learn up to twenty and come back to this section later.

After one hundred the numbers are regular, but you should note that unlike English, Gujarati does not say *and* in, for example, *one hundred and one.*

English numbers with more than four figures are grouped in thousands. This is indicated by a comma in the numeric form, for example, 1,000 and 10,000, 100,000 and 1,000,000. This grouping is seen also in the vocabulary, for in these examples, only 1,000 and 1,000,000 (a thousand and a million) have their own terms; the other words use compound forms (ten thousand, etc.) In Gujarati, after a thousand, which has its own special word (હજાર **hajār**), the higher numbers group into hundreds (for example, 1,00,000), so there are special words for a hundred thousand (લાખ **lākh**), ten million (કરોડ **karoḍ**), etc., but not for a million ( ૧૦,૦૦,૦૦૦ દસ લાખ **daslākh** *ten lakhs*).

| | | |
|---|---|---|
| ૧૦૦ | એકસો, સો | **ekso so** |
| ૧૦૧ | એકસો એક | **ekso ek** |
| ૨૦૦ | બસો, બસેં | **baso, baseṃ** |
| ૩૦૦ | ત્રણસો, ત્રણસેં | **traṇso, traṇseṃ** |
| ૧,૦૦૦ | હજાર, સહસ્ર | **hajār, sahasra** |
| ૧૧૦૧ | એક હજાર એકસો એક | **ek hajār ekso ek** |
| ૧૦,૦૦૦ | દસહજાર | **dashajār** |

૧,૦૦,૦૦૦ લાખ **lākh** *(lac, lakh, one hundred thousand)*
૧૦,૦૦,૦૦૦ દસલાખ **daslākh** *(one million)*
૧,૦૦,૦૦,૦૦૦ કરોડ **karoḍ** *(crore, ten million)*
૧,૦૦,૦૦,૦૦,૦૦૦ અબજ **abaj** *(a thousand million)*

The cardinals below nineteen are taken as being masculine, whereas nineteen and above are feminine. This is relevant to the agreement of પોણું **poṇuṃ** and અર્ધું **ardhuṃ** (see below).

સો **so,** હજાર **hajār,** લાખ **lākh** and કરોડ **karoḍ** are all masculine.

## Ordinal numbers, (first, second, third...)

| | | |
|---|---|---|
| પહેલું | **pahelum̩** | *first* |
| બીજું | **bījum̩** | *second* (also means *other)* |
| ત્રીજું | **trījum̩** | *third* |
| ચોથું | **cothum̩** | *fourth* |
| પાંચમું | **pām̩cmum̩** | *fifth* |
| છઠ્ઠું | **chaṭhṭhum̩** | *sixth* |
| સાતમું | **sātmum̩** | *seventh* |

With numbers higher than સાતમું **sātmum̩,** મું **mum̩** is added to the cardinal number, for example:

| | | |
|---|---|---|
| એકસો એકમું | **ekso ekmum̩** | *101st* |
| એકસો પચાસમું | **ekso pacāsmum̩** | *150th* |

## Fractions

A system based on Sanskrit numerals is used for mathematical fractions, for example:

| | | |
|---|---|---|
| એક દ્વિતીયાંશ | **ek dvitīyām̩ś** | *half* |
| એક તૃતીયાંશ | **ek tṛtīyām̩ś** | *third* |
| એક ચતુર્થાંશ | **ek caturthām̩ś** | *quarter* |

However, the more common forms are as follows:

| | | |
|---|---|---|
| પા | **pā** | *a quarter* |
| અર્ધું | **ardhum̩** | *a half, half* |
| સાડા | **sāḍā** | *half times...* |
| પોણું | **poṇum̩** | *three-quarters, a quarter less than...* |
| સવા | **savā** | *one and a quarter, a quarter more than...* |
| દોઢ | **doḍh** | *one and a half, one-and-a-half times* |
| અઢી | **aḍhī** | *two and a half, two-and-a-half times* |

(*a*) પા **pā** may be used as a noun to mean *a quarter,* or as an invariable adjective to mean *a quarter* of the noun it describes. It is not used with numbers apart from સો **so,** હજાર **hajār** and લાખ **lākh,** but even with these it is rarely used, for example:

| | | |
|---|---|---|
| પા કિલો | **pā kilo** | *a quarter of a kilo* |
| પા કલાક | **pā kalāk** | *a quarter of an hour* |

(*b*) અર્ધું **ardhuṃ** is used as a noun to mean *a half,* or as a variable adjective to mean *half* of the noun it describes. It is not used with cardinal numbers (for example, *eight and a half,* where સાડા આઠ **sāḍā āṭh** is used), although it is used with સો **so,** હજાર **hajār** and લાખ **lākh** (which are all masculine), for example:

| | | |
|---|---|---|
| અર્ધો કિલો | **ardho kilo** | *half a kilo* |
| અર્ધો કલાક | **ardho kalāk** | *half an hour* |
| અર્ધો લાખ | **ardho lākh** | *half a lakh, 50,000* |

(*c*) પોણું **poṇuṃ** is a variable adjective meaning *a quarter less than*...i.e., *three-quarters of* the noun it describes. With cardinal numbers it means *and minus a quarter,* but with સો **so,** હજાર **hajār** and લાખ **lākh,** etc., it means *three-quarters of* ***the total.***

It was mentioned above that numbers between nineteen and ninety-nine are feminine from પોણી **poṇī,** whereas સો **so,** હજાર **hajār** and લાખ **lākh** are all masculine, so they appear with the masculine form પોણો **poṇo/** પોણા **poṇā,** for example:

| | | |
|---|---|---|
| પોણો રૂપિયો | **poṇo rūpiyo** | *three-quarters of a rupee, 75 paisa* |
| પોણા ત્રણ | **poṇā traṇ** | *2.75* |
| પોણી વીસ | **poṇī vīs** | *19.75* |
| પોણો સો | **poṇo so** | *75* (but પોણી સો **poṇī so** 99.75) |
| પોણા બસો | **poṇā baso** | *175* (but પોણી બસો **poṇī baso** 199.75) |
| પોણા છ હજાર | **poṇā cha hajār** | *5,750* |

(*d*) સવા **savā** is an invariable adjective meaning *with a quarter more.* With cardinal numbers it means *and a quarter,* but with સો **so,** હજાર **hajār** and લાખ **lākh**, etc., it means *with a quarter more of* ***the total.*** For example:

| | | |
|---|---|---|
| સવા બે | **savā be** | *2.25* |
| સવા વીસ | **savā vīs** | *20.25* |
| But: સવા સો | **savā so** | *125* |
| સવા બસો | **savā baso** | *225* |

(*e*) સાડા **sāḍā** is an invariable adjective and is used with numbers over two to mean *increase by a half of the total.* With cardinal numbers it means *and a half,* but when it is used with ત્રણસો, ચાર હજાર, etc., it means *with a half more of **the second number of the compound*** (i.e., 50 or 500). સાડા **sāḍā** is never used with the singular forms સો **so,** હજાર **hajār** or લાખ **lākh**, etc. (અર્ધું **ardhuṃ** is used instead). For example:

| | | |
|---|---|---|
| સાડા ત્રણ | **sāḍā traṇ** | *3.5* |
| But: સાડા ત્રણસો | **sāḍā traṇso** | *350* |
| સાડા ચાર હજાર | **sāḍā cār hajār** | *4,500* |

(*f*) દોઢ **doḍh** *one and a half* can be used as a noun or an adjective, but only on its own or with સો **so,** હજાર **hajār** and લાખ **lākh,** etc., where it means *with half as much again of the **the total.*** It takes singular forms, unlike English, where *one and a half* is plural, for example:

| | | |
|---|---|---|
| દોઢ રૂપિયો | **doḍh rūpiyo** | *one and a half rupees* |
| દોઢસો | **doḍhso** | *150* |

(*g*) અઢી **aḍhī** *two and a half behaves* as દોઢ **doḍh** and is the only one of the fractions which uses plural forms, for example:

| | | |
|---|---|---|
| અઢી રૂપિયા | **aḍhī rūpiyā** | *two and a half rupees* |
| અઢી સો | **aḍhī so** | *250* |
| અઢી કરોડ | **aḍhī karoḍ** | *25 million* |

## 2 કેટલા વાગ્યા છે? keṭlā vāgyā che? *What's the time?*

In order to tell the time in Gujarati, it is important that you learn, or at least start to learn, the cardinal numbers given in point 1 above and in Appendix 4. The fractions are used, and there is a section below showing the special use of the fractions between 12 o'clock and half past two. The times with fractions (including દોઢ **doḍh** *one and a half, half past one*) all take વાગ્યો **vāgyo** in the **singular,** except for અઢી **aḍhī** (*two and a half, half past two*), which takes વાગ્યા **vāgyā** in the **plural.**

The verb વાગવું **vāgvuṃ** *to strike* is used for times on the hour and at a quarter past, a quarter to and half past the hour. *What's the time?* is કેટલા વાગ્યા છે? **keṭlā vāgyā che?** and *at what time?* is કેટલા વાગ્યે છે? **keṭlā vāgye che?**

Practise by looking at your watch every now and then and trying to work out what the time is in Gujarati.

| ***o'clock*** | *it's...* |
|---|---|
| નવ વાગ્યા (સવારે, રાતે) છે<br>**nav vāgyā (savāre, rāte) che** | *9.00 (a.m./p.m.)* |
| બરાબર નવ વાગ્યા છે<br>**barābar nav vāgyā che** | *exactly 9.00* |

***quarter past***

| | |
|---|---|
| સવા નવ વાગ્યા છે<br>**savā nav vāgyā che** | *9.15* |

***half past***

| | |
|---|---|
| સાડા નવ વાગ્યા છે<br>**sāḍā nav vāgyā che** | *9.30* |

***quarter to***

| | |
|---|---|
| પોણા નવ વાગ્યા છે<br>**poṇā nav vāgyā che** | *8.45* |

***minutes past the hour***

| | |
|---|---|
| નવને પાંચ (મિનિટ) થઈ છે<br>**navne pāṃc (miniṭ) thaī che** | *9.05* or |
| નવ ઉપર પાંચ થઈ છે<br>**nav upar pāṃc thaī che** | *9.05* |
| નવ વાગ્યા પછી થોડીક મિનિટો થઈ છે<br>**nav vāgyā pachī thoḍīk miniṭo thaī che** | *it's a few minutes after nine o'clock* |

***minutes to the hour***

નવમાં પાંચ કમ છે — *8.55*
**navmāṃ pāṃc kam che**
નવમાં થોડીક મિનિટો બાકી છે — *it's a few minutes before nine o'clock*
**navmāṃ thoḍīk miniṭo bākī che**

The following times use the fractions we met in point 1 above:

પોણો વાગ્યો છે — *12.45*
**poṇo vāgyo che**
એક વાગ્યો છે — *1.00*
**ek vāgyo che**
સવા વાગ્યો છે — *1.15*
**savā vāgyo che**
દોઢ વાગ્યો છે — *1.30*
**doḍh vāgyo che**
પોણા બે વાગ્યા છે — *1.45*
**poṇā be vāgyā che**
અઢી વાગ્યા છે — *2.30*
**aḍhī vāgyā che**
બપોરના બાર વાગ્યો છે — *12.00 noon*
**baporṇā bār vāgyā che**
રાતના બાર વાગ્યા છે — *12.00 midnight*
**rātnā bār vāgyā che**

કેટલા વાગ્યે (or વાગે) **keṭlā vāgye (or vāge)?** *At what time?*

હું આઠ વાગ્યે અહીં આવું છું — *I come here at eight o'clock*
**huṃ āṭh vāgye ahīṃ āvuṃ chuṃ**

તે સવા વાગ્યે આવ્યો — *he came at quarter past one*
**te savā vāgye āvyo**

તે નવ વાગ્યાના સમયે અહીં આવે છે — *she comes here at nine o'clock*
**te nav vāgyānā samaye ahīṃ āve che**

તેઓ સવારે દસમાં પાંચ કમે પહોંચશે — *they will arrive at five to ten in the morning*

**teo savāre dasmāṃ pāṃc kame pahoṃcśe**

દુકાન સાતને વીસે બંધ થશે — *the shop will close at twenty past seven*

**dukān sātne vīse baṃdh thaśe**

હું રોજ સાડા સાત સુધી અહીં રહું છું — *I stay here until half past seven every day*

**huṃ roj sāḍā sāt sudhī ahīṃ rahuṃ chuṃ**

બપોર બાર વાગ્યે થાય છે — *midday is at twelve o'clock*

**bapore bār vāgye thāy che**

મધરાત રાત્રિના બાર વાગ્યે થાય છે — *midnight is at twelve o'clock at night.*

**madhrāt rātrinā bār vāgye thāy che**

મ.પૂ. (મધ્યાહ્ન પૂર્વે) — *a.m.*

**ma. pū. (madhyāhn pūrva)**

મ.પ. (મધ્યાહ્ન પછી) — *p.m.*

**ma. pa. (madhyāhn pachī)**

## વાતચીત ૨ vātcīt 2

## *મેં સાંભળ્યું છે કે તું દેશ જશે* mem̐ sāṃbhalyuṃ che ke tuṃ deś jaśe *I've heard you're going to India*

Leela Patel has heard that her friend's daughter, Nisha Lakhani, is going to India, and wants her to take a message.

લીલા — ગઇ કાલે હું અહીં આવી હતી પણ તને ન મળી. તારા બાપુજીએ મને કહ્યું કે તું દેશ જશે.

| | |
|---|---|
| નિશા | હા, હું પરમ દિવસે જાઉં છું. મેં ચાર દિવસ પહેલાં મારો સામાન તૈયાર કરવા માંડ્યો. તમે મુંબઈમાં ક્યારે આવશો? |
| લીલા | મને ખબર નથી. મારા ભાઈનો ફોન નથી આવ્યો. મેં એમને ફોન કર્યો પણ તેઓ બહારગામ ગયા હશે. તું પહોંચીને એમને ફોન કરજે. અમારા સમાચાર સાંભળીને તેઓ રાજી થશે. હું કાગળ લખવા લાગી પણ હજીય પૂરો થયો નથી. |
| નિશા | ભલે. પહોંચીને જ હું કાકાને ફોન કરીશ. કશી ચિંતા ન કરશો. પ્રબોધકાકા ક્યાં છે? |
| લીલા | તેઓ બજારમાંથી મારા ભાઈને માટેની કેટલીક ચીજો લઈને આવશે. કેટલા વાગ્યા છે? ચાર? તેઓ જલદી આવતા હશે. એમનું કામ પૂરું થયું હશે. આપણે અહીં થોડી વાર બેસીને એમની રાહ જોઈએ. |
| નિશા | મને લાગે છે કે વરસાદ પડશે. આપણે તમારે ત્યાં જઈએ. |
| લીલા | મને નથી લાગતું કે પડે, પણ ગઈ કાલે હું અને તારા કાકા ફરવા ગયાં હતાં અને અમે ઘેર પહોંચ્યાં તે પહેલાં વરસાદ પડવા લાગ્યો. ચાલો, જલદી જઈએ. |

| | |
|---|---|
| **Līlā** | **gaī kāle huṃ ahīṃ āvī hatī paṇ tane na maḷī. tārā bāpujīe mane kahyuṃ ke tuṃ deś jaśe.** |
| **Niśā** | **hā, huṃ param divase jāuṃ chuṃ. meṃ cār divas pahelāṃ māro sāmān taiyār karvā māṃḍyo. tame Muṃbaīmāṃ kyāre āvśo?** |
| **Līlā** | **mane khabar nathī. mārā bhāīno phon nathī āvyo. meṃ emne phon karyo paṇ teo bahārgām gayā haśe. tuṃ pahoṃcīne emne phon karje. amārā samācār sāṃbhaḷīne teo rājī thaśe. huṃ kāgaḷ lakhvā lāgī paṇ hajīy pūro thayo nathī.** |
| **Niśā** | **bhale. pahoṃcīne j huṃ kākāne phon karīś. kaśī ciṃtā na karśo. Prabodhkākā kyāṃ che?** |
| **Līlā** | **teo bajārmāṃthī mārā bhāīne māṭenī keṭlīk cījo laīne āvśe. keṭlā vāgyā che? cār? teo jaldī āvtā haśe. enuṃ kām pūruṃ thayuṃ haśe. āpṇe ahīṃ thoḍī vār besīne emnī rāh joīe.** |
| **Niśā** | **mane lāge che ke varsād paḍśe. āpṇe tamāre tyāṃ jaīe.** |
| **Līlā** | **mane nathī lāgtuṃ ke paḍe, paṇ gaī kāle huṃ ane tārā kākā pharvā gayāṃ hatāṃ ane ame gher pahoṃcyāṃ te pahelāṃ varsād paḍvā lāgyo. cālo, jaldī jaīe.** |

મેં ચાર દિવસ પહેલાં મારો સામાન તૈયાર કરવા માંડ્યો **meṃ cār divas pahelāṃ māro sāmān taiyār karvā māṃḍyo** *I began to pack four days ago*
મારા ભાઈનો ફોન નથી આવ્યો **mārā bhāīno phon nathī āvyo** *my brother didn't phone me*
મેં એમને ફોન કર્યો **meṃ emne phon karyo** *I called him*
તેઓ બહારગામ ગયા હશે **teo bahārgām gayā haśe** *he must have gone away*
તું પહોંચીને એમને ફોન કરજે **tuṃ pahoṃcīne emne phone karje** *please call him when you arrive*
અમારા સમાચાર સાંભળીને તેઓ રાજી થશે **amārā samācār sāṃbhaḷīne teo rājī thaśe** *he'll be pleased to hear our news*
હું કાગળ લખવા લાગી પણ હજીય પૂરો થયો નથી **huṃ kāgaḷ lakhvā lāgī paṇ hajīy pūro thayo nathī** *I started to write a letter but I haven't finished it yet*
કશી ચિંતા ન કરશો **kaśī ciṃtā na karśo** *don't worry*
તેઓ જલદી આવતા હશે **teo jaldī āvtā haśe** *he should be coming soon*
એમનું કામ પૂરું થયું હશે **emnuṃ kam pūruṃ thayuṃ haśe** *he must have finished his work*
આપણે અહીં થોડી વાર બેસીને એમની રાહ જોઈએ **āpṇe ahīṃ thoḍī vār besīne emnī rāh joīe** *let's sit here for a while and wait for him*
અમે ઘેર પહોંચ્યા તે પહેલાં વરસાદ પડવા લાગ્યો **ame gher pahoṃcyā te pahelāṃ varsād paḍvā lāgyo** *it began to rain before we reached home*

True or false? Correct and rewrite the following sentences.

૧ નિશા ગઈ કાલે એનો સામાન તૈયાર કરવા માંડ્યો.
૨ લીલાના ભાઈ મુંબઈમાં હશે.
૩ લીલાએ કહ્યું કે પ્રબોધ ઘેર જ હશે.

Answer the following questions.

૪ પ્રબોધનું કામ પૂરું થયું છે?
૫ લીલાને લાગે છે કે વરસાદ પડશે?

1 **Niśā gaī kāḷe eno sāmān taiyār karvā māṃḍyo.**
2 **Līlānā bhāī Muṃbaīmāṃ haśe.**
3 **Līlāe kahyuṃ ke Prabodh gher j haśe.**
4 **Prabodhnuṃ kām pūruṃ thayuṃ che?**
5 **Līlāne lāge che ke varsād paḍśe?**

## વ્યાકરણ vyākaraṇ

### 3 The gerund (e.g. having done)

Two or more sentences are usually combined to form one sentence, if they include sequential actions being performed by the same subject. All but the main verb (the last verb) in Gujarati have the invariable ending ઈ **ī** or ઈને **īne** added to the root in such sentences. This form is called the gerund, If there is more than one gerund in a sentence, the first forms are usually in ઈ and the last one in ઈને **īne.** This form is roughly equivalent to the English *having done,* etc. The subject is in the agential form if the **main verb** is transitive, for example:

કરવું **karvuṃ** *to do, make:* કરી **karī,** કરીને **karīne**

| | |
|---|---|
| કામ કરો અને પછી ઘેર જાઓ | **kām karo ane pachī gher jāo** |
| or: કામ કરીને (કરી) ઘેર જાઓ | **kām karīne (karī) gher jāo** |

(Both mean *do your work and go home*)

કામ કરીને એ ઘેર ગયો **kām karīne e gher gayo** *he did his work and went home*

| | |
|---|---|
| હું બજારમાં ગઈ અને પછી હું અહીં આવી | **huṃ bajārmāṃ gaī ane pachī huṃ ahīṃ āvī** |
| Or: હું બજારમાં જઈને (જઈ) અહીં આવી | **huṃ bajārmāṃ jaīne (jaī) ahīṃ āvī** |

(Both mean *I went to the market and came here*)

તે અમારી પાસે આવ્યો અને તેણે કહ્યું કે... **te amārī pāse āvyo ane teṇe kahyuṃ ke...**
અમારી પાસે આવી તેણે હસીને કહ્યું કે... **amārī pāse āvī teṇe hasīne kahyuṃ ke...**
(Both mean *he came to us and laughed and said that...*)

This last construction હસીને **hasīne** should be translated as *smiling* or *laughing*. A string of *having dones* is not English! This construction is used in several idioms:

(*a*) થઈને **thaīne** (lit. *having been)* is used to mean *via,* for example:

વારડેન રોડ થઈને આવો **Vārḍen Roḍ thaīne āvo** *come by Warden Road*

(*b*) કરીને **karīne** (lit. *having done*) is used in several common idioms, for example:

મહેરબાની કરીને **maherbānī karīne** *please (do me a favour)*

ખાસ કરીને **khās karīne** *especially*

(*c*) Also જાણી જોઈને **jāṇī joīne** (lit. *having known, having seen*) means *deliberately.*

મેં જાણી જોઈને આ કાગળ લખ્યો **meṃ jāṇī joīne ā kāgaḷ lakhyo** *I wrote this letter deliberately*

## 4 *Expressions for* to begin

The verbs લાગવું **lāgvuṃ** and માંડવું **māṃḍvuṃ** are used with the infinitive in વા **vā** to mean *to begin.*

(*a*) લાગવું **lāgvuṃ** is intransitive, for example:

એ કામ કરવા લાગ્યો **e kām karvā lāgyo** *he began to work*
એ કાગળ લખવા લાગ્યો **e kāgaḷ lakhvā lāgyo** *he began to write a letter*

(*b*) The construction with માંડવું **māṃḍvuṃ** is more complex.

Its meaning is the same as that of લાગવું **lāgvuṃ,** but if the infinitive is transitive the construction is transitive; if the infinitive is intransitive the construction is either transitive or intransitive. (You should note that માંડવું **māṃḍvuṃ** *to place* is transitive). For example:

| | | |
|---|---|---|
| વરસાદ પડવા માંડ્યો | **varsad paḍvā māṃḍyo** | |
| or: વરસાદે પડવા માંડ્યું | **varsāde paḍvā māṃḍyuṃ** | |
| (Both mean *it began to rain*) | | |
| એણે કામ કરવા માંડ્યું | **eṇe kām karvā māṃḍyuṃ** | *he began to work* |
| (એ કામ કરવા માંડ્યો | **e kāṃ karvā māṃḍyo** | *is not permissible.)* |
| હું કામ કરવા લાગું? | **huṃ kāṃ karvā lāguṃ?** | (lit. *shall I start some work?* is an idiom meaning *may I help you?)* |

(*c*) If the thing begun is a noun rather than a verb, the expression શરૂ કરવું **śarū karvuṃ** is used, for example:

મેં કામ શરૂ કર્યું **meṃ kām śarū karyuṃ** *I began the work*

## 5 Possibility/probability

The future tense of હોવું **hovuṃ** (હશે **haśe,** etc.) is used on its own to express an action in the future, for example:

તમે ક્યારે મુંબઈ હશો? **tame kyāre Muṃbaī haśo** *when will you be in Bombay?*

This tense is also used to express supposition, probability or uncertainty, rather like the English *he'll be at home now.* It is used either on its own or as an auxiliary verb, replacing છે **che,** etc., with તું **tuṃ** imperfectives or યું **yuṃ** perfectives. The negative form is નહિ/ન હોય **nahi/na hoy.** For example:

| | | |
|---|---|---|
| તે ઘેર હશે/તે ઘેર નહિ હોય | **te gher haśe/te gher nahi hoy** | *he must (not) be at home* |

| | | |
|---|---|---|
| તે આવતો હશે/તે આવતો નહિ હોય | **te āvto haśe/te āvto nahi hoy** | *he must (not) be coming, he won't be coming* |
| તે આવી હશે/તે આવી નહિ હોય | **te āvī haśe/te āvī nahi hoy** | *she must (not) have come, she won't have come* |

## અભ્યાસ abhyās

**A** Write out the following passage to practise using the Gujarati script in preparation for the second part of the course. Use gerunds (see point 3 above) to link sentences together where possible:

ગામડામાં અમારે થોડી જમીન છે, પણ તેઓ ખેડુત નથી. તેઓ સુથાર છે. તેઓ પોતે ખેરતનું જોઇતું કામ કરે છે. અમારા ખેતરમાં અમે મગફળીનો પાક લઇએ છીએ. ચાર વરસથી હું બેંકમાં નોકરી કરું છું.

હું વહેલી સવારે ઊઠું છું અને હું દાતણ કરું છું અને સ્નાન કરું છું. ઘરમાં અંબાજીનું મંદિર છે અને હું એની પૂજા કરું છું. પછી હું એમને માટે નાસ્તો તૈયાર કરું છું અને પછી હું ઑફિસ જવા નીકળું છું. હું બસમાં આવ-જા કરું છું અને રોજ બસો ચિકાર હોય છે અને લોકો બહુ ગડબડ કરે છે. રાતે હું કોઇ ચોપડી વાંચું છું અને પછી હું સૂઇ જાઉં છું.

મારે નોકરી છોડવી છે પણ ગામડામાં લોકોને બહુ ઓછા પૈસા મળે છે અને મારે બેચાર વરસ સુધી નોકરી કરવી પડે એમ છે.

**gāmdāmāṃ amāre thoḍī jamīn che, paṇ teo kheḍut nathī. teo suthār che. teo pote khetarnuṃ joītuṃ kām kare che. amārā khetarmāṃ ame magphaḷīno pāk laīe chīe. cār varasthī huṃ beṃkmāṃ nokrī karuṃ chuṃ.**

**huṃ vahelī savāre ūṭhuṃ chuṃ ane huṃ dātaṇ karuṃ chuṃ ane snān karuṃ chuṃ. gharmāṃ Aṃbājīnuṃ maṃdir che ane huṃ enī pūjā karuṃ chuṃ. pachī huṃ emne māṭe nāsto taiyār karuṃ chuṃ ane pachī huṃ ophis javā nīkaḷuṃ chuṃ. huṃ basmāṃ āv-jā karuṃ chuṃ ane roj baso cikār hoy che ane loko bahu gaḍbaḍ kare che. rāte huṃ koī copḍi vāṃcuṃ chuṃ ane pachī huṃ sūī jāuṃ chuṃ.**

**māre nokrī choḍvī che paṇ gāmḍāmāṃ lokone bahu ochā paisā maḷe che ane māre becār varas sudhī nokrī karvī paḍe em che.**

**B** Read the section at the front of the book called Introduction to Gujarat and then answer the following questions:

૧ ગુજરાતની વસતી કેટલી છે?
૨ ગુજરાતનો કિનારો કેટલો લાંબો છે.
૩ ગુજરાતમાં એક વરસમાં કેટલો વરસાદ પડે છે?
૪ ગુજરાતમાં કેટલા લોકોને લખતાં વાંચતાં આવડે છે?
૫ તમને ખબર છે કે ભારતની વસતી કેટલી છે?

1 **Gujarātnī vastī keṭlī che?**
2 **Gujarātno kināro keṭlo lāṃbo che?**
3 **Gujarātmāṃ ek varasmāṃ keṭlo varsād paḍe che?**
4 **Gujarātmāṃ keṭlā lokone lakhtāṃ vāṃctām āvaḍe che?**
5 **tamne khabar che ke Bhāratnī vastī keṭlī che?**

| | |
|---|---|
| વસતી (f.) **vastī** *population* | |
| કિનારો (m.) **kināro** *shore, coast* | |

**C** Tell the time in Gujarati as indicated on the following clock faces.

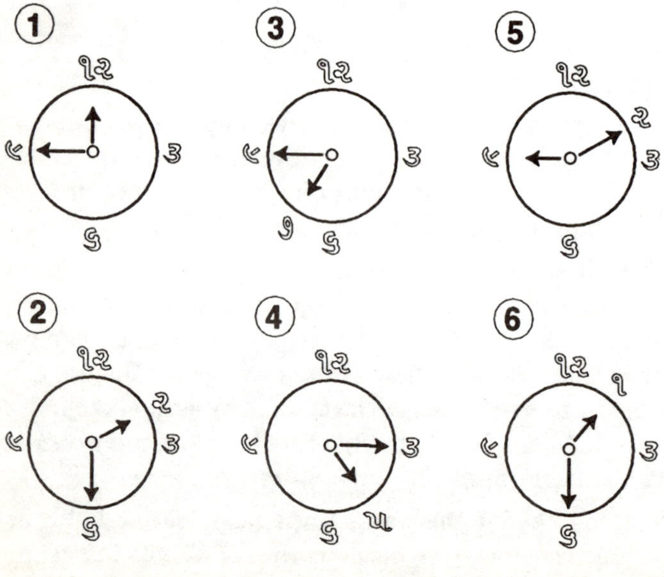

**D** Fill in your part of the following dialogue.

| | |
|---|---|
| સુરેશ | તમે સવારે કેટલા વાગ્યે ઑફિસ જાઓ છો? |
| *You* | *Tell him you go out at nine o'clock.* |
| સુરેશ | તમે બસમાં આવ-જા કરો છો? |
| *You* | *Tell him you commute on the train.* |
| સુરેશ | તમે ઑફિસ મોડા પહોંચતા હશો. |
| *You* | *Tell him you arrive at about ten thirty.* |
| | તમે કેટલા વાગ્યા સુધી ત્યાં કામ કરો છો? |
| *You* | *Tell him you work until six o'clock in the evening.* |

| | |
|---|---|
| **Sureś** | **tame savāre keṭlā vāgye ophise jāo cho?** |
| **Sureś** | **tame basmāṃ āv-jā karo cho?** |
| **Sureś** | **tame ophis moḍā pahoṃctā haśo.** |
| **Sureś** | **tame keṭlā vāgyā sudhī tyāṃ kām karo cho?** |

## — સમજ્યા/સમજ્યાં? samjyā/samjyāṃ? —

There will be no more transliteration after this unit. This passage contains many English words in Gujarati script. By doing this exercise, you will be able to see how much revision of the script you need to do before starting part two of the course.

અઠવાડિયાના સાત દિવસ હોય છે (રવિવાર, સોમવાર, મંગળવાર, બુધવાર, ગુરુવાર, શુક્રવાર અને શનિવાર).

વરસના બાર મહિના હોય છે (જાન્યુઆરી, ફેબ્રુઆરી, માર્ચ, એપ્રિલ, મે, જૂન, જુલાઇ, ઑગસ્ટ, સપ્ટેમ્બર, ઑક્ટોબર, નવેમ્બર, ડિસેમ્બર).

શિયાળો, ઉનાળો, અને ચોમાસું, એ વરસની ત્રણ ઋતુ છે.

ઉનાળો લગભગ માર્ચમાં બેસે છે. ગુજરાતમાં ઉનાળામાં ખૂબ ગરમી પડે છે. ધરતી સુકાઇ જાય છે અને બહુ જ ધૂળ હોય છે. ચોમાસાના પહેલા બે મહિનામાં વરસાદ પડે છે. ગરમી ઓછી થાય છે અને ઝાડપાન ચોખ્ખું લાગે છે. શિયાળો નવેમ્બરમાં બેસે છે. દિવસે ગરમી

તથા ઠંડી લાગતી નથી પણ રાતે કોઈ કોઈ વાર ઠંડી લાગે છે. રોજ આકાશ સાફ હોય છે. આ ઋતુ ઘણી સુંદર છે.

True or false? Correct and rewrite the following sentences.

૧ અઠવાડિયાના આઠ દિવસ હોય છે.
૨ ગુજરાતમાં પાંચ ઋતુ હોય છે.
૩ ચોમાસાના છેલ્લા બે મહિનામાં વરસાદ પડે છે.

Answer the following questions.

૪ ચોમાસું ક્યારે બેસે છે?
૫ ચોમાસું ક્યાં સુધી ચાલે છે?

# ગુજરાત અને ગુજરાતીઓ gujarāt ane gujarātīo

## *The lunar calendar*

Although the Indian (Hindu) calendar, uses solar years, it has lunar months in which the month is the interval between one new moon and the next. The lunar month is divided into two *fortnights* (પખવાડિયું), the first being the period from the new moon to the full moon, called શુદ્ધ or સુદ or શુક્લપક્ષ (*the light half of the month*), and the second being the time between the full moon and the new moon, વદ or વદી or કૃષ્ણપક્ષ (*the dark half of the month*). A *leap month* (અધિકમાસ) is added after every thirtieth month in order to compensate for the discrepancy between the lunar and solar calendars. The new year begins the day after Diwali, the festival of lights, which falls in Autumn, i.e., the first day of the bright half of કારતક. In other parts of India, the year starts at different times, for example, in northern India it starts on the first day of the dark half of ચૈત્ર.

The fourteen days are called તિથિ and each has its own name: પડવો, બીજ, ત્રીજ, ચોથ, પાંચમ, છઠ, સાતમ, આઠમ, નોમ, દસમ, અગિયારસ, બારસ,

તેરસ, ચૌદસ. Before any of these days, સુદ or વદ, is prefixed. The fifteenth day of સુદ, the full moon day, is પૂનમ or પૂર્ણિમા. The fifteenth day of સુદ, the new moon day, is called અમાસ or અમાવાસ્યા.

The lunar months do not correspond exactly with the Gregorian solar months (western calendar months) but are approximately as follows:

| **Gujarati month** | **Gujarati season** | |
|---|---|---|
| કારતક | શિયાળો | October-November |
| માગસર | | November-December |
| પોષ | | December-January |
| મહા | | January-February |
| ફાગણ | ઉનાળો | February-March |
| ચૈત્ર | | March-April |
| વૈશાખ | | April-May |
| જેઠ | | May-June |
| આષાઢ | ચોમાસું | June-July |
| શ્રાવણ | | July-August |
| ભાદરવો | | August-September |
| આસો | | September-October |

In Gujarat, there are normally three seasons (ઋતુ) -શિયાળો (m.) *winter,* ઉનાળો (m.) *summer* and ચોમાસું (n.) *rainy season.* However, the Sanskrit system of six seasons is also used. These begin in ચૈત્ર, and each lasts for two months: વસંત (m.) *spring,* ગ્રીષ્મ (m.) *summer,* વર્ષા (f.pl.) *rains,* શરદ (f.) *autumn,* હેમંત (m.) *winter* and શિશિર (m.) *cool season.* The last is also known as પાનખર (f.) *fall.*

Rather than using the Christian era, the Gujarati calendar usually uses the Vikrama era વિક્રમ સંવત (V.S.). This corresponds to 56/7 B.C. (during the reign of King Vikram) so you have to subtract 56/7 to find the A.D. date.

# 8

# કાગળો LETTERS

You have now reached the second part of the course, and you may find it a good idea to spend some time on revision of all the material you have covered so far. There will be no more transliteration after this point. So if you have not yet mastered the script, now is the time to do it!

## *In this unit you will learn how to*

- write a variety of formal and informal letters
- talk about weddings
- talk about plans and intentions

## કાગળ ૧

### લગ્ન *A wedding*

Gopi is writing from London to her cousin Veena who lives in Vadodara.

લંડન, ૨૦-૧-૯૫

પરમપૂજ્ય વીણાબેન,

તમારો પત્ર કાલે જ મળ્યો. હું ખૂબ આનંદમાં છું કે દાદી અને હસુફોઈ જૂનમાં અહીં આવવાનાં છે. આ વખતે વડોદરામાં ગરમી હશે પણ અહીં સારું છે. ગયે વરસે હસુફોઈ અમારે ત્યાં કેટલાક દિવસ રહેવાનાં હતાં પણ દાદાજી સ્વર્ગવાસી થયા. આ લોકો આવશે એટલે મને આનંદ થાય છે. તેઓ મારી સાથે ગુજરાતી જ બોલશે અને આ રીતે મારી બોલવાની ભાષા સુધરશે.

થોડા દિવસમાં મારી બહેનપણીનું લગ્ન થવાનું છે. એ બાવીસની જ છે. મને ખબર છે કે દેશમાં આ ઉંમર એટલી બધી નાની નથી પણ અહીંના લોકો પચીસ પૂરાં થાય એ પહેલાં લગ્ન નથી કરતા. મારું બી.એ. પૂરું થાય ત્યાં સુધી મારે લગ્ન કરવાનું નથી. બાને તો ઘણું થાય છે કે હું જલદી પરણું પણ બાપુજી કહે છે કે હું હજી ઘણી નાની છું. તોપણ હવે બાને લાગે છે કે ઘરેણાં, સાડીઓ વગેરે ખરીદીએ. એને આશા છે કે હું પાટીદાર છોકરા સાથે લગ્ન કરીને યુ.એસ. માં રહીશ. મારા અંગ્રેજ મિત્રોને વિચિત્ર લાગે છે કે મારે ગોઠવેલું લગ્ન કરવાનું છે પણ મને ખબર છે કે માબાપને સારો જમાઈ શોધવો છે.

ચાલો. દાદી તથા કાકા અને કાકીને મારાં પ્રણામ કહેજો.

લિ,

ગોપીના જય સ્વામિનારાયણ.

કાગળ (m.) *letter*
લગ્ન (n., often n.pl.) *wedding*
પરમપૂજ્ય વીણાબેન *dear* (lit. *respected*) *Veenaben*
પત્ર (m.) *letter* (an alternative to the above)
હું ખૂબ આનંદમાં છું કે . . . *I am very happy that . . .*
આવવાનાં છે *they are coming*
રહેવાનાં હતાં *she was to stay here*
દાદાજી સ્વર્ગવાસી થયા *grandfather passed away*
આ લોકો આવશે એટલે મને આનંદ થાય છે *I am happy because they are coming*
આ રીતે *in this way*
મારી બોલવાની ભાષા સુધરશે *my spoken language will improve*
થોડા દિવસમાં *in a few days*
મારી બહેનપણીનું લગ્ન થવાનું છે *my friend's wedding is taking place*
એ બાવીસની જ છે *she is only twenty-two years old*
દેશમાં *in India*
આ ઉંમર એટલી બધી નાની નથી *this is not such a young age*
અહીંના લોકો પચ્ચીસ પૂરાં થાય એ પહેલાં લગ્ન નથી કરતા *people here do not get married before they are twenty-five*
મારું બી.એ. પૂરું થાય ત્યાં સુધી મારે લગ્ન કરવાનું નથી I *don't intend tomarry until my B.A. is finished*
બાને તો ઘણું થાય છે કે . . . *mother would like it very much if . . .*
પરણવું (tr.) *to marry*
તોપણ *even so*
ઘરેણાં (n.pl.) *jewellery*
એને આશા છે કે *she hopes that*
પાટીદાર *Patidar* (see ગુજરાત અને ગુજરાતીઓ)
કોઈ સાથે લગ્ન કરવું *to marry*
યુ.એસ. *U.S.* (of America)
મિત્રોને વિચિત્ર લાગે છે કે *it seems strange to my friends*
મારે ગોઠવેલું લગ્ન કરવાનું છે *I want to have an arranged marriage*
માબાપને સારો જમાઈ શોધવો છે *my parents want to look for a good son-in-law*

| |
|---|
| દાદી તથા કાકા અને કાકીને મારાં પ્રણામ કહેજો *pay my respects to . . .* |
| લિ. *yours . . .* |
| ગોપીના જય સ્વામિનારાયણ *Gopi, glory to Swaminarayan!* |

Answer the following questions.

૧ ગયે વરસે હસુફોઇ કેમ આવ્યાં ન હતાં?
૨ ગોપી દાદીની સાથે અંગ્રેજી બોલે છે?
૩ ગોપીની બહેનપણી શું કરવાની છે?
૪ ગોપીને ક્યારે લગ્ન કરવાનું છે?
૫ ગોપીની મા કેમ ઘરેણાં વગેરે ખરીદે છે?

## વ્યાકરણ

### 1 વાનું forms

You have already met two forms of the verb with endings in -વ- : the infinitive with વું (see Unit 2, grammar point 7; see further uses in Unit 5, grammar point 6 and Unit 7, grammar point 4), and the invariable form with વા (see Unit 4, grammar point 2).

In this unit, you will meet another form with વાનું, which is roughly equivalent to the English *-ing,* for example:

કરવું, કરવાનું *to do, doing*

This form has a wide number of uses:

(*a*) to express intention, the વાનું form agrees with the subject. It can be used with a number of different tenses.

**A present intention:**
હું મુંબઈ જવાની છું *I am going to Bombay*

**A past intention:**

| | |
|---|---|
| હું કાલે મુંબઇ જવાની હતી પણ હું આજે જઇશ | *I was going (intended to go) to Bombay yesterday, but I shall go today* |

(*b*) Describing a noun, for example:

| | |
|---|---|
| મુંબઇ જવાની ગાડી | *the train going to Bombay* |
| પીવાનું પાણી (પીવા માટેનું પાણી) | *drinking water* |
| જમવાનો વખત | *mealtime* |

(*c*) To express obligation, the વાનું form appears in the neuter and the subject is in the agential form, for example:

| | |
|---|---|
| મારે પાણી પીવાનું છે | *I want to drink water* |
| મારે પીવાનું પાણી | *my drinking water* (i.e. *water which I must drink*) |

(*d*) As an infinitive in ને, for example:

હું કામ કરવાને ગઇ *I went to work*
(હું કામ કરવા માટે ગઇ is also possible, but the most common construction is હું કામ કરવા ગઇ)

(*e*) In the neuter singular it can behave like a noun, for example:

| | |
|---|---|
| મને એમ બોલવાનું નથી ગમતું | *I don't like speaking like that* (lit. *speaking like that does not please me*) |
| ત્યાં જવાનું સારું નથી | *it's not good to go there* (lit. *going there is not good*) |

There are also some idiomatic uses, for example:

| | |
|---|---|
| આ ચોપડી એટલી સરસ છે કે કહેવાની વાત નહિ! | *one can't describe how good this book is!* |
| મને ભારત જવાનું મન છે | *I think I should like to go to India* |
| એને ગુજરાતી ભણવાનો વિચાર છે | *he is thinking of studying Gujarati* |

## 2 Further uses of interrogatives and deictics

In Unit 2, grammar point 2, you met interrogative or question words such as કેમ? *how?*, ક્યારે? *when?* and ક્યાં? *where?* Words which designate manner (*how, what sort of*), place (*where*) and time (*when*) have another form in Gujarati, as in English, which is described as deictic because it is used to point things out, for example:

| **Interrogative** | **Deictic** |
|---|---|
| **How** shall I do it? | Do it **in this way.** |
| **Where** does he live? | He lives **there.** |

You can see that in English, most of these two groups begin with certain letters; interrogatives begin with *wh-*, and deictics with *th-*. In Gujarati, interrogatives begin with ક-. Deictics begin with આ if they are pointing out things which are nearby, and with એ or તે or just ત- if they are pointing out things which are more remote. You met this same system in Unit 1, in the pronouns with આ or એ and તે.

| | **Interrogative** | | **Deictic** | | | |
|---|---|---|---|---|---|---|
| *a* | કેમ? | *which way, how?* | આમ | *this way* | એમ, તેમ | *that way* |
| *b* | ક્યાં? | *where?* | અહીં | *here* | ત્યાં | *there* |
| *c* | ક્યારે? | *when?* | અત્યારે | *now* | ત્યારે | *then* |
| *d* | કેટલું? | *how much?* | આટલું | *this much* | એટલું, તેટલું | *that much* |
| *e* | કેવું? | *of what sort?* | આવું | *of this sort* | એવું, તેવું | *of that sort* |
| *f* | કેવડું? | *how large?* | આવડું | *this large* | એવડું, તેવડું | *that large* |

### (a) Manner

આમ *this way, like this,* એમ, તેમ *that way, like that* (interrogative કેમ? *which way, how?*), for example:

| | |
|---|---|
| કેમ છો? | *How are you?* |
| એમ નહિ કરો! આમ કરો! | *don't do it that way! Do it this way!* |
| છોકરાં આમ તેમ દોડે છે | *the children run here and there* |

### *(b)* Place

અહીં *here*, ત્યાં *there* (interrogative ક્યાં *where?*), for example:

| | |
|---|---|
| તું ક્યાં ગયો? | *where did you go?* |
| અહીં સામાન ન મૂકો! ત્યાં મૂકો! | *don't put the things here! Put them there!* |

These forms of place can also be used to refer to time, for example:

| | |
|---|---|
| ત્યાં સુધી હું અહીં રહીશ | *I shall stay here until then* |
| તમે ક્યાં સુધી રહેશો? | *how long will you stay?* |

### *(c)* Time

ત્યારે *then* (interrogative ક્યારે? *when?*), for example:

| | |
|---|---|
| તું ક્યારે ભારત ગયો હતો? | *when did you go to India?* |
| ત્યારે હું મુંબઈમાં હતી | *I was in Bombay then* |

ત્યારે also means *then, in that case,* for example:

| | |
|---|---|
| તમે વિદ્યાર્થી છો? ત્યારે તમે શિક્ષક છો? | *are you a student? Then are you a teacher?* |

These forms have a base form which can be followed by clitics (નું, etc.), for example:

| | |
|---|---|
| ત્યાર પછી હું અમદાવાદ ગયો | *after that I went to Ahmadabad* |

### *(d)* Quantity

આટલું *this much, many,* એટલું, તેટલું *that much, many* (interrogative કેટલું? *how much, many?*), for example:

| | |
|---|---|
| કેટલા લોકો આવ્યા છે? | *how many people came?* |
| આટલો અવાજ નહિ કરો! | *don't make so much noise!* |
| આટલા પૈસા એ કામને માટે પૂરતા નથી | *this money is not enough for that work* |
| આટલું જલદી નહિ બોલો! | *don't speak so fast!* |

Also used as a connecting form: એટલું બધું *so much;* એટલા માટે *for that reason, therefore;* એટલામાં *in the meanwhile;* એટલે *that is to say, it means;* એલે શું *that is to say what? what does that mean?*

## *(e)* Type

આવું *this sort of,* એવું, તેવું *that sort of* (interrogative કેવું *of which sort?*), for example:

| | |
|---|---|
| કેવો છોકરો છે? | *what sort of a boy is he?* |
| તમે કેવી રીતે ગુજરાતી શીખ્યા? | *how did you learn Gujarati?* |
| એવું કાપડ મને નથી ગમતું | *I don't like that sort of material* |

કેવું is also used for recalling gender, for example:

વાક્ય કેવું? *what gender is* વાક્ય? (neuter)

## *(f)* Size

આવડું *this large,* એવડું, તેવડું *that large* (interrogative કેવડું *how large?*), for example:

| | |
|---|---|
| તમારો દીકરો કેવડો છે? | *how big is your son?* |
| તે આવડો મોટો છે | *he's this big* |
| એવડું મોટું ઘર મોંઘું હશે | *such a big house must be expensive* |

The interrogative forms are frequently used in rhetorical questions (questions which do not have to be answered, because there is only one possible answer) to mean *how...!* (i.e., *very*), and so on. (see Unit 2, grammar point 10). If a pronoun or noun does not have a qualifying adjective, બધું is used with the noun, for example:

| | |
|---|---|
| હું ક્યાં સુધી ઊભી રહી! | *how long I waited!* |
| કેટલી લાંબી છોકરી છે! | *what a tall girl!* |
| કેટલા બધા લોકો ટ્રેનમાં હતા! | *how many people there were on the train!* |
| તું કેટલો બધો સામાન તારી સાથે લાવ્યો! | *how much luggage you've brought!* |

| | |
|---|---|
| તું કેટલી લાલ થઇ ગઇ! | *how red you've gone!* |
| કેવી સારી છોકરી છે! | *what a good girl!* |
| કેવડો છોકરો છે! | *what a big boy!* |
| શું તેનું રૂપ! | *how beautiful she is*! (See શું below) |

ક્યું and શું are interrogative forms only; they do not have deictic forms. ક્યું (variable adjective f. કઇ) contrasts with શું when referring to inanimates in the independent singular form. શું (usually behaves as an invariable adjective, although it is used as a variable with plurals in formal speech, as in તમને શી શી ચીજો જોઇએ? *what things do you need?*) For example:

| | |
|---|---|
| તમે શું કામ કરો છો? | *what work do you do?* (i.e., *what is your occupation?*) |
| તમે ક્યું કામ કરો છો? | *what work do you do?* (i.e., *which one of a list of jobs do you do* or *which of several aspects of a job do you do?*) |
| તમારું નામ શું છે? | *what is your name? What are you called?* |
| તમારું ક્યું નામ છે? | *what is your name?* (i.e., the speaker is checking against a list of names,) |

શું cannot occur as an interrogative adjective (*which?*) in other forms, and so only ક્યું may be used in the following examples:

| | |
|---|---|
| કયે દહાડે? | *on which day?* |
| તમે કયા દેશના છો? | *which country are you from?* |
| કયો માણસ આવ્યો? | *which man came?* |
| તમે કઇ ગુજરાતી ચોપડીઓ વાંચી છે? | *which Gujarati books have you read?* |

However, in its other form as an interrogative pronoun શું (n.) has the dependent forms શે and શા, for example:

| | |
|---|---|
| શું થયું? | *what happened? what's up?* |
| તમે આ ચીજો શા માટે (શેને માટે) લીધી? | *why did you bring these things?* |
| શાની જરૂર છે? | *what is the need?* |

## કાગળ ૨

### દુઃખદ સમાચાર **Sad news**

Rachna is writing to her friend, Naliniben, on hearing of the news of Nalini's brother's death.

લંડન, ૨૦/૨/૯૫

પૂજ્ય નલિનીબેન,

નકુલભાઈએ મને તમારા ભાઈના અવસાનના દુઃખદ સમાચાર આપ્યા. જાણીને ખૂબ દુઃખ થયું. હું રમણલાલને ત્રણચાર વાર મળી હતી. એટલા ટૂંકા સમયમાં તેમના માયાળુ સ્વભાવનો પરિચય થયો હતો. મને ખબર છે કે તમને એમની મોટી ખોટ સાલશે અને મને પણ તેમનો મીઠો સ્વભાવ હજુ યાદ આવે છે. ચિરંજીવી શ્યામભાઈ તમારું ધ્યાન રાખશે એવી મને ખાતરી છે. ભગવાન એમના આત્માને શાંતિ આપે અને તમને દુઃખ સહન કરવાની શક્તિ આપે એવી પ્રાર્થના.

લિ. રચનાના જય શ્રીકૃષ્ણ.

પૂજ્ય નલિનીબેન *dear* (lit. *respected*) *Naliniben*
અવસાન (m.) *passing away*
દુઃખદ *sorrowful*
દુઃખ (n.) *sorrow*
માયાળુ *affectionate*
સ્વભાવ (m.) *nature*
પરિચય (m.) *acquaintance*
તમને એમની મોટી ખોટ સાલશે *the great loss of him will pain you*
ખોટ (f.) *loss*
સાલવું (intr.) *to pinch, cause pain*
મીઠું *sweet*

મને યાદ આવે છે *I remember*
ચિરંજીવી *long-lived* (said of younger family member)
તમારું ધ્યાન રાખશે *will take care of you*
એવી મને ખાતરી છે *I am certain of this*
ભગવાન એમના આત્માને શાંતિ આપે *may God rest his soul*
તમને દુ:ખ સહન કરવાની શક્તિ આપે *may He give you the strength to bear this sorrow*
એવી પ્રાર્થના *this is my prayer*
રચનાના જય શ્રીકૃષ્ણ *Rachna, glory to Lord Krishna!*

## ફાગાણ ૩

### આભાર **Thank you**

Rachna is writing to her friend Amitaben to thank her for having her to stay on her visit to Vadodara.

લંડન, ૨૧/૧/'૯૨

પૂજ્ય અમિતાબેન

તમારે ત્યાં રહેવાનો ખૂબ આનંદ આવ્યો. તમારાં માતપિતાને મળીને ઘણી ખુશી થઈ. તેમને મારાં પ્રણામ કહેજો. તમારી દીકરી કેવી સારી રીતે ગાય છે. એની કાયમ યાદ રહે છે. કાકાજી મજામાં હશે. અહીંના લોકો બધા મજામાં છે. આ બાજુ આવીને અમારે ત્યાં રહેવાનું રાખશો.

લિ.

રચનાના જય શ્રીકૃષ્ણ

તમારે ત્યાં રહેવાનો ખૂબ આનંદ આવ્યો *I very much enjoyed staying at your house*
તમારાં માતાપિતાને મળીને ઘણી ખુશી થઈ *I was happy to meet your parents*
ગીત ગાવું *to sing a song*
એની કાયમ યાદ રહે છે *I shall remember her always*
અહીંના લોકો બધા મજામાં છે *everyone is fine here*
આ બાજુ આવીને અમારે ત્યાં રહેવાનું રાખશો *when you come over here, you must come to stay with us*

**C** True or false? Correct and rewrite the following sentences.

૧ રમણલાલ શ્યામના કાકા હતા.
૨ રચના અમિતાબેનનાં માબાપને નથી ઓળખતી.
૩ અમિતાબેન લંડનમાં રહે છે.

Answer the following questions.

૪ રચનાએ કેમ નલિનીબેનને કાગળ લખ્યો છે?
૫ રચનાએ કેમ અમિતાબેનને કાગળ લખ્યો છે?

## વ્યાકરણ

## *3* To know how to, to be able to

Some verbs in Gujarati take forms of the verb in ઈ (see Unit 7, grammar point 3) or in તાં, where other verbs take forms in વા (see Unit 4, grammar point 2). These verbs include શકવું *to be able to* and જાણવું *to know how to*. The impersonal આવડવું *to know how to* and શીખવું *to learn* take forms in તાં, for example:

| | |
|---|---|
| હું ત્યાં જઈ નથી શકતી | *I can't go there* |
| તમે ગુજરાતી અક્ષરો લખી જાણો છો? | *do you know how to write Gujarati script?* |

| | |
|---|---|
| તમને ગુજરાતી લખતાંવાંચતાં આવડે છે? | *do you know how to read and write Gujarati?* |
| હું ગુજરાતી લખતાં શીખું છું | *I am learning to write Gujarati* |

## 4 Particles

Particles are words which do not mean anything on their own, but which are used to limit or increase the meanings of other words. You have already met many of these, but you will find the following summary useful.

(*a*) જ

This particle is used to emphasise the preceding word. It is used after clitics such as માં, etc. For example:

| | |
|---|---|
| હું આજે જ ઘેર છું | *today (not tomorrow,* etc.*) I am at home* |
| હું આજે ઘેર જ છું | *today I'll be at home (and not somewhere else.)* |
| મારી પાસે એક જ ટોપી છે | *I've only one hat* |
| તમે ઑફિસમાં જ સાડી પહેરો છો? | *do you wear saris in the office only?* |
| મારો સામાન અહીં જ લાવ! | *bring my luggage right here!* |

(*b*) ય, પણ

These particles are called inclusives. They are used to emphasise the preceding word and give a sense of inclusion. After a vowel, the form યે is used instead of ય, for example:

| | |
|---|---|
| હું પણ (હુંય) આવું છું | *I'm coming too* |
| હું કોઇ પણ દિવસે ત્યાં નથી જતી | *I never went there* |
| તમે ક્યારેય ભારત ગયા છો? ના, ક્યારેય નહિ | *have you ever been to India? No, never* |

You should note: તમે ક્યારે ભારત ગયા હતા? *when did you go to India?*

(*c*) ક, એક and the ending આદ

These particles are called indefinites. They give a sense of *some*, *a bit*, *about* - i.e. approximations. They occur before clitics and the agential ending એ.

ક is used only with quantitive adjective (for example, ઘણું, થોડું, બધું, કેટલું and so on), indefinite adjectives (કોઇ, કંઇ, કશું) and cardinal numerals (એક, બે and so on). એક is used only with cardinals, આદ only with the numeral એક, for example:

| | |
|---|---|
| થોડાક પૈસા પાછા આવ્યા | *he gave me back a little money* |
| હું ત્યાં એકાદ અઠવાડિયું હતી | *I was there for about a week* |
| ચારેક વાગ્યે આવો! | *come at about four o'clock!* |
| કેટલાંકે રજાનું કામ કર્યું | *some did the vacation work* |

(*d*) જી

This is called an honorific particle because it shows respect. It is used after the person to whom respect is to be given, for example:

| | |
|---|---|
| તમારા પિતાજીની તબિયત સારી છે? | *is your father in good health?* |
| ગાંધીજી ગુજરાતી હતા | *Gandhiji was Gujarati* |

It is also used in formal contexts with imperatives and in formal conversations to give a reply, to show one has not heard or understood or to give assent, for example:

| | |
|---|---|
| મને મદદ આપશોજી | *please would you help me?* |
| છોકરા, એ છોકરા!... જી? | *Boy, hey boy! - Yes sir?* |
| તું સમજી? જી | *do you understand? Yes, sir/miss* |

(*e*) ને

This particle is used as an interrogative only after verbal forms and adjectives to mean *isn't it?* when expecting an affirmative answer, for example:

| | |
|---|---|
| તારી મા આવી છે ને? | *your mother came, didn't she?* |
| બેસો ને? | *why don't you sit down?* |
| સારું ને? | *it's good, isn't it?* |

(*f*) કે

This particle is used in the same way as ને, but in cases where the speaker is doubtful about the answer, for example:

તું આવે કે? *you are coming, aren't you?*

## 5 Letter writing

In English it depends on whom you are writing to as to whether you write *Yours sincerely, Yours faithfully* or *Lots of love* at the end of a letter. Gujarati uses different ways of saying *Dear* and *Yours,* etc. in the same way. The following lists most of the ways in which you should address people and sign off when writing to people in Gujarati.

### Openings

Before the name or title of the person addressed, the following terms are written for the English *Dear.*

(*a*) To a parent or uncle or aunt: પરમપૂજ્ય *very respected*

(*b*) To an elderly person: મુરબ્બી *benefactor*

(*c*) From a parent to a child, from an elderly person to a younger person: ચિરંજીવ *long-lived*

(*d*) To an acquaintance: સ્નેહી *affectionate*

(*e*) To friends and relatives of the same generation: પ્રિય *dear*

### Closings

At the end of the letter લિ. લિખિતંગ *written by* is used instead of *Yours sincerely,* etc. Then, after the name of the writer, the following ways of closing are used.

(*a*) To a friend or acquaintance: નાં સ્મરણ *remembrance*

(*b*) To an elder person: નાં પ્રણામ *obeisance*

(*c*) To a friend: નાં વંદન *salutation*

(*d*) From an older person to a child: ના આશીર્વાદ, ની શુભાશિષ *blessing*

(*e*) From/to a follower of Swami Narayan: ના જા સ્વામિનારાયણ *glory to Swami Narayan!*
(*f*) From/to a Vaiṣṇava: ના જય શ્રીકૃષ્ણ *glory to Lord Kṛṣṇa!*

## Useful expressions

| | |
|---|---|
| તમારો પત્ર મળતાં ખૂબ આનંદ થયો | *I was very happy to receive your letter* |
| મને આશા છે કે તમે સાજા હશો | *I hope that you are well* |
| વડીલોને પ્રણામ કહેજો | *please send my best wishes to your parents* |
| વારુ, અહીં વિરમું છું | *well then, I'll stop now* |
| તમારી (તમારો) ખૂબ આભારી છું | *I am very grateful to you* |
| ચાલો ત્યારે આવજો | *well then, goodbye* |
| અભિનંદન | *congratulations* |
| તમારું લગ્નજીવન સુખી નીવડે એથી સુભેચ્છા | *best wishes on your marriage* |
| અહીંના બધા લોકો મજામાં છે | *everyone here is well* |
| ઋતુ સારી છે | *the weather is good* |
| મા અને બાળકની તબિયત સારી હશે | *I hope mother and baby are well* |

## અભ્યાસ

**A** Fill in the missing parts in the dialogue using constructions with વાનું (see point 1 above).

| | |
|---|---|
| અવની | કેમ છે? શું ખબર છે? |
| *You* | *Say that today you have a holiday and you are going to the shops.* |
| અવની | કઇ દુકાનોમાં? |
| *You* | *Say you want to get a sari for your friend who is getting married.* |

| | |
|---|---|
| અવની | હું સાથે આવું? |
| *You* | *Say of course. Say you are going to meet a friend for lunch. Ask her if she wants to join you.* |
| અવની | ચોક્કસ! ચાલો, શહેર જવાની બસ આવે છે! |

**B** This is a copy of a wedding invitation (કંકોતરી). Wedding invitations are always written in red ink and are delivered by hand wherever possible. There will be many words you will not have met on the card before, but do not worry about these - you may be surprised by all that you do know! You may find it useful to look at the સમજ્યા/સમજ્યાં? passage first for the names of some of the ceremonies.

Now answer the following questions in Gujarati.

૧ કોના ફોટા છે? (ત્રણ ફોટા છે)
૨ આ કુટુંબનો ધર્મ શું છે?
૩ આણંદ ક્યાં છે?
૪ આ લગ્નને કેટલા દિવસ લાગશે?
૫ હસ્તમેળાપ કેટલા વાગ્યે છે?

**C** Write a letter to a friend or relative in Gujarat, telling him or her about your forthcoming visit. You can use your imagination, but you may find it helpful to construct your letter as follows:

*You are going to India in the Christmas holidays. First you will go to Bombay where you will stay with someone (a friend/relative), then you will take the morning train to Baroda. Say you will met him or her at Baroda station. Say you very much want to go to see the new Swaminarayan temple at* ગાંધીનગર. *Say you know you will enjoy seeing him or her again.*

# 卐 માંગલિક પ્રસંગો 卐

**શ્રી ગણેશ સ્થાપના, મંડપ મુહુર્ત, પીઠી, ગ્રહશાંતિ અને વરઘ :**
બુધવાર તા. ૨૮-૨-૯૦ ના સવારના ૯-૦૦ થી ૧૨-૦૦ કલાકે.

**હસ્ત મેળાપ :**
બુધવાર તા. ૨૮-૨-૯૦ ના સાંજના ૭-૦૦ કલાકે.

**ભોજન સમારંભ :**
બુધવાર તા. ૨૮-૨-૯૦ ના સાંજના ૬-૩૦ થી ૮-૩૦ કલાકે.

**સ્થળ :**
**જે. કે. પાર્ક, નેશનલ હાઇવે નં. ૮, ચિખોદરા ક્રોસીંગ, આણંદ.**

નમ્ર વિનંતી :
પ્રસંગોવસાત્ અને અવકાશના અભાવે આપને રૂબરૂ ન મળી શકાયુ હોય તો આપ આ કુમકુમ પત્રિકાને રૂબરૂ મળ્યા તુલ્ય સમજી અવશ્ય પધારવા કૃપા કરશોજી.

લી. દર્શનાભિલાષી,

**ગં. ગા. સ્વરૂપ સવિતાબેન ઉમેદભાઈ પટેલ**

| | |
|---|---|
| અ.સૌ. ઇન્દુબેન વિનોદભાઇ પટેલ | અ.સૌ.. સરયુબેન ચદ્રકાંતભાઇ પટેલ |
| અ.સૌ. સારિકાબેન હર્ષદભાઇ પટેલ | અ.સૌ. લીલાબેન નટુભાઇ પટેલ |
| અ.સૌ. મીનાબેન બીપીનભાઈ પટેલ | અ.સૌ. ઉષાબેન ભાનુભાઇ પટેલ |
| અ.સૌ. જયશ્રીબેન સંદીપભાઇ પટેલ | અ.સૌ. વીણાબેન સુર્યકાંતભાઇ પટેલ |

: નિવાસ સ્થાન :
**પટેલ ચંદ્રકાંત ઉમેદભાઇ બીન ચતુરભાઇ**
**સુ. ડી. પટેલની કું.**
મંગલદાસ માર્કેટ, તાજનાપેઠ, આકોલા-૪૪૦ ૦૦૧.

શ્રી સ્વામિનારાયણ નમઃ
શ્રી અક્ષરપુરુષોત્તમ નમઃ

સુજ્ઞ મહાશય,

પ. પૂ. પ્ર. બ્ર. સ્વ. શાસ્ત્રી શ્રી નારાયણ સ્વરૂપદાસજી (પ્રમુખ સ્વામિ) ના આશીર્વાદથી અમારા મોટાભાઇ સ્વ. ઉમેદભાઇ ચતુરભાઈ પટેલ ના ચિ. પટેલ ચંદ્રકાંતભાઇ (ચંદુભાઇ) ખંભોળજવાળા (હાલ આકોલા) ની સુપુત્રી

## ચિ. જેતલ (ડોલી)

**ના શુભ લગ્ન**

## ચિ. વિપુલ

ગામ ચિખોદરા (હાલ ઇંદોર) નિવાસી શ્રી ચંદુલાલ આશાભાઈ પટેલના સુપુત્ર

સાથે સંવત ૨૦૪૬ ના ફાગણ સુદી ૪ને બુધવાર તા. ૨૮-૨-૯૦ ના શુભ દિને નિરધાર્યા છે. આ શુભ પ્રસંગે નવદંપતિ ને આશીર્વાદ આપવા આપશ્રી સહકુટુંબ, મિત્રમંડળ સહિત પધારી શોભામાં અભિવૃદ્ધિ કરશોજી.

લી. સ્નેહાધીન,

**પટેલ નટુભાઈ ચતુરભાઇ**
**પટેલ ભાનુભાઇ મોતીભાઇ**

| | |
|---|---|
| **પટેલ નીરજકુમાર ચંદ્રકાંતભાઈ** | **પટેલ વિનોદભાઇ ઉમેદભાઈ** |
| **પટેલ સંદીપભાઈ વિનોદભાઇ** | **પટેલ સુર્યકાંતભાઇ રામભાઈ** |
| **પટેલ મિતુલકુમાર હર્ષદભાઇ** | **પટેલ હર્ષદભાઈ ઉમેદભાઇ** |
| **પટેલ શૈનકકુમાર બીપીનભાઈ** | **પટેલ બીપીનભાઈ ઉમેદભાઈ** |

**ના જય શ્રી સ્વામિનારાયણ.**

*** ચાંદલા તથા ભેટ ને અસ્વીકાર ને ક્ષમ્ય ગણશોજી ***

**D** Translate the following letter into Gujarati, using the words and phrases in the vocabulary section below to help you.

*London, 26th January*

*Dear Aunt Leela,*

*I was going to come to Bombay in December, but I had to do a lot of work at university. Today is Republic Day and I am missing you all very much. It was very cold here at Christmas and I don't like the cold weather. I know it must be hot there. I shall come to India next December.*

*You must be surprised that I am writing in Gujarati. This is the first letter I have ever written in Gujarati. I have been studying Gujarati at university since October last year. I know how to write and read, and I am able to speak as well. It is quite difficult to write a letter, but I am now able to write slowly. I want to study literature next year and be able to read Narasimha Mehetā in Gujarati.*

*I hope you are all well. Everyone here is fine. Write soon!*

*Yours*

*Ajay*

પ્રજાસત્તાક દિન (m.) *Republic day, 26th January*
મને તમારા બધાની ખોટ સાલે છે *I miss you all very much*
નાતાલ (f.) *Christmas*
સખત ઠંડી *very cold*
સખત *hard, cruel, severe*
વાતાવરણ ગરમ છે *it is hot*
વાતાવરણ (n.) *atmosphere, weather*
નવાઈ લાગવી *to be surprised*
નવાઈ (f.) *newness, wonder*
*I have been studying* (Translate as *I am learning since...*)
લખવા-વાંચવાનું (n.) *writing and reading*
પત્ર લખવો એ સારું એવું અઘરું કામ છે *it is difficult to write a letter*
*I want to study literature* (Translate as *I want to make a study* (અભ્યાસ) *of literature*)

સાહિત્ય (n.) *literature*
ઈચ્છવું (tr.) *to wish*
મને આશા છે કે તમે સહુ કુશળ હશો *I hope that you are all well*
કુશળ *well, healthy*

The greatest poet of Gujarat was **Narasiṃha Mahetā** (1414-1480). He was born in the village of Talaja near Bhavnagar, a Nāgar Brahmin. He was a devotee of Kṛṣṇa and he established a circle of devotees in Junagadh (Narasiṃha Mahetāno Coro) which is still active. He sang his devotional (Rama and Kṛṣṇa), philosophical and ethical *padas* all night and played his *karatālās* (hand-held cymbals). Many mythical stories surround his life and are described in his own works and those of many other Gujarati authors.

## સમજ્યા/સમજ્યાં?

પ્રિય મીનુ *Dear Meenu*
બહેનનું લગ્ન નક્કી થયું છે *my sister's wedding has been fixed*
માફ કરજે *sorry!*
આવતે અઠવાડિયે વિધિ શરૂ થશે *the ceremony starts next week*
વ્યવસ્થા પૂરી કરવી *complete all the arrangements*
સુંદર *handsome, beautiful*
વેપાર (m.) *business*
ખૂબ ધમાલ ચાલે છે *there's been a great fuss*
મા ઘણાં વરસથી ઘરેણાં બનાવતી રહે છે *Mum has been having jewellery made for years*
લગ્નને પાંચ દિવસની જ વાર છે *there are five days left to the wedding*
ચારે દિશાથી આવે છે *they are coming from all four corners of the world*
લગ્નનો સમય *the time of the wedding*

અમદાવાદ, ૨૦/૧/૯૫

પ્રિય મીનુ,

ઘણા દિવસથી હું તને પત્ર નથી લખી શકી. મારી મોટી બહેનનું લગ્ન નક્કી થયું છે અને આજે પહેલી વાર મને કામમાંથી જરાક સમય મળ્યો છે. માફ કરજે.

આવતે અઠવાડિયે વિધિ શરૂ થશે. એક મહિના પહેલાં અમિતામાશીએ યુ.કે. જઈને બધી વ્યવસ્થા પૂરી કરી છે. આ લગ્ન ગોઠવેલું છે પણ મોટી બહેને બનેવીનો ફોટો જોયો અને પછી તેઓ અમારે ત્યાં આવ્યા. સુંદર નથી પણ સારા માણસ છે. એમના પિતાજી બાપુજીની સાથે વેપાર કરે છે.

એક મહિનાથી અમારે ત્યાં ખૂબ ધમાલ ચાલે છે. અમે રોજ દુકાનોમાં જઈને સાડીઓ વગેરે ખરીદીએ છીએ! પછી મા રોજ દરજીને બોલાવે છે. મા ઘણાં વરસથી ઘરેણાં બનાવતી રહે છે, પણ અત્યારે એને લાગે છે કે મોટી બહેનને વધારે જોઈશે. મેં કહ્યું કે યુ.કે.માં સ્ત્રીઓ ઓછાં ઘરેણાં પહેરે છે પણ માએ કહ્યું કે હું નાની છું અને મને શી ખબર?

હવે લગ્નને પાંચ દિવસની જ વાર છે. અમારાં સગાંવહાલાં ચારે દિશાથી આવે છે. માશીએ ત્રણ અઠવાડિયાં પહેલાં આવીને કંકોતરી લખી છે. લગ્નનો સમય બપોરે ત્રણને વીસે છે. સવારે કાકા અને કાકી ગ્રહશાંતિ કરશે અને પછી અમે બહેનની પીઠી ચોળીને લગ્નનાં ગીતો ગાઈશું. હસ્તમેળાપને એક કલાક કે વધારે લાગશે. પછી મોટી બહેન સાસરે જઈને બનેવીની સાથે લંડન જશે. મને બહુ દુ:ખ થશે અને હું એકલી રહીશ.

કાકા તથા માશીને મારાં પ્રણામ કહેજે.

લિ. રીનાનાં સ્મરણ.

ગ્રહશાંતિ *pacification of the planets* (a ceremony to avert evil performed by a young married couple, usually cousins or aunts and uncles)
પીઠી ચોળવી *the peethi ceremony* (to put turmeric paste on the bride)
લગ્નનાં ગીતો ગાવાં *to sing wedding songs*
હસ્તમેળાપને એક કલાક કે વધારે લાગશે *the main wedding ceremony will take an hour or more* (the joining of hands is a central ceremony)
મને બહુ દુ:ખ થશે અને હું એકલી રહીશ *I'll be very sad and lonely*
રીનાનાં સ્મરણ *Yours, Reena*

Answer the following questions.

૧ રીના કેમ આજે જ કાગળ લખે છે?
૨ રીના એમના બનેવીને ઓળખે છે?
૩ કંકોતરી એટલે શું?
૪ લગ્ન પછી રીનાની બહેન શું કરશે?
૫ રીના મજામાં છે?

## ગુજરાત અને ગુજરાતીઓ

Like other South Asians, Gujarati families mark weddings with huge celebrations, and even in the UK many will invite hundreds of family members and friends to their weddings, and the girl will still dress in a traditional red sari with heavy gold jewellery and wear henna patterns on her hands. It is common for South Asians to arrange marriages, but this complicated process is often misunderstood by outsiders. There is a recent account of marriage customs among Gujaratis in the book *The Gujaratis and the British. A Social and Historical Survey, with Special Reference to the Gujarati Tradition of 'Arranging' Marriages.* (see Useful sources page 6).

Songs sung by women form a central part of the wedding tradition. Some of these are described by Viv Edwards and Savita Katbamma in their essay. 'The wedding songs of British Gujarati women' in the book W*omen in their Speech Communities*.

The Patidars (many of whose members use the surname Patel) were originally Kanbis, who form Gujarat's largest and most widely spread agricultural caste. The Patidars emerged from the Leuwa Kanbis of the fertile Kheda district, and are now the dominant caste politically and economically. The upwardly mobile Kanbis not only began to emulate the Banias' concern for ritual purity, but also became heavily involved in Vaishnava Bhakti. Today, most Patidars are members either of the Pushtimarg or the Swaminarayan movement, and many now accept their claim to be Banias. See 'Caste, religion and sect in Gujarat: the followers of Vallabhacharya and of Swaminarayan' in Roger Ballard's book *Desh Pardesh*.

# 9

## મુંબઈ BOMBAY

### *In this unit you will learn how to*

buy a ticket and talk about a train journey
talk about duration and points of time
give dates
talk about films

## વાતચીત ૧ vātcīt 1

### વડોદરાની આગગાડી *The Vadodara train*

In Bombay Central railway station.

*પૂછપરછ-બારીએ*

| | |
|---|---|
| વીરેન | વડોદરાનું પહેલા વર્ગનું ભાડું કેટલું છે? |
| કારકુન | તમને એ.સી. જોઇએ છે? |
| વીરેન | જરૂર. કેટલું છે? |
| કારકુન | પશ્ચિમ એક્સપ્રેસમાં બીજા જ વર્ગનો ડબ્બો વાતાનુકૂલિત છે. એનું ભાડું બસો રૂપિયા છે. |
| વીરેન | મન બે ટિકિટ આપો. કયા પ્લેટફૉર્મ પરથી ઊપડશે? |
| કારકુન | નં. ૮. |

*પ્લેટફૉર્મ*

| | |
|---|---|
| અનિલ | એ હમાલ! વડોદરાની ટ્રેનમાં મારી જગ્યા ગોઠવી દઈને મારો સામાન ચડાવી દે. |

હમાલ — ઠીક છે. સાહેબ, મને ટિકિટ બતાવો તો! એ.સી. ડબ્બો ગાડીના પાછળના ભાગમાં છે. જલદી ચડી જજો! ગાડી ઊપડવાને દસ મિનિટની જ વાર છે.

અનિલ — વીરેન! જલદી, દોડો. ટ્રેસ દસ મિનિટમાં ઊપડશે.

વીરેન — સારું! એને પાંચ રૂપિયા આપી દો. મારી પાસે છૂટા નથી.

હમાલ — ખાલી પાંચ? આટલા બધા સામાનના તો દસ રૂપિયા થાય.

વીરેન — બસ હવે, પાંચ બરાબર છે. ચાલતી પકડ!

*ટ્રેનમાં*

વીરેન — હમેશાં એના એ જ! આ તો કંટાળો આવે છે. દાગીના ગણી લઉં - હા આપણી પાસે છ દાગીના છે ને? હે ભગવાન! હું માશીને ફોન કરવાનું ભૂલી ગયો! મેં કહેલું કે અમે દસ તારીખે આવવાના છીએ પણ આજે નવમી છે. આપણે સ્ટેશનથી રિક્ષા લેવી પડશે.

અનિલ — કંઇ વાંધો નહિ! ત્યાં લોકો મીટર રાખે છે અને વાજબી ભાડું માગશે. માશીનું ઘર સ્ટેશનથી બહુ દૂર નથી.

વીરેન — અહીંથી સફરમાં લગભગ સાત કલાક લાગશે. ટ્રેન તો હમેશાં થોડીક મોડી હોય છે પણ આ ટ્રેન ઘણી સારી છે. રસ્તો લાંબો છે પણ સુંદર પ્રદેશ તથા દરિયો નજરે પડે છે અને બેસવાની જગ્યા છે. થોડા વખતમાં તે લોકો ચા લાવશે. કદાચ આપણને જમવાનું પણ મળશે અને વલસાડ સ્ટેશને તમે પાઉં-ભાજી ચાખી જોજો.

અનિલ — તમે ચોપડીઓ થેલીમાં મૂકી? જોઇ લેજો. ત્યાં જુઓ ને! એ ટ્રેનમાં ખૂબ ગિરદી લાગે છે!

વીરેન — આ મુંબઇ સબર્બન છે. વિચાર કરો - રોજેરોજ આ ટ્રેનમાં કામે જવાનું કેટલી તકલીફ આપતું હશે! એ લોકોને ચર્ચગેટ ઊતરીને ત્યાંથી પગપાળા જવું પડતું હશે નહિ તો ટૅક્સી લેવી પડતી હશે. મુંબઇ શહેરમાં રિક્ષાની વ્યવસ્થા નથી, ફક્ત પરાંમાં છે.

અનિલ — સારું. ગાડી સમય પર ઊપડી.

પૂછપરછ-બારીએ *at the enquiry desk*
વડોદરાનું પહેલા વર્ગનું ભાડું કેટલું છે? *how much does a first-class ticket to Vadodara cost?*
એ. સી. *a.c. air-conditioning*
પશ્ચિમ એક્સપ્રેસ *the Western Express*
બીજા વર્ગનો ડબ્બો (m.) *second-class carriage*
વાતાનુકૂલિત *air-conditioned*
કયા પ્લેટફૉર્મ પરથી ઊપડશે? *which platform does it go from?*
નં. ૮ *no. 8*

એ હમાલ! *hey, porter*
હમાલ (m.) *porter*
જગ્યા ગોઠવી દે *get my place*
સામાન ચડાવી દે *put the bags on*
ઠીક છે, સાહેબ *OK, sir*
મને ટિકિટ બતાવો તો! *show me your ticket!*
એ. સી. ડબ્બો ગાડીના પછળના ભાગમાં છે *the air-conditioned carriage is at the back of the train*
જલદી ચડી જજો! *please board quickly!*
ગાડી ઊપડવાને દસ મિનિટની જ વાર છે *the train goes in just ten minutes*
દોડવું *(intr.) to run*
ટ્રેન દસ મિનિટમાં ઊપડશે *the train goes in ten minutes*
આપી દેવું (tr.) *to give*
છૂટા (m.pl.) *change*
ખાલી પાંચ? *only five?*
આટલા બધા સામાનના તો દસ રૂપિયા થાય *so many bags, then it's ten rupees*
બસ હવે, પાંચ બરાબર છે *stop it! Five is right*
ચાલતી પકડ! *get lost!*
હમેશાં એના એ જ! *it's always the same!*
આ તો કંટાળો આવે છે *it's a real nuisance*
દાગીના ગણી લઉં *I'll count the luggage*
દાગીનો (m.) *piece of luggage*
હે ભગવાન! *O God!*
હું માશીને ફોન કરવાનું ભૂલી ગયો! *I forgot to phone my aunt!*
મેં કહેલું કે . . . *I said that . . .*
દસ તારીખે *on the 10th* (day of the month)
રિક્ષા લેવી *to take an auto-rickshaw, a three-wheeler*
મીટર રાખવું *to put the metre on* (rather than charge a fixed fare)
વાજબી ભાડું માંગવું *to ask a reasonable fare*
અહીંથી સફરમાં લગભગ સાત કલાક લાગશે *from here, the journey takes about seven hours*
રસ્તો લાંબો છે *it's a long way*
સુંદર પ્રદેશ તથા દરિયો નજરે પડે છે *you can see some beautiful countryside and the sea*
થોડા વખતમાં *soon*

વલસાડ *Valsad*
પાઉં-ભાજી (f.) *pau-bhaji,* (a kind of vegetarian hamburger popular in Gujarat and Bombay)
ચાખી જોવું *to taste*
થેલી (f.) *bag*
જોઈ લેવું *to take a look, check*
ગિરદી (f.) *crowd, crowding*
મુંબઈ સબર્બન *Bombay suburban* (railway)
વિચાર કરવો *think*
રોજેરોજ આ ટ્રેનમાં કામે જવાનું કેટલી તકલીફ આપતું હશે! *it must be terrible to go to work every day on this train!*
ચર્ચગેટ સ્ટેશન *Churchgate station* (the last stop on the Western suburban train)
ઊતરવું (intr.) *to get down*
પગપાળા જવું *to go on foot*
નહિ તો *otherwise*
ટૅક્સી લેવી *to take a taxi*
રિક્ષાની વ્યવસ્થા *auto-rickshaw facilities*
ફક્ત *only, simply*
પરું (n.) *suburb*
ગાડી સમય પર ઊપડી! *the train's leaving on time!*

Answer the following questions.

૧ વીરેનને કેવી ટિકિટ જોઈએ છે?
૨ વીરેનને કેમ લાગે છે કે હમાલો હમેશાં તકલીફ આપે છે?
૩ વીરેન અને અનિલ કેવી રીતે માશીને ત્યાં પહોંચશે?
૪ મુંબઈમાં આવ-જાની વ્યવસ્થા કેવી છે?
૫ તમને લાગે છે કે આ લોકોને આ સફર ગમશે?

## વ્યાકરણ

## 1 Compound verbs

Many verbs are used with an auxiliary (helping) verb, which loses its usual meaning and but force or emphasis to the main (preceding) verb. The form of the main verb is the same as the gerund with ઈ (see Unit 7, grammar point 3), for example, આવવું, આવી. The verb is transitive or intransitive according to the auxiliary verb used.

The frequency of the use of this compound formation varies from speaker to speaker. Certain verbs are rarely used uncompounded, and not all verbs take all auxiliaries.

There are five commonly used auxiliaries. These are: જવું, લેવું, દેવું, આપવું and નાખવું.

(*a*) જવું *to go* is used as an auxiliary verb to emphasise completion of the main action. The most widely used are:

| | | | |
|---|---|---|---|
| બેસવું | *sit* | બેસી જવું | *sit down* |
| સૂવું | *sleep* | સૂઈ જવું | *go to sleep* |
| સમજવું | *understand* | સમજી જવું | *grasp fully* |
| આવવું | *come* | આવી જવું | *arrive, turn up* |
| ખાવું | *eat* | ખાઈ જવું | *eat up* |
| જમવું | *eat* | જમી જવું | *eat up* |
| પીવું | *drink* | પી જવું | *drink up* |
| વાંચવું | *read* | વાંચી જવું | *read through* |
| સાંભળવું | *listen* | સાંભળી જવું | *pay attention* |
| મરવું | *die* | મરી જવું | *die* |
| ભૂલવું | *forget* | ભૂલી જવું | *forget* |
| માનવું | *believe* | માની જવું | *believe in* |
| ચાલવું | *walk, go* | ચાલી જવું | *go off, walk* |
| પડવું | *fall* | પડી જવું | *fall down* |
| ઊઠવું | *get up* | ઊઠી જવું | *get up* |
| નીકળવું | *leave* | નીકળી જવું | *leave* |
| મળવું | *meet* | મળી જવું | *find* |

(*b*) લેવું *to take* is used as an auxiliary verb to mean that the action is complete and was probably carried out for oneself. You will find these the most widely used:

| | | | |
|---|---|---|---|
| સૂવું | *sleep* | સૂઈ લેવું | *sleep* |
| મળવું | *meet* | મળી લેવું | *meet* |
| રાખવું | *keep* | રાખી લેવું | *keep* |

| | | | |
|---|---|---|---|
| વાંચવું | *read* | વાંચી લેવું | *read* |
| ધોવું | *wash* | ધોઈ લેવું | *wash* |

(*c*), (*d*) દેવું and, less frequently its synonym, આપવું *to give* are used as auxiliaries to indicate that the action is complete and carried out for someone else's benefit. Here are two examples.

| | | | |
|---|---|---|---|
| ઊતરવું | *descend* | ઉતારી દેવું | *get down* |
| મૂકવું | *put* | મૂકી દેવું | *put down* |

*(e)* નાખવું *to throw* is used as an auxiliary to emphasise getting something over and done with, for example:

| | | | |
|---|---|---|---|
| કહેવું | *say* | કહી નાખવું | *tell the whole story* |
| ચાલવું | *walk* | ચાલી નાખવું | *walk* |

જોવું *to see* uses all these major auxiliaries, and the contrast in the meaning of the verb when used with them is as follows:

| | | |
|---|---|---|
| (*a*) | હું જોઇ ગઇ | *I had a good look* |
| (*b*) | મેં આ જોઇ લીધું | *I had a look at this* |
| (*c*), (*d*) | હું તમને જોઇ દઇશ | *I'll have a look at it for you* |
| (*e*) | આવાં ઘણાં જોઇ નાખ્યાં | *well, I've already seen lots like these* |

Other frequently used auxiliaries are પડવું *to fall,* etc. and ઊઠવું *to rise,* which emphasise the suddenness of the action, for example:

| | |
|---|---|
| એ હસી પડ્યો | *he burst out laughing* |
| તે જાગી ઊઠ્યો | *he woke suddenly* |

The only other commonly encountered auxiliary is જોવું *to see,* which is used for sense activities such as smelling and tasting, for example:

| | |
|---|---|
| ચાખી જોવું | *taste* |
| સૂંઘી જોવું | *smell* |
| વાંચી જોવું | *read* (to form an opinion) |

## 2 Expressions of time

Gujarati has many different ways of expressing duration of time and points of time. You will already have met many of these forms in the preceding units, but you should find this summary of them useful.

(*a*) There are several ways of showing *time at which.*

(i) Using the clitic એ with the time word:

| | |
|---|---|
| હું રવિવારે આવી છું | *I came on Sunday* |
| વહેલી સવારે ઊઠજે! | *get up early in the morning!* |
| આવતે અઠવાડિયે એના વિવાહ થશે | *his engagement will take place next week* |

(ii) Using the invariable form ના with the time of day (morning, etc.):

| | |
|---|---|
| રાતના ઠંડી પડે છે | *it's cold at night* |

(iii) Using words of time (such as વખત) with એ or માં:

| | |
|---|---|
| સોલંકી રાજાના વખતમાં અણહિલવાડ પાટણ ગુજરાતની રાજધાની હતી | *in the time of the Solanki kings, Anhilvad Patan was the capital of Gujarat* |

(iv) Using words of time without any ending for repetitive action:

| | |
|---|---|
| મેં તમને કેટલી વાર કહ્યું? | *how many times have I told you?* |

(*b*) *Time while* is expressed by the indeclinable form તાં (see grammar point 6 in this unit) of the verb to show action is taking place at the same time as the main verb:

| | |
|---|---|
| બજારથી આવતાં હું પડી ગઈ | *I fell while coming from the market* |
| તમને અહીં આવતાં કેટલી વાર લાગી? | *how long did it take you to get here?* |

In the second example, the ને form of the pronoun is used because of લાગવું (see Unit 3, grammar point 2).

(*c*) *Time since/after which* is marked by the following forms.

(i) The ending થી added to the time word:

| | |
|---|---|
| તે ત્રણ દિવસથી અહીં છે | *she has been here for three days* |
| આપણે ઘણા દિવસથી મળતાં નથી | *we haven't met for many days* |
| ત્રણ વરસતી હું ગુજરાતી ભણું છું | *I have been learning Gujarati for three years* |

(ii) The ending ને is added to a perfective form in યા to express what happened, followed by a measure of time with the perfective of થવું. If the time is concerned with a person, ને is added (for example, મને, છોકરીને), but if it is a thing then it is omitted:

| | |
|---|---|
| મને અહીં આવ્યાને બે દિવસ થયા | *it is two days since I came here; I came here two days ago* |

Alternatively, એ is used in place of યાને:

| | |
|---|---|
| માને અમદાવાદ ગયે (ગયાને) એક અઠવાડિયું પણ થયું નથી | *it's not even been a week since mother went to Ahmadabad* |

(iii) The word પછી *afterwards, since* is used after the time word:

| | |
|---|---|
| દસ દહાડા પછી તે મને મળવા આવ્યો | *he came to see me after ten days* |
| હું પા કલાક પછી આવીશ | *I'll come in a quarter of an hour* |

(iv) The word પહેલાં *before* is used after the time word:

| | |
|---|---|
| બે વરસ પહેલાં હું મુંબઇ ગઇ હતી | *I went to Bombay two years ago* |

(*d*) *Duration* of time is expressed as follows.

(i) Unmarked time words:

| | |
|---|---|
| અહીં આવતાં કેટલી વાર લાગી? | *how long did it take to get here?* |
| વિધિ એક કલાક લાગશે | *the ceremony will last an hour* |
| તમે કેટલો વખત રહ્યા? | *how long did you stay?* |
| મેં ઘણો વખત એની રાહ જોઇ | *I waited for him for a long time* |

(ii) With નું:

| | |
|---|---|
| તે ચાળીસ દિવસનો ભૂખ્યો હતો | *he had fasted for forty days* |

(iii) Time words with માં to show *time within which:*

| | |
|---|---|
| થોડા વખતમાં આપણે જઈશું | *we will go in a little while* |
| હું એક કલાકમાં છાપું વાંચીશ | *I'll read the newspaper in an hour* |
| Also: લગ્નને ચાર દિવસની જ વાર છે | *the wedding is in five days' time; there are only five days left to the wedding* |

## 3 Dates

There are many ways of giving dates in Gujarati. For the day, the ordinals (first, fifth, etc.) are used in their feminine forms (to agree with તારીખ (f.) *date,* which may be written તા or not written at all).

**Day**

| | |
|---|---|
| નવમી તારીખ or નવમી | *the ninth (of the month)* |
| નવમી તારીખે/નવમીએ આવશો | *please come on the ninth* |
| તમારો સાતમીનો કાગળ મને આજે જ મળ્યો | *I got your letter of the seventh today* |

**Day and month**

| | |
|---|---|
| આજે કઇ તારીખ છે? | *what is the date today?* |
| આજે માર્ચની પહેલી તારીખ છે | *today is the first of March* |
| વીસમી માર્ચે રજાને દિવસ છે | *there is a holiday on 20th March* |
| માર્ચની વીસમીએ રજાનો દિવસ છે | *there is a holiday on 20th March* |
| વીસ માર્ચના રજાનો દિવસ છે | *there is a holiday on 20th March* |
| માર્ચની વીસમીએ મારે ઘેર આવજો | *come to my house on 20th March* |
| તે વીસ માર્ચના જન્મ્યો હતો | *he was born on 20th March* |
| પ્રજાસત્તાક દિન છવ્વીસમી જાન્યુઆરીએ આવે છે | *Republic Day is 26th January* |
| આજે વીસમી માર્ચ છે? | *is today 20th March?* |

**Day of the week**

| | |
|---|---|
| રવિવારે મારે ત્યાં આવશો? | *please come to my house on Sunday* |
| કારતક સુદ દશમને રવિવારે તેનું લગ્ન છે | *his wedding is on Sunday, (on) the tenth (of) the light half of Kartak* |
| રવિવાર કારતક સુદ દશમે તેનું લગ્ન છે | *his wedding is on Sunday, the date (is) in on the tenth of the light half of Kartak* |
| રવિવાર દશમી કારતક સુદે તેનું લગ્ન છે | *his wedding is on Sunday, the date (is) the tenth in the light half of Kartak* |

**Year**

| | |
|---|---|
| અઢાર એક ઓગણીસસો બાસઠે | *on the 18.1.1962* |
| વીસ એક ઓગણીસસો બાણું | *20th January 1992* |

**Century, era**

| | |
|---|---|
| ઈસ્વી સન પૂર્વે (ઈ૰સ૰પૂ૰) | *B.C.* |
| ઈસ્વી સન પછી (ઈ૰સ૰પૂ૰) | *A.D.* |
| ઈસ્વી સન ઓગણીસસો સુડતાળીસ | *1947* |
| વિ૰ સં૰ | *Vikram samvat* (see Unit 7) |

## વાતચીત ૨

### તમને હિંદી ફિલ્મો ગમે છે? *Do you like Hindi films?*

In Bombay, Neela and her daughter's friend Manisha are talking about Hindi films.

| | |
|---|---|
| નીલા | કેમ છો માશી? બા બજારે ગઇ છે. હું નવી વિડિઓ કેસેટ લઇ આવી છું. આ ફિલ્મ જોવા જેવી છે. તમને હિંદી ફિલ્મો ગમે છે? |
| મનીષા | મને ફિલ્મો ઓછી ગમે છે. પહેલાં મને બહુ જ ગમતી હતી. ત્યારે બહુ |

સરસ આવતી. સારા સંવાદો, સુગમ સંગીતનાં ગાયનો, સુંદર નાયિકાઓ અને દેખાવડા નાયકો. હવે તો બધાં તોફાનો, ભીની સાડી અને બળાત્કારનાં દૃશ્યો. જૂની ફિલ્મોમાં ચુંબન પણ નહોતા કરતા. હવે બધું જ ચાલે. બીજું સિનેમા ખરાબ હોય છે. એ ચાર આનાવાળા પ્રેમ કે તોફાનના દરેક દૃશ્ય પર ચીસો પાડતા હોય છે. એ કારણે મને ત્યાં જવાનું હવે ગમતું નથી.

નીલા — આજકાલ અમે ઘેર જ વિડિઓ જોઈએ છીએ.

મનીષા — પહેલાં અમને સિનેમા જોવા જવાનો બહુ જ શોખ હતો પણ હવે હું તો જરાય જતી નથી. એ દિવસોમાં ફિલ્મ જોવા માટે અમે લાંબો વખત લાઇનમાં ઊભાં રહેતાં હતાં. એક વાર અમે લાઇનમાં ઊભાં હતાં અને નરગિસને દીઠી.

નીલા — સારું સિનેમા સારાં નથી પણ મને લાગે છે કે આજકાલ પ્રેમકથાઓ વધારે હોય છે. અમિતાભની ફિલ્મો બહુ તોફાની હતી પણ હવે લોકપ્રિય ફિલ્મોમાં ઘણું ઓછું તોફાન હોય છે.

મનીષા — ચાલો, તોપણ રાજકપૂર તથા ગુરુદત્તની ફિલ્મો તો નથી જ. એટલાં સરસ ગાયન નથી. તેમની ફિલ્મોમાં ખરી ઘટનાઓ, સામાજિક પ્રશ્નો હતા, આજનીમાં કામ અને હિંસા છે. સ્ત્રીઓ મોહક લાગતી હતી પણ બજારુ છોકરીઓ જેવી નહોતી લાગતી. તેઓને નાચતાં આવડતું હતું અને...

નીલા — ચાલો. હજી સુધી ફિલ્મોને સુખી અંત હોય છે. બધા ખાઇ પીને મજા કરે છે!

વિડિઓ કેસેટ (f.) *video*
ફિલ્મ(f.) *film*
જોવા જેવું *worth seeing*
ગમતી હતી *used to like*
ત્યારે બહુ સરસ આવતી *they used to be good* (lit. *then good ones came*)
સંવાદ (m.) *dialogue*
સુગમ સંગીતનાં ગાયનો *semi-classical songs*
નાયિકા (f.) *heroine* (cf. અભિનેત્રી *actress*)
દેખાવડું *handsome*
નાયક (m) *hero* (cf. અભિનેતા *actor*)
તોફાન (n.) *fight, storm,* etc.
ભીનું *wet*
બળાત્કાર (m.) *violence, rape*
દૃશ્ય (n.pl.) *scene*

ચુંબન પણ નહોતા કરતા *they didn't even kiss*
હવે બધું જ ચાલે *now anything goes*
બીજું (n.) *another thing*
ચાર આનાવાળા (lit *the four-anna-wallas,* i.e., the people who sit in the cheap seats)
પ્રેમ કે તોફાનના દરેક દૃશ્ય પર ચીસો પાડતા હોય છે *they whistle at every scene of love or fights*
અમને સિનેમા જોવા જવાનો બહુ જ શોખ હતો *it was a great pleasure for us to go to the cinema*
હું તો જરાય નથી જતી *I never go now*
અમે લાઇનમાં ઊભાં રહેતાં હતાં *we used to stand in a queue*
નરગિસ *Nargis* (one of the most famous actresses of the 1950s)
પ્રેમકથા (f.) *love story*
અમિતાભ *Amitabh Bachchan* (the most popular actor of the 1970s and 1980s)
લોકપ્રિય *popular*
ચાલો, તો પણ *OK but...*
રાજકપૂર તથા ગુરુદત્ત *Raj Kapoor and Guru Dutt* (great actors and directors of the 1950s)
જેવું *like*
ખરું *real, true*
ઘટના (f.) *issue*
સામાજિક *social*
પ્રશ્ન (m.) *question*
કામ અને હિંસા *sex and violence*
મોહક *glamorous*
બજારુ છોકરીઓ જેવી નહોતી લાગતી *the girls didn't look cheap*
નાચવું (intr.) *to dance*
સુખી અંત *happy ending*
બધા ખાઇ પીને મજા કરે છે! *they all live happily ever after!*

Answer the following questions.

૧ મનીષા કેમ સિનેમા જતી નથી?
૨ મનીષાને કેવી ફિલ્મો ગમે છે?
૩ અમિતાભ કોણ છે?
૪ આજની ફિલ્મોને કેવો અંત હોય છે?
૫ આજની ફિલ્મોમાં સામાજિક પ્રશ્નો હોય છે?

## વ્યાકરણ

### 4 The imperfect tense

The imperfect tense is used to talk about continuous or repeated events which happened in the past. The imperfect endings of the verb are formed by using a form of the verb with તું (the same as the negative of the present continuous, see Unit 2, grammar point 7, which is marked for gender and number.

There are two forms of the imperfect tense:

(*a*) The imperfect habitual, which means *I used to...*, *I was in the habit of...*, for example:

| | |
|---|---|
| હું દર સોમવારે એને મળવા જતી | *I used to meet her every Monday* |
| હું બે સાલ પહેલાં સિગારેટ પીતી | *I used to smoke two years ago* |

(*b*) The past imperfect, which is formed by adding the auxiliary હતું (itself the imperfective form of હોવું *to be*), and indicates incompleted or continued action, for example:

| | |
|---|---|
| હું રસ્તા પર જતી હતી તે વખતે હું તમારા ભાઈને મળી | *I was going along the road when I met your brother* |
| પહેલાં હું ગુજરાતમાં રહેતો હતો | *I used to live in Gujarat* |

### 5 Other uses of the imperfective forms

You have already met perfective forms of the verb, i.e., forms whose action was completed in other uses than the main verb; they have an ending with -યું, for example, આવ્યું. There are also other uses of imperfective forms in Gujarati, where the completion of the action is not relevant; these have an ending with -તું. We have met some of these in previous units:

(*a*) The negative of the present indicative, for example:

હું નથી આવતી *I am not coming* (cf. હું આવું છું *I am coming*)

(*b*) As an adjective, for example:

આવતી કાલે *tomorrow* (cf. ગઈ કાલે *yesterday,* which uses the perfective adjective, see Unit 6, grammar, point 1)
રડતું બાળક *the crying child*
જોઈતો સામાન *the necessary luggage* (cf. તારે જોઈતી ચોપડી *the book which you need*
જમતી વખતે *at mealtimes*

(*c*) The habitual present, for example:

તે પુસ્તકાલયમાં અભ્યાસ કરતો હોય છે *he generally studies in the library*

Further uses of this form:

(*d*) The inceptive. This tense is used to emphasise the beginning of an action. It is formed by adding the perfective form થઈ છે to the તું form of the verb, for example:

તે પહેલાં પુસ્તકાલયમાં અભ્યાસ કરતો નહોતો પણ હવે તે ત્યાં વાંચતો થયો છે *he did not previously study in the library, but he has now started to study there*

(*e*) To show an action being carried out at the same time as the main verb. This can sometimes be used where the ઈને form would be used, or it may describe the manner of the main verb, for example:

આટલું કામ કરતા જાઓ *go when you have done this work*

This could also be expressed by:
આટલું કામ કરો ને પછી જાઓ or આટલું કામ કરીને પછી જાઓ

(Other forms will be given in Unit 12, grammar point 3).
But in the following example the તું form is describing action

simultaneous with the main verb.

એ ચાલતી આવી *she came walking* (i.e. *she came on foot*)

## 6 Verb forms with તાં

This is the indeclinable form of the imperfective form in તું, which is used in the following contexts.

(*a*) With certain verbs instead of an infinitive, for example:

| | |
|---|---|
| એને ગુજરાતી બોલતાં આવડે છે | *she can speak Gujarati* |
| મને અંદર જતાં બહુ ડર લાગ્યો | *I was frightened to go in* |
| એને ફિલ્મ જોતાં કદી થાક નથી લાગતો | *he never gets tired of watching films* |

(*b*) In contexts meaning that something is happening at the same time as the main verb, for example:

| | |
|---|---|
| આ ખબર મળતાં તે પાછી ગઈ | *when she got this news, she went back* |
| મારા બોલતાં વિદ્યાર્થીઓ વાત કરે છે | *the students chat when I am speaking* |
| સમય જતાં તમારું ગુજરાતી સુધરશે | *your Gujarati will improve as time passes* |

(See also the above examples in point 2, the expressions of time.)

(*c*) Before forms such as પહેલાં, for example:

ઉતારુઓએ ગાડીમાંથી ઊતરતાં પહેલાં સામાનની તપાસ કરી લેવી *passengers are to check their luggage before leaving the train*

(*d*) છતાં (from છે) means *nevertheless*, for example:

એ જૈન છે છતાં એ માંસ ખાય છે *she is a Jain, yet she eats meat*

There is also a clitic ની છતાં *in spite of*, for example:

એના છતાં તે આવ્યો *in spite of this he came*

(Other uses of forms with તાં (કરતાં) will be given in Unit 12 in expressions of comparison.)

## 7 Age

In Gujarat it is important to know people's age in order to use the correct form of the pronoun (when in doubt, use તમે!), and there is no taboo about asking people's ages. There are many ways of asking and giving one's age, for example:

| | |
|---|---|
| તમને કેટલાં વરસ થયાં? | *how old are you?* |
| તમારી ઉંમર કેટલી છે? | *how old are you?* |
| હું બાવીસની છું | *I am twenty-two* |

In English, a child between birth and its first birthday is said to be in its first year, and, more rarely, a twenty-year-old may be said to be in his or her twenty-first year. Many Gujaratis give their age as being in their twenty-first year, when by the usual English reckoning they would be twenty. So the above example may mean that by English reckoning the speaker is twenty-one. Many Gujaratis make this clear by saying they have completed twenty-one, etc., for example:

મને બાવીસ પૂરાં થયાં, ત્રેવીસમું બેઠું *I have completed twenty-two and am going on twenty-three*

## અભ્યાસ

**A** Insert the appropriate auxiliary verbs in the brackets in the following dialogue.

| | |
|---|---|
| પ્રિયા | ચાલો, બધા થાકી ( ) છે. છોકરાઓ, જલદી દૂધ પી ( ) અને સૂઇ ( )! છોટાભાઇ, અહીં બેસી ( ). તમે જમી ( )? |
| છોટાભાઇ | હા, લીધું. અત્યારે મારે ઘેર જવું જોઇએ છે. ગઇ કાલે મારી દીકરી આવી ( ) છે. |

| | |
|---|---|
| પ્રિયા | હું ભૂલી ( ) છું. એને માટે થોડી કેરીઓ લઇ ( ). |
| છોટાભાઇ | હું કાલે તારી થેલી પાછી મોકલી ( ). આવજો! |

**B** Fill in the missing part of the following dialogue.

| | |
|---|---|
| અલી | તું ક્યારથી અહીં છે? |
| *You* | *Say you have been here for a week and that you came last Sunday.* |
| અલી | તું ટ્રેનમાં આવી હતી? રસ્તો તો ખૂબ લાંબો છે. |
| *You* | *Say you came by car and it took five hours.* |
| અલી | તું ક્યાં સુધી અહીં છે? |
| *You* | *Say you don't know but you think you'll be here for two or three weeks.* |
| અલી | ચાલો. વહેલી સવારે ઊઠજે અને અમારે ત્યાં આવજે! |

**C** Answer the following questions using the model below to guide you.

પ્ર૦ તમને હિંદી ફિલ્મો ગમે છે?

ઉ૦ ના, પહેલાં મને ગમતી હતી પણ હવે મને જરાય નથી ગમતી.

૧ તમે અમદાવાદમાં રહો છે?
*Say no, you used to, but now you live in Baroda.*
૨ મનીષા ટ્રેનમાં આવ-જા કરે છે?
*Say no, she used to but now she commutes on the bus.*
૩ તમે દર વરસે ભારત આવો છો?
*Say no, you used to come every year, but now the fare (ticket) is very expensive.*
૪ તમે એકલા રહો છે?
*Say no, you used to but now you live with your brother.*
૫ તમે માંસાહારી છો?
*Say no, you used to be, but now you are vegetarian.*

**D** Fill in the correct tense form of the verbs which are given in brackets in the text below, using compounded forms where possible.

'તમે હવે મુંબઇ (રહેવું)?'

'હા, પહેલાં હું અમદાવાદમાં મારે સાસરે (રહેવું) પણ હવે અમે મુંબઇ (આવવું). તમે કેમ છો? તમારી તબિયત તો બરાબર છે ને?'

'ખરાબ તો નથી, પણ હું ખૂબ (થાકવું). મારી દીકરી બરાબર (ઊંઘવું) નથી. પહેલાં તો એ ચૂપચાપ (ઊંઘવું) પણ હમણાંથી રાત્રે રડવા લાગી છે. પથારીમાં સુવડાવતાં એકલું લાગતાં એ રડે છે. આમ તો એ બહુ મીઠી બાળકી છે પણ એને લીધે આ ઉપાધિ (ઊભવું) છે.'

'ચિંતા ન કરો, સમય (જવું) બધું બરાબર (થવું).'

'આ (સાંભળવું) એ (હસવું) જ (ચાલવું).'

## સમજ્યા/સમજ્યાં?

હું અને અલી સ્ટેશને મોડા પહોંચ્યા એટલે ટિકિટ લેવાનો વખત ન હતો. સાત વાગ્યાની ગાડી ચાલુ થતી હતી.

- ચાલો, ચાલો! જલદી કરો! અમારી ટ્રેન હજી પ્લેટફૉર્મ પરથી ઊપડી નથી. હજી ફક્ત ચાલુ જ થાય છે! અલીએ કહ્યું.

ગાડી ધીમે ધીમે ચાલતી હતી તેથી અમે દોડીને ચડી ગયા. ચડતા મારું ખમીસ ખીલા પર ભરાઈને ફાટી ગયું. હું ગુસ્સે થયો પણ અલી હસી પડ્યો.

- ચાલો, કંઈ વાંધો નહિ! ખમીસ ફાટી ગયું પણ આપણે ટ્રેન પકડી લીધી! આ ડબ્બામાં બહુ ગિરદી નથી. આપણે બેસીએ. માફ કરજો, ભાઈ. હું અહીં બેસી શકું કે?

- જરૂર, આ જગ્યા ખાલી છે.

ટિકિટ-ચેકરે આવીને પૂછ્યુંઃ

- ટિકિટ દેખાડજો!

તેણે બીજા લોકોની ટિકિટો તપાસીને અલીને પૂછ્યુંઃ

- ટિકિટ તો છે ને તમારી પાસે?

- માફ કરજો પણ અમને સમય ન હતો.

- પણ ટિકિટના પૈસા તો છે ને?

- જી, છે.

થોડી વાર પછી અમે સાજાતાજા પહોંચી ગયા.

જલદી કરો! *hurry up!*
ઊપડવું *to start, depart*
ફક્ત *only*
ચાલુ જ થાય છે *it's just starting*
ચડવું *to get on board*
ખમીસ (n.) *shirt*
ખીલો (m.) *nail*

ભરાવું *to be entangled*
ફાટવું *to be torn*
પકડવું *to catch*
ડબ્બો (m.) *compartment*
માફ કરજો! *excuse me!*
આ જગ્યા ખાલી છે *this place is empty*
ટિકિટ-ચેકર *ticket collector*
ટિકિટ દેખાડજો! *tickets please!*
તપાસવું *to examine*
સાજુંતાજું *safe and well*

Answer the following questions.

૧ આ લોકોએ સાત વાગ્યાની ગાડી પકડી લીધી હતી?
૨ લેખકના ખમીસને શું થયું?
૩ અલી કેમ હસે છે?
૪ આ લોકો કેમ આ ડબ્બામાં બેસે છે?
૫ આ લોકોએ કેમ ટિકિટ નથી લીધી?

## ગુજરાત અને ગુજરાતીઓ

### Railways

Trains are a very popular form of transport in India and are an experience for the visitor which should not be missed. There are two classes (First and Second). Both are available as air-conditioned or non-air-conditioned, so there are in fact four classes. Since train journeys may last several days, three of these classes convert into sleepers at night, while second-class air-conditioned is subdivided into two classes: chaircar and sleeper. There are also ladies' compartments for women travelling alone. The cost of a ticket for one hundred kilometres varies from fourteen rupees (around thirty pence) in ordinary second class to 231 rupees (around £5) for an air-conditioned first-class carriage. In the latter, you are supplied with bedding, meals, endless cups of tea and coffee and full bathroom facilities. In the former, you can buy snacks and tea from the vendors who crowd the trains at the stations, and if you manage to survive the wooden benches, the crowds and the noise, you can enjoy the lively atmosphere. The ticketing system is now computerised and a tourist quota allows visitors to reserve seats for which there is otherwise a waiting list of several weeks.

## Cinema

India makes the largest number of films in the world - more than 800 a year. While the largest number of films are made in Madras (mostly in Tamil), the 300-plus films made in Bombay are the most widely seen in India, since they are made in Hindi, the language which is understood by the majority of people. Although there is a Gujarati film industry, most Gujaratis prefer to watch Hindi films, and it is usual for even young children to understand Hindi. The most famous Gujarati film is Ketan Mehta's *Bhavnī bhavāī* which is an art film based on the traditional Gujarati folk theatre form of *bhavāī.*

The Indian cinema is broadly divided into two - the popular or commercial cinema and the new or parallel cinema. The latter produces films which are shown at film festivals and on Channel 4. They have a limited audience in India, usually restricted to the metropolitan cities. This cinema form concentrates on realism, social issues and concerns similar to those of art cinema in the West. The main Bombay cinema is the popular Hindi film.

Cinema in India began in Bombay in 1896 with the showing of the Lumiere Brothers' *Cingmatographe.* The 1930s created the framework for today's formula films. Standard genres for these films include mythological and devotional films, family dramas, often combining to form a *masala - spicy mixture* of glamour, music, melodrama, comedy, action, song and dance and a moral message. It was at this time that the star system began to develop.

The 1950s are regarded as the Golden Age of the Indian cinema. This period includes work by directors Mehboob Khan (*Mother India*), Guru Dutt (*Pyaasa, Kaagaz ke phool*), Bimal Roy (*Devdas, Madhumati*) and the ever popular actor and director Raj Kapoor (*Awaara, Shree 420*).

The 1970s saw the rise of violent films with an angry young man as the central character. The most successful of these was the superstar Amitabh Bachchan. Since the late 1980s and the phenomenal success of *Maine pyaar kiya*, the love story has become popular again. Films touching on social issues and the family drama have also experienced renewed popularity for example, the 1994s superhit *Hum aapke hain kaun,* but *masāla* continues to be the dominant flavour.

# 10

## — તમને ગુજરાતી ખોરાક ભાવે છે? —

## *Do you like Gujarati food?*

### *In this unit you will learn how to*

ask about prices in shops and markets
connect sentences using relative forms (*who, which, what*)
offer and receive hospitality
talk about habits

### વાતચીત ૧

### શાકબજારે *In the vegetable market*

In Vadodara.

| | |
|---|---|
| શાકવાળો | શું શું શાક લેવું છે? |
| કૃત્તિકા | મારે વટાણા લેવા છે. એ કેમ આપ્યા? |
| શાકવાળો | ચાર રૂપિયે કિલો. |
| કૃત્તિકા | બહુ મોંઘા છે. કંઈક ઓછું કરો. |
| શાકવાળો | અહીં એક જ ભાવ છે અને મેં થોડો જ કહ્યો છે. હું ચાપાણીના તો માગતો નથી. બીજે પૂછી જુઓ. આનાથી તમને ઓછા ભાવે ન મળે. એની સીઝન જાય પછી વટાણા બહુ સસ્તા ન થાય પણ આ સારાં અને તાજા છે. |

કૃત્તિકા ચાલો. હું એક કિલો લેવાની છું. જરા નમતું જોખજો.

*સામેની દુકાને*

કૃત્તિકા બટાટા શા ભાવે આપ્યા?

શાકવાળો એક કિલો બટાટાના બે રૂપિયા.

કૃત્તિકા આટલો બધો ભાવ હોય? જરા વાજબી બોલો.

શાકવાળો ગરીબ માણસની સામે તો જુએ! આ આજનો ભાવ છે.

કૃત્તિકા મને દોઢ કિલો આપો. મેથીની કિંમત શું?

શાકવાળો બે રૂપિયે ઝૂડી.

કૃત્તિકા અરે, હોય કંઇ! ત્રણ રૂપિયાની બે મેથી આપી દો!

શાકવાળો ના બહેન. આથી ઓછું ન પોસાય. મેં દોઢ રૂપિયામાં લીધી છે. હું મફત નહિ આપું! તમારે કેટલી જોઈએ છે?

કૃત્તિકા બે માટે હું તને સાડા ત્રણ આપું.

શાકવાળો બહેન, હવે આમાં શું ઓછું કરવું? ઠીક, વીસ પૈસા ઓછા આપજો.

કૃત્તિકા ચાલો. આ બધી ચીજો મળીને કેટલા થયા?

શાકવાળો ખાલી ત્રણ એંશી.

કૃત્તિકા મારી પાસે છૂટ પૈસા નથી.

શાકવાળો કંઇ વાંધો નહિ. પાંચ રૂપિયાની નોટ હશે તોપણ ચાલશે. સામેની દુકાનમાંથી છૂટા મળશે.

શાકવાળો (m.) *stallholder* (lit. *vegetable man*)
વટાણા (m.pl.) *peas*
એ કેમ આપ્યા? *how much are they?*
ચાર રૂપિયે કિલો *four rupees a kilo*
કંઈક ઓછું કરો *make it a bit less*
અહીં એક જ ભાવ છે *the prices are fixed*
મેં થોડો જ કહ્યો છે *I've said a very low price*
હું ચાપાણીના તો માગતો નથી *I'm not asking for anything excessive*
બીજે પૂછી જુઓ *go and find out elsewhere*
આનાથી... *at a lower price than this*
એની સીઝન જાય પછી *when its season is over*
જરા નમતું જોખજો *make it a good kilo* (lit. *let the scales come down a bit*)
બટાટા શા ભાવે આપ્યા? *how much are the potatoes?*
આટલો બધો ભાવ હોય? *as much as that?*
ગરીબ *poor*
મેથીની કિંમત શું? *how much is the fenugreek?*

બે રૂપિયે ઝૂડી *two rupees a bunch*
અરે, હોય કંઇ! *how can it be? whatever next!*
ત્રણ રૂપિયાની બે આપી દો! *give me two for three rupees!*
આથી ઓછું ન પોસાય *it can't be any lower*
મેં દોઢ રૂપિયામાં લીધી છે *I bought them for one and a half rupees*
મફત *free*
હવે આમં શું ઓછું કરવું? *now how can I make it cheaper?*
આ બધી ચીજો મળીને કેટલા થયા? *how much are all these things?*
ખાલી *only*
છૂટા પૈસા (m.pl.) *change*
પાંચ રૂપિયાની નોટ હશે તોપણ ચાલશે *even a five rupee note will do*

Answer the following questions.

૧ કૃત્તિકાએ શું શું શાકભાજી લેવી છે?
૨ વટાણા કેમ મોંઘા પડે છે?
૩ શાકભાજીની કિંમત બોલજો!
૪ આ બધી ચીજો માટે ત્રણ એંશી બરાબર છે?
૫ કોની પાસે છૂટા પૈસા છે?

## વ્યાકરણ

### 1 Relative-correlative sentences

**Time and place** (જ્યાં, ત્યાં; જ્યારે, ત્યારે)

In English, relative clauses have the following pattern: *I shall tell you when you come*. In Gujarati, they have this pattern: *When you come then I shall tell you. When* is the relative adverb and *then* is the correlative adverb. In Gujarati, the relative may be omitted, but the correlative must always be included. In English, on the other hand, the correlative may be omitted, but the relative must be included.

In English, most relative pronouns, adverbs, and so on are marked by *wh-* (for example, *who, which, where, when,*); in Gujarati, they are marked by જ (જે, જ્યારે, જ્યાં, etc.). If you look at Unit 8, grammar point 2, you will see that these relative forms correspond to the interrogatives and deictics. Most of the deictice are used as correlatives, for example, જ્યાં... ત્યાં... *when... then...*

These forms may have clitics added, for example:

| | | | |
|---|---|---|---|
| જ્યાં | *where* | ત્યાં | *there* |
| જ્યાંથી | *from where* | ત્યાંથી | *from there* |
| જ્યાં સુધી | *until when* | ત્યાં સુધી | *until then* (cf. Unit 8, grammar point 2, *Place*) |
| જ્યારે | *when* | ત્યારે | *then* |
| જ્યારથી | *from when* | ત્યારથી | *from then* |

Examples of sentences using these forms:

(*a*) જ્યાં હું રહું છું ત્યાં બજાર સારી છે *the market where I live is very good*

(*b*) જ્યાંથી તમે આવો છો તે જગ્યા અહીંથી બહુ દૂર છે? *is the place where you come from far from here?*

(*c*) (જ્યાં સુધી) કામ ચાલુ હશે ત્યાં સુધી હું અહીં રહીશ *I shall stay here until the work is finished*

(*d*) જ્યાં સુધી તમે ન આવો ત્યાં સુધી હું એકલી રહીશ *I shall be lonely until you come*

You should note the use of the negative in (*c*) and (*d*). In (*c*) something must *continue;* in (*d*) something must *happen.*

(*e*) જ્યારે ચોમાસું આવશે ત્યારે મોર નાચશે — *the peacock will dance when the rains come*

જ્યારે ચોમાસું આવશે ત્યારે જ મોર નાચશે — *the peacock will dance only when the rains come*

(*f*) જ્યારથી અમારા છૂટાછેડા થયા ત્યારથી અમે બહુ મળતાં નહિ *we don't see each other much since our divorce*

You should note the use of the correlative at the end of a sentence in reply to a question, where it corresponds to the interrogative form, for example:

તમારે કેટલા પૈસા જોઈએ? મુંબઈ જવા માટે જોઈએ તેટલા *how much money do you need? Enough to go to Bombay*
વેલણ એટલે શું? રોટલીનો લોટ વણવા માટે લાકડાની બનાવેલી લાકડી એટલે વેલણ *what is a 'velan'? It is a wooden stick for rolling bread*

(You will have another opportunity of looking at this point again later in this unit.)

## 2 The endings વાળું and નાર

(*a*) The variable ending વાળું (English *walla*) is added freely to nouns, occasionally to adverbs and rarely to the dependent form of the infinitive (વા) to produce a wide range of meanings suggesting association, often as in the English *person,* for example:

| | |
|---|---|
| દૂધવાળો | *milkman* |
| શાકવાળો | *vegetable seller* |
| લગ્નવાળા ઘરમાં ચારે બાજુ ધમાલ હોય છે | *there is a lot of fuss all around in a a house where a wedding is taking place* |
| ઉપરવાળો | *the one upstairs; God* |
| મારે ત્યાં રોજ આવવાવાળો એક પુરુષ | *one of the men who comes to my house daily* |

(*b*) The endings નાર (noun) and નારું (adjective) are added to the root of the verb (i.e., the verb without the વું ending, for example, આવવું, આવનારું) to show the agent or doer of an action, for example:

| | |
|---|---|
| અભ્યાસ કરનારા છોકરાઓ | *the boys who study* |
| લખનાર | *writer* |
| મારે ત્યાં રોજ આવનારો એક પુરુષ | *one of the men who comes to my house daily* |

(c) The ending નાર in the same contexts as વાનું (see Unit 8, grammar point 1), is used mostly in literary texts, for example:

હું આવતે મહિને અમદાવાદ જનાર છું *I intend to go to Ahmadabad next month*

## 3 The particle તો

This particle has several uses:
(*a*) As *then* in conditional sentences (see Unit 11, grammar points 1 and 3)
(*b*) As *then, naturally* (in the sense of *as a result,* rather than *at that time*).
(*c*) As *so, therefore.*
(*d*) To contrast or contradict (*but, rather, actually*), for example:

| | |
|---|---|
| અમદાવાદ તો બહુ મોટું શહેર | *of course, Ahmadabad is a very large city* |
| મને તો ઘણું થાય છે કે... | *naturally I would like it if...* |
| સારું, તો હું ચાલું | *well then, I'm off* |
| તો બહેન, તમે જાઓ છો? | *well then, are you leaving?* |
| એમ નહિ ચાલે | *that won't do* |

In the following examples, the meaning of the sentence is changed by the position of તો.

| | |
|---|---|
| હું તો અહીં નથી રહેતી; મારી બહેન જ અહીં રહે છે | ***I,*** *of course, don't live here, only my sister lives here* |
| હું અહીં તો નથી રહેતી; મારું ઘર મુંબઈમાં છે | *I don't live* ***here;*** *my house is in Bombay* |
| હું અહીં રહેતી તો નથી; પણ હું રોજ અહીં આવું છું | *I don't* ***live*** *here, but I come here every day* |
| સાચું તો એ છે કે હું વધારેં મીઠાઈ ખાઉં છુ | *the* ***truth*** *is that I eat too many sweets* |
| અમે લોકો તો પગપાળા ચલીએ | *well,* ***we'll*** *go on foot* (i.e. *you go in the car,* etc.) |
| તમારી તબિયત સારી તો છે? | *you are* ***well****, I hope?* |
| હિંદી તો દૂર, મને તો ગુજરાતી જ લખતાં નથી આવડતુ! | *I can't even write Gujarati, let alone Hindi!* |

The negative નહિ તો is translated by the English *otherwise*, for example:

| | |
|---|---|
| આપણે રિક્ષા લેવી પડે નહિ તો પગપાળા જવું પડે | *we'll have to get an auto-rickshaw, otherwise we'll have to walk* |

## વાતચીત ૨

### જમવાના વખતે *At meal time*

In London. Viren has brought his friend Steve home for a meal.

| | |
|---|---|
| વીરેન | બા, આ મારો મિત્ર સ્ટીવ જે ગુજરાતી બોલે છે. |
| નલિની | આવો, આવો, બેસો ને! |
| વીરેન | આ મારો પરિવાર છે. પેલા ઓરડામાં બેઠેલાં બહેન મારાં કાકી છે. એમની સામે જ બેઠેલા છે તેઓ મારા કાકા છે. લાલ ચૂંદડી પહેરેલી છોકરી એમની દીકરી છે. |
| સ્ટીવ | તમારી નાની બહેન કોણ છે? જેણે સફેદ કપડાં પહેર્યા છે તે? |
| નલિની | હા, એ નાની બહેન છે. ચાલો, જમવા! |
| વીરેન | શું થયું બા? તું અમારી સાથે જમવા નહિ બેસે? |
| નલિની | અજે મારે એકટાણું છે. |
| વીરેન | અને તું હજી સુધી બાધા રાખે છે કે? |
| નલિની | ના, ગયે મહિને હું બાધા મૂકવા અંબાજી ગઇ હતી. |
| વીરેન | સ્ટીવ, નિરાંતે જમજો. તમને જોઇતું હોય તેટલું લેજો. જુએ બા, સ્ટીવને હાથથી જમતાં આવડે છે. અહીં અમે છરીકાંટે નથી જમતાં. |
| નલિની | કંઇ જોઇતું હોય તો કહેજો. આ તમારું જ ઘર છે. તમે ઘેર જ છો! વધારે લેજો. મેં બનાવ્યું તેવું ખાવાનું તમને નથી ભાવતું? મેં મારા હાથે બધું રાંધ્યું છે. |
| સ્ટીવ | બસ! મેં બહુ જ જમી લીધું. હું ખુશીથી વધારે... |
| નલિની | એક પૂરી ચાલશે. આ એક પૂરીમાં શું? |
| સ્ટીવ | બસ. હવે જગ્યા નથી. એક ગ્લાસ પાણી આપશો? |

પરિવાર (m.) *family*
બેઠેલું *sitting*
ચૂંદડી (f.) *scarf*
પહેરેલું *dressed*
ચાલો, જમવા! *come on, let's eat!*
આજે મારે એકટાણું છે *I'm keeping the* ektanu *fast today* (see below)
બાધા રાખવી *to keep a vow* (see below)
બાધા મૂકવી *to release a vow*
અંબાજી જવું *to go to Amba's temple*
નિરાંતે જમજો *help yourself*
હાથથી જમવું *to eat with one's hands*
છરીકાંટે જમવું *to eat with a knife and fork*
આ તમારું જ ઘર છે! તમે ઘેર જ છો! *make yourself at home!*
રાંધવું (tr.) *to cook*
આ એક પૂરીમાં શું? *what's in a puri?* (i.e. it's nothing)
એક ગ્લાસ પાણી *a glass of water*

Answer the following questions.

૧ સ્ટીવ ગુજરાતી છે?
૨ વીરેનને ત્યાં કોણ કોણ છે?
૩ નલિની કેટલી બાધા રાખે છે?
૪ એકટાણું એટલે શું?
૫ ગુજરાતમાં લોકો છરીકાંટે જમે છે?

## વ્યાકરણ

## 4 More relative-correlative sentences

### **Pronoun, type, manner and quantity** (જે, તે; જેવું, તેવું; જેટલું, તેટલું)

The other relative constructions follow the same pattern as in point 1 above.

## Pronoun (*who, which, what*)

| | | | |
|---|---|---|---|
| જે, જેઓ | *who, which what* | તે | *he, she, it, they, etc.* |
| જેણે | *by whom, etc.* | | |
| જેને, જેઓને | *to whom, etc.* | | |
| જેની પાસે | *with whom, etc.* | | |

For example:

| | |
|---|---|
| જે માણસ મારી સાથે આવ્યો તે મારો ભાઇ છે | *the man who came with me is my brother* |
| જે માણસને મેં પૈસા આપ્યા તે મારો ભાઇ છે | *the man to whom I gave the money is my brother* |
| જે માણસે મને પૈસા આપ્યા તે મારો ભાઇ છે | *the man who gave me the money is my brother* |
| જેણે મને પૈસા આપ્યા તે મારો ભાઇ છે | *the one who gave me money is my brother* |
| જેની સાથે હું આવ્યો તે મારો ભાઇ છે | *the one I came with is my brother* |
| હું (જે કામ) કરતી હતી તે કામ બહુ અઘરું હતું | *the work which I was doing was very difficult* |
| તે (જે યુનિવર્સિટીમાં) ભણતી હતી તે જ યુનિવર્સિટીમાં હું પણ ભણતી હતી | *I was studying in the same university as she was* |

## Type (*which sort of* )

| | | | |
|---|---|---|---|
| જેવું | *which sort of* | તેવું | *that sort of* |

For example:

મને (જેવી ચોપડી) ગમે છે તેવી ચોપડી મને ક્યાંય મળી નથી *I couldn't find the kind of book I liked anywhere*

## Manner (*in which way*)

| | | | |
|---|---|---|---|
| જેમ | *in which way* | તેમ | *in that way* |

For example:

શિક્ષિકાએ જેમ કહ્યું તેમ જ અભ્યાસ કરવાનો મેં પ્રયત્ન કર્યો *I tried to study exactly as the teacher said*

**Quantity (*as much, as many*)**

| | | | |
|---|---|---|---|
| જેટલું | *as much, many* | તેટલું | *so much. many* |

For example:

મને (જેટલાં કપડાંની) જરૂર હતી તેટલાં કપડાં હું સાથે લઇ ગઇ નહોતી *I didn't take with me as many clothes as I needed*

The constructions જે... તે... and જોવું... તેવું...are used idiomatically with ગમવું to mean *as you like, any one at all,* for example:

| | |
|---|---|
| ગમે તે શાક લેવું | *get any vegetable you like* |
| એ ગમે તેવું ખાવાનું ખાય છે | *he eats any old food* |

## 5 The ending એલું

The ending એલું is used as a perfect verbal adjective (see Unit 6, grammar point 1) to express past time or continuous action arising from an action in the past. Verbs which end in consonants add the ending to their perfect stem (i.e., the perfect without યું). Verbs which do not form their perfects with યું add એલું to their perfect stem (i.e., the perfect without ઉં), for example:

| | | | | | |
|---|---|---|---|---|---|
| આવવું | આવ્યું | આવેલું; | લખવું | લખ્યું | લખેલું |
| cf. બેસવું | બેઠું | બેઠેલું; | પીવું | પીધું | પીધેલું |

Verbs which end in vowels keep the ય before એલું, for example:

| | | | | | |
|---|---|---|---|---|---|
| થવું | થયું | થયેલું | જવું | ગયું | ગયેલું |
| જોવું | જોયું | જોયેલું | | | |

There is also a commonly used form made from the adjective ઊભું, ઊભેલું *standing,* for example:

ત્યાં ઊભેલો માણસ... *the man standing over there...*

This ending is used:

(*a*) as an adjective, for example:

એણે લખેલું વાંચો *read what he has written*

(*b*) as a perfect verb (Suratis and Parsis use it more than the યું perfect), for example:

તે આવેલો છે *he has come*

(*c*) as an adjectival phrase, for example:

મેં મારી બહેને લખેલો કાગળ વાંચ્યો *I read the letter my sister wrote*

This form can be used rather than a relative-correlative construction, for example:

પેલા ઓરડામાં બેઠેલાં બહેન તે મારી બા છે *the woman sitting in that room is my mother*
cf. જે બહેન પેલા ઓરડામાં બેઠાં છે તે મારી બા છે *the woman sitting in that room is my mother*

The form પીધેલું is used to mean *drunk* for example:
પીધેલો માણસ *the drunken man*

## 6 *Expressions for* by, by means of

There are several ways of expressing agency (*by, by means of,* etc.) in Gujarati.
(*a*) એ (see Unit 2, grammar point 3):

| | |
|---|---|
| મોહન નામે એક છોકરો હતો | *there was a boy called Mohan* |
| ગુજરાતમાં હાથે જમવાનો ચાલ છે પણ થોડા લોકો ચમચે કે છરીકાંટે જમે છે | *in Gujarat it is the custom to eat with the hands, but a few people eat with cutlery* |

(*b*) થી (see Unit 2, grammar point 3):

| | |
|---|---|
| આ ઇનામ મારી માના નામથી છે | *the prize is named after my mother* |
| તે લોકો હાથથી જમે છે | *they eat with their hands* |

| | |
|---|---|
| કમ્પ્યુટર મળવાથી હું કલમથી નથી લખતી | *now I have a computer I don't write with a pen* |
| મારો ઓરડો કચરાથી ભરેલો છે | *my room is full of rubbish* |
| હું આનંદથી આવીશ | *I'll be glad to come* |
| તમારા કામથી મને બહુ ચિંતા થઈ | *I am very worried about your work* |

(*c*) (ની) વડે *with, by means of:*

| | |
|---|---|
| તે વેલણ વડે પતિને મારે છે | *she beats her husband with a rolling pin* |
| તે હાથ વડે જમે છે | *they eat with their hands* |

## અભ્યાસ

**A** Fill in the missing relatives and correlatives.

*શાકબજારે*

| | |
|---|---|
| સુશીલા | કેમ છો કૃત્તિકા? |
| કૃત્તિકા | સારું છે. આ બજાર સારી તો નથી. બધું જ મોંઘું છે ને? |
| સુશીલા | હા, છે. ( ) હું રહું છું ( ) બજાર સારી છે. ( )ના શાકભાજી વેચનારા સરખો ભાવ માગે છે. ભાવ સૌ વાજબી છે. પણ ( ) તમે રહો છો ( )થી બહુ દૂર છે. અહીંનો ભાવ તો બહુ વધારે છે. હું ઓછી વાર અહીં આવું છું. |
| કૃત્તિકા | ( ) હું અમદાવાદમાં રહેતી હતી ( ) હું રોજ બજારે જતી હતી. પણ ( ) થી હું મુંબઈમાં રહું છું ( )થી હું દર ત્રીજે દિવસે બજારે જાઉં છું. અહીં બધું જુદું છે. મુંબઈમાં રહેવાનું મને નથી ફાવતું. |
| સુશીલા | હવે તમે ક્યાં સુધી મુંબઈમાં રહેશો? |
| કૃત્તિકા | મારા દીકરાનો અભ્યાસ પૂરો થશે ( ) સુધી. |

**B** Fill in the stallholder's part in the following dialogue.

| | |
|---|---|
| પ્રિયા | આ કેરી કેટલાની છે? |
| *Stallholder* | *Twenty rupees a kilo.* |
| પ્રિયા | બહુ મોંઘી છે. |
| *Stallholder* | *These are good mangoes. Look, they are fresh and sweet.* |
| પ્રિયા | આ જૂની લાગે છે. |
| *Stallholder* | *But what can I do? We used to get large mangoes but now we get only small ones.* |

**C** Fill in the missing forms of interrogatives, relatives and correlatives in this dialogue.

| | |
|---|---|
| અવની | ( ) કરે છે પ્રેરણા? |
| પ્રેરણા | હું અભ્યાસ કરું છું. શિક્ષિકા કહે છે કે ( ) વિદ્યાર્થી મહેનત કરતી નથી ( ) પરીક્ષામાં નાપાસ થશે. |
| અવની | સાચું તો છે. શિક્ષિકા કહે ( ) જ આપણે કરવું જોઇએ. |
| પ્રેરણા | પણ ( ) અભ્યાસ આપણે કરીએ છીએ ( ) બહુ અઘરું છે. |
| અવની | છે ને? તમે ( ) સુધી પુસ્તકાલયમાં રહેશો? |
| પ્રેરણા | મારું કામ પૂરું ન થાય ( ), |

| પુસ્તકાલય (n.) *library* |
|---|

**D** Complete the Gujarati sentences using the English translation.

1 *The man who came with her stole my jewellery.*
૧ ...મારાં ઘરેણાં ચોરી ગયો.
2 *The woman sitting over there in the white sari is Rekha.*
૨ ...એ સ્ત્રી રેખા છે.
3 *I didn't like the saris which he showed me.*
૩ ... એ સાડીઓ મને ગમી નહીં.
4 *The people where he comes from are highly educated.*
૪ ...એ વિસ્તારના લોકો સુશિક્ષિત છે.
5 *He's the actor who played Kṛṣṇa in the* Mahabharata.
૫ ...મહાભારતમાં કૃષ્ણની અદા ભજવી... નાયક છે.
6 *Did you have as much money as you needed?*
૬ તને... જરૂર હતી... તારી પાસે... પૈસા હતા?

## સમજ્યા/સમજ્યા?

### ધૂમ્રપાનની મનાઇ છે!

ભારતમાં ઘણા લોકો સિગારેટ પીએ છે. સાચું કહીએ તો ઘણા પુરુષો પીએ છે. સ્ત્રીઓ પહેલાં સિગારેટ પીતી ન હતી પણ હવે મોટાં શહેરોમાં તે પીતી થઇ છે. આ છોકરીઓ

સોખ માટે સિગારેટ પીએ છે. ગામડાંમાં ઘણા સમયથી લોકો તમાકુ ચાવે છે અને બીજા પાનમાં તમાકુ ખાય છે કે બીડીમાં નાખીને ફૂંકે છે કે છીંકણી બનાવીને સૂંઘે છે.

ધૂમ્રપાન તમારે માટે સારું નથી, આરોગ્ય માટે નુકસાનકાર છે, ખર્ચાળ ટેવ છે, પણ તે તજી દેવું પણ બહુ સહેલું નથી. ઘણા લોકો નાનપણમાં ધૂમ્રપાન શરૂ કરે છે અને પછી પ્રયત્નો કરે છે પણ તે આદત છોડી નથી શકતા.

ધૂમ્રપાન મનાઈ *no smoking*
સિગારેટ પીવી *to smoke*
દિલ્હી *Delhi*
જુવાન *young*
શોખ (m.) *fashion, liking,* etc.
તમાકુ (f.) *tobacco*
ચાવવું (tr.) *to chew*
પાન (n.) *paan*
બીડી (f.) *beedi*
ફૂંકવું (tr.) *to blow, smoke*
છીંકણી (f.) *snuff*
સૂંઘવું (tr.) *to sniff*
ધૂમ્રપાન (n.) *smoking*
આરોગ્ય (n.) *health*
નુકસાનકારક *harmful*
ખર્ચાળ *costly*
ટેવ (f.) *habit, addiction*
તજી દેવું *to give up*
બહુ સહેલું નથી *is not at all easy*
નાનપણ (n.) *childhood*
આદત છોડવી *to give up* (a habit)

Answer the following questions.

૧ ભારતમાં કોણ સિગારેટ પીએ છે?
૨ સિગારેટ તજી દેવાનું સહેલું કામ છે?
૩ લોકો કેમ સિગારેટ પીએ છે?
૪ ભારતમાં લોકો કેવી રીતે તમાકુ લે છે?
૫ તમને ધૂમ્રપાન ગમે?

# ગુજરાત અને ગુજરાતીઓ

Gujaratis, like other Indians, traditionally eat with their hands, although in nearly all households people use some cutlery, usually just a teaspoon. It is quite hard at first, but you soon get used to it. The most important rule is that you should use only the fingers of your right hand for touching food. In traditional homes the children eat first, followed by the men and then the women, and the women serve the food. In 'modern' homes, everyone eats together and if you have to handle any of the vessels (pans, spoons, cups), you should do so with your left hand. Water is usually drunk after a meal and છાશ (*buttermilk*) may be served with the meal. After eating, you should offer to wash your plate and then wash your hands. Many people then finish their meal by eating some digestive spices called મુખવાસ. Coffee and tea are rarely served after a meal.

In Gujarati Hindu and Jain households it is not uncommon for a member of the household to be following a બાધા or a vow to abstain from certain foods until a wish is fulfilled; then the person goes to the temple where the vow was made to release herself/himself from the vow. Other fasts are usually called ઉપવાસ and these may be of several kinds. Devotees of certain deities abstain from taking specific foods on days sacred to that deity, for example, devotees of the Mother Goddess often avoid acidic foods on a Friday. Vaiṣṇavas (mostly followers of Swaminarayan and devotees of Shree Nathji) avoid pulses and grains on એકાદશી, the eleventh day of the lunar fortnight. Other common fasts are એકટાણું or એકભુક્ત (eating once a day) or ચાંદ્રાયણ (the amount of food eaten is increased or decreased according to the waxing and waning of the moon). Further fasts are observed on sacred days, e.g. gods' birthdays, during Navratri and before weddings.

# 11

## તબિયત સારી છે?

## *Are you feeling better?*

### *In this unit you will learn how to*

talk about illness
talk about the body
talk about studying
talk about conditions (if...then...)

## વાતચીત ૧

### ઇસ્પિતાલે *In hospital*

In Ahmadabad hospital.

| | |
|---|---|
| ડૉક્ટર | હવે કેમ છો? |
| પલ્લવી | સારું છે. હવે માથું જ દુ:ખે છે. |
| ડૉક્ટર | જો તમારે ઊઠવું હશે તો આગળથી નર્સને પૂછવું પડશે. જો તમે આરામ કરશો તો તમારી તબિયત જલદી સારી થશે. તમારાં સગાંવહાલાં આજે આવવાનાં છે? |
| પલ્લવી | કદાચ તેઓ આજે સાંજે આવશે નહિ તો કાલે જરૂર આવશે. તેઓ નહિ આવે તો મને ઘણું દુ:ખ થશે. |
| ડૉક્ટર | પણ તેઓ અહીંથી દૂર રહે છે. અહીં આવવામાં કેટલી વાર લાગશે? |

પલ્લવી — એક દિવસ કે એથી વધારે. જો તેઓ સાંજે આવે તો મને જણાવજો. તે વખતે હું સુઇ ગઇ હોઉં તો મને જગાડજો.

ડૉક્ટર — ચોક્કસ. ચિંતા ન કરો. તેઓ આજે આવી પહોંચે તો સારું. જો કંઇ કામ હોય તો નર્સને બોલાવજો. તમે એક અઠવાડિયું આરામ કરો તો જ તમે જલદી ઘેર જઇ શકશો.

લીલા — જય શ્રી કૃષ્ણ! કેમ છે, બેટી? તબિયત સારી છે? શું થયું? જુઓ ને, બિચારી કેવી નંખાઇ ગઇ છે! શું થયું?

પલ્લવી — મેં ભારે મૂર્ખાઇનું કામ કર્યું. બસમાંથી ઊતરતાં હું પડી ગઇ.

લીલા — ઑપરેશન કરાવવું પડશે કે?

પલ્લવી — ના, ગઇ કાલે એક્સ-રે આવી ગયા અને હાડકું ભાંગી ગયું છે પણ ઑપરેશનની જરૂર નથી. મારે ઘણા દિવસ પગને પ્લાસ્ટરમાં રાખવો પડશે. જોકે મને સારું લાગે છે તો પણ મારે એક અઠવાડિયું શાંતિથી રહેવું પડશે. કંઇ ચિંતા કરવાની જરૂર નથી.

લીલા — અહીંની વ્યવસ્થા કેવી છે? નર્સ અને ડૉક્ટર કેવાં છે?

પલ્લવી — બધા લોકો માયાળુ છે પણ સામેવાળી રોગી આખી રાત ખાંસી ખાય છે.

લીલા — એ તો હોય. તને રજા આપશે ત્યારે તારે મારે ત્યાં આવવાનું છે. આજે તારી બા પહોંચશે અને અમે તારું ધ્યાન રાખીશું.

માથું જ દુઃખે છે *my head hurts*
જો...તો... *if...then...*
આગળથી *beforehand*
નર્સ (f.) *nurse*
આરામ કરવો *to rest*
(જો)...તો... *if...then...*
અહીં આવવામાં *in coming here, to get here* (see Unit 13, grammar point 4 *(d)*
જણાવજો *please inform me*
હું સુઇ ગઇ હોઉં તો મને જગાડજો *if I am asleep please wake me*
ચિંતા ન કરો *don't worry*
બેટી *(f.) my girl*
નંખાઇ જવું *to be pale, emaciated*
મેં ભારે મૂર્ખાઇનું કામ કર્યું *I did something really stupid*
ઑપરેશન કરાવવું *to have an operation*
એક્સ-રે આવી ગયા *the X-rays came*
હાડકું ભાંગી ગયું છે *the bone is broken*
પગને પ્લાસ્ટરમાં રાખવો *to keep one's leg in plaster*

| | |
|---|---|
| જોકે...તોપણ... | *even if... still ...* |
| શાંતિથી | *peacefully* |
| રોગી | *(m., f.) patient* |
| ખાંસી ખાવી | *to cough* |
| એ તો હોય | *well, that's the way it is* |
| રજા આપવી | *to discharge* |

Answer the following questions.

૧ પલ્લવીને શું થયું?
૨ પલ્લવીની મા કેમ ઇસ્પિતાલે નથી?
૩ પલ્લવીને શું કરવું પડે છે?
૪ ઇસ્પિતાલ કેવી છે?
૫ ઇસ્પિતાલ છોડીને પલ્લવી શું કરવાની છે?

## વ્યાકરણ

### 1 Conditional sentences

The relative-correlative forms જો and તો are used in the same way as the other relative and correlative pairs given in Unit 10.

There are two types of conditional sentences: those where the statement is definite, stating a condition which may or may not be fulfilled, and those which express a condition which cannot now be fulfilled. (For the second type see grammar point 4 below.)

The future tense or the indefinite is used in the જો clause (use of the indefinite means that the event is seen as being less likely or definite), while the તો clause may have a future, an indefinite or an imperative. For example:

| | |
|---|---|
| તું વખતસર આવે તો આપણે બહાર જઇશું | *if you come on time (then) we shall go out* |

| | |
|---|---|
| તું વખતસર આવે તો આપણે બહાર જઈએ | *if you come on time (then) we shall go out* |
| તે અહીં ન આવે તો તું એને ત્યાં જજે | *if he doesn't come (then) go to his house* |
| તે ઘેર હોય નહિ તો ઑફિસમાં હશે | *he will be at home, otherwise he must be in the office* |

Please remember that the indefinite form of the verb to be (છે, etc.) is હોઉં, હોય, etc. For example:

શ્રુતિ ઑફિસમાં હોય તો મને ફોન કરજો *if Shruti is in the office (then) call me*

If the first verb is used in the sense of the perfect, (for example, આ કામ પૂરું થયું છે *this work is finished* or તે આવ્યો છે *he has come,* etc.) the indefinite present of the verb *to be* (હોય, etc.) is used as the auxiliary instead of the indicative (છે, etc.). (See Unit 13, grammar point xx for a summary of perfect constructions.) For example:

| | |
|---|---|
| કામ પૂરું થયું હોય તો ઘેર જાઓ | *if the work is finished (then) go home* |
| તે આવ્યો હોય તો જઈએ | *if he has come (then) let's go* |

Do not confuse the relative-correlative pair જોકે... પણ... *although... still...* with the conditional.

જોકે એણે કામ સારું કર્યું પણ વર્તન સારું ન રાખ્યું *although he did good work he did not behave well*

(You will have another opportunity of looking at this point later in the unit.)

## 2 *Connectives:* because, that is to say

(*a*) The main ways of forming explanations are to use કે *that* or એટલે or અર્થાત્ *that is to say,* for example:

| | |
|---|---|
| ગાંધીજીનો આશ્રમ અહીંથી દૂર નથી એટલે એકાદ કિલોમીટર દૂર છે | *Gandhiji's ashram is not far from here, that is to say, about a kilometre away* |

| | |
|---|---|
| રાજનીતિ એટલું શું | *what does 'rājnīti' mean?* (rājnīti = *politics*) |
| તમે કેમ અહીં આવ્યા છો? તમને મળવા, એટલે! | *why have you come here? To meet you!* |
| મને એટલો બધો થાક લાગ્યો કે હું બેસીને તરત જ હું ઊંઘી ગઈ | *I was so tired that I fell asleep as soon as I sat down* |

(You should note that in Gujarati it is usual to report what was actually said (see (i) below: *he told me, 'I am coming to Vadodara'*) However, many speakers use a form derived from English (see (ii) below: *he told me that he was coming to Vadodara*). See Unit 4, grammar point 3.

| | |
|---|---|
| (i) તેણે મને કહ્યું કે હું વડોદરા આવવાનો છું | *he told me that he was coming to Vadodara* |
| (ii) તેણે મને કહ્યું કે તે વડોદરા આવવાનો હતો | *he told me that he was coming to Vadodara* |

(*b*) The main ways of giving reasons are to use કેમ કે and કારણ કે *because* and તેથી, એને માટે *therefore*, for example:

| | |
|---|---|
| તે વડોદરા જવાનો છે કેમ કે (કારણ કે) એનો ભાઈ માંદો છે | *he is going to Vadodara because his brother is ill* |
| તે કાલે નથી આવ્યો કેમ કે (કારણ કે) એનો ભાઈ માંદો હતો | *he did not come yesterday because his brother was ill* |
| એને ભાઈ માંદો છે તેથી (એને માટે) તે વડોદરા જવાનો છે | *his brother is ill, therefore he is going to Vadodara* |

## વાતચીત ૨ vātcīt 2

### અભ્યાસ *Homework*

In Ahmadabad. Gujarat University.

શહીના સાંભળ નરેશ, તેં આજનો પાઠ કરી લીધો છે? હું એ પૂરો કરી શકતી નથી.

નરેશ — ના, મેં પૂરો કરી લીધઘો નથી. તે કઠિન હતો કે?

નીલા — કેમ? એમાં કંઇ ખાસ તકલીફ તો નહોતી. પહેલો ભાગ ખાસ કરીને ઘણો સહેલો હતો!

શહીના — પણ બીજો ભાગ બહુ અઘરો હતો. મને સમજ નથી પડતી કે હું એટલા લાંબા-પહોળા શબ્દો કેમ શીખી શકીશ.

નીલા — તમારી તકલીફ એ છે કે તમને સંસ્કૃત નથી આવડતું. હું નિશાળે સંસ્કૃત ભણી છું તેથી મને આ શબ્દોનો અર્થ સ્પષ્ટ સમજાય છે.

નરેશ — સાચી વાત છે. અધ્યાપિકા કહે કે તું નિશાળે સંસ્કૃત ભણ્યો હોત તો આજે આ શબ્દોએ તને તકલીફ ન આપી હોત. જો કોઇએ મને વહેલાં કહ્યું હોત! નિશાળામાં હું માનતો હતો કે સંસ્કૃત અઘરું છે અને કંટાળો આવશે.

શહીના — હું તો નિશાળે અરબી ભણી. હમણાં હું અરબી પણ ભૂલી ગઇ છું!

નીલા — જો તમે આ ચોપડી વાંચશો તો તમે પૂરો પાઠ આરામથી સમજી જશો. જો બીજી તરલીફો પડશે તો હું વર્ગ પહેલાં તમને સમજાવી દઇશ.

નરેશ — મને બીક લાગે છે કે જો હું પાઠ પૂરો નહીં કરું તો અધ્યાપિકા મને વર્ગમાંથી કાઢી મૂકશે. ગયે અઠવાડિયે તેણે મને કહ્યું કે જો તેં સત્રની શરૂઆતમાં બહુ અભ્યાસ કરવા ધર્યું હોત તો તને ખુશીથી પરીક્ષામાં પહેલો વર્ગ મળ્યો હોત, પણ તું એકદમ આળસુ છે. તું વધારે અભ્યાસ ન કરે તો તું આવતી વખતે પરીક્ષામાં નાપાસ થશે.

શહીના — તે હમેશાં કહે છે કે તમારી ખરાબ જોડણી તથા મોડા પાઠો મને કંટાળો આપે છે અને તમે લોકો મને ફાવે ત્યારે આવો છો. અંતે તેણે ગુસ્સે થઇને કહ્યું કે હવેથી તમે બધો અભ્યાસ સંભાળીને કરો નહિ તો હું વિભાગના વડાને તમારાં આવાં કરતૂકની જાણ કરીશ.

નીલા — ચિંતા નહિ કર, અધ્યાપિકા એટલી કડક તો નથી! તેણે મને કહ્યું કે તું અભ્યાસ ન કરે તો મને જરાય ન ગમે.

શહીના, નરેશ — મડમની દીકરી!

પાઠ (m.) *lesson, homework*
પૂરું કરવું *to finish*
કઠિન *difficult*
ભાગ (m.) *part*
ખાસ કરીને *especially*
લાંબા-પહોળા શબ્દો *great big words*
સંસ્કૃત *Sanskrit*
અર્થ (m.) *meaning*
સ્પષ્ટ સમજાય છે *can be understood clearly*
સાચી વાત છે *this is true*

અધ્યાપિકા (f.) *lecturer*
તું ભણ્યો હોત તો *if you had studied, then . . .*
ન આપી હોત *would not give*
જો કોઈએ મને વહેલાં કહ્યું હોત! *if only someone had told me earlier!*
હું માનતો હતો કે *I thought that*
કંટાળો આવશે *it will be boring*
અરબી *Arabic*
આરામથી *easily*
સમજાવી દેવું *to explain*
મને બીક લાગે છે *I'm frightened that*
કાઢી મૂકશે *to expel, throw out*
સત્રની શરૂઆત (f.) *the beginning of term*
બહુ અભ્યાસ કરવા ધર્યું હોત *had done a lot of work*
ખુશીથી *easily*
પરીક્ષા (f.) *exam*
એકદમ *absolutely*
નાપાસ થવું (intr.) *to fail*
જોડણી (f.) *spelling*
મોડા પાઠો *late homework*
મને કંટાળો આપે છે *this is a nuisance for me*
મન ફાવે *when the fancy takes you*
અંતે *finally*
ગુસ્સે થવું *to be angry*
સંભાળીને કરવું *to do carefully*
વિભાગના વડા (m.pl.) *head of department*
કરતૂક (n.) *bad behaviour*
ની જાણ કરવી *to inform*
કડક *strict*
મડમની દીકરી! *teacher's pet!*

Answer the following questions.

૧ નરેશે કેમ પાઠ કરી લીધો નથી?
૨ નીલાને આ પાઠ કેવો લાગે છે? કેમ?
૩ નરેશ કેમ સંસ્કૃત નથી ભણ્યો?
૪ અધ્યાપિકા કેમ ગુસ્સે થાય છે? શું બોલે છે?
૫ શહીના અને નરેશ કેમ નીલાને મડમની દીકરીનું નામ પાડે છે?

## વ્યાકરણ

### 3 More conditional sentences

In sentences where the conditions can no longer be fulfilled, there are two ways of making the conditional form of the verb.
(*a*) By adding ત to the root, for example:

આવવું, આવ-, આવત

You should note the irregular forms: જવું *to go* જાત, and થવું *to become* થાત.

(*b*) By adding as an auxiliary the conditional form of the verb *to be* હોત to the perfect with યું, for example:

આવ્યો હોત
કર્યું હોત
પડી ગઇ હોત, etc.

Conditionals of compound verbs may be formed in either of these two ways:

તે પડી ગઇ હોત
Or: તે પડી જાત

For example:

| | |
|---|---|
| મારી પાસે પૈસા હોત તો હું મુંબઇ રહેત | *if I had the money (then) I'd live in Bombay* |
| તમારું કામ સારું હોત તો તમે નાપાસ ના થાત | *if your work had been good you would not have failed* |
| તમે દવા પીતા હોત તો સારા થઇ ગયા હોત | *if you had drunk the medicine you would have got better* |

The conditional is also used to express meanings other than *if...then...* constructions.

If a conditional sentence is used without a relative clause, it is usually translated by *if only...*, for example:

જો તમે વહેલાં કહ્યું હોત *if only you had said so earlier!*

If the conditional is found with another clause which does not have a conditional, this means *nearly, would have,* i.e., as with other uses of the conditional, the verbal action was not completed, for example:

| | |
|---|---|
| હું એટલા કામમાં હતી કે હું એને ફોન કરવાનું ભૂલી ગઈ હોત | *I was so busy that I nearly forgot to telephone him* |
| એ વડોદરા ગયો હોત પણ તે | *he would have gone to Vadodara,* |
| અમદાવાદમાં માંદો પડી ગયો | *but he fell sick in Ahmadabad* |

## 4 Verbs in combination

Some verbs, mainly intransitives, have special meanings when આવવું and જવું form the second member of the pair:

| | | | |
|---|---|---|---|
| જઈ આવવું | *come over, return* | આવી જવું | *come over* |
| લઈ આવવું | *bring* | લઈ જવું | *take away* |
| ઊતરી આવવું | *come down, spring* | ઊતરી જવું | *go down, disembark* |
| નીકળી આવવું | *come out, emerge* | નીકળી જવું | *go out, set off for* |
| ચડી આવવું | *come up* | ચડી જવું | *go up, embark* |
| મળી આવવું | *meet* | મળી જવું | *drop by, integrate* |
| ચાલી આવવું | *come* | ચાલી જવું | *go, set off* |

Examples of sentences using these verbs:

| | |
|---|---|
| (*a*) મહેમાનો જઈ આવ્યા | *the guests returned* |
| તે દર વરસે ભારત જઈ આવે | *she goes to India every year* |
| બેટા, આવી જા! | *child, come here!* |
| મહેમાનો આવી ગયા | *the guests came* |
| (*b*) તે અત્યારે ચા લઈ આવતી હશે | *she must be bringing the tea now* |
| ગામડામાં બાઈઓ ધોવાનાં કપડાં નદીએ લઈ જાય | *in the villages, the women take the clothes for washing to the river* |

| | |
|---|---|
| (c) થોડીક બહેનો ટ્રેનમાંથી ઊતરી આવી | *a few women got off the train* |
| રંગ ઊતરી ગયો | *the colour has faded* |
| (d) તે પેલા ઘરમાંથી નીકળી આવ્યો | *he emerged from the house* |
| હસીને તે નીકળી ગયો | *he went away laughing* |
| તે જલદી ચડી ગઇ | *she got on board quickly* |
| (e) ચાંદ આકાશમાં ચડી આવ્યો | *the moon climbed up in the sky* |
| (f) હું મુંબઇમાં હતી ત્યારે હું એને રોજ મળવા જતી હતી | *when I was in Bombay I used to drop by to see her every day* |
| એ બે દેશ મળી ગયા | *the two countries integrated* |
| (g) રજામાં મારે ત્યાં ચાલી આવો! | *come to stay with me in the holidays!* |
| એમ કહીને તે ચાલી ગયો | *having said this he went off* |

## 5 Terms for illness

Here are some names and expressions for various illnesses:

તાવ (m.) *fever*

| | |
|---|---|
| તાવ આવવો | *to have fever* |
| તાવ લાગવો | *to catch a fever* |
| તાવ ચડવો | *to get fever* |

For example:

| | |
|---|---|
| મને દર બીજે દિવસે તાવ આવે છે | *I get fever on alternate days* |
| તેનો તાવ મને લાગ્યો છે | *I have caught his fever* |

ખાંસી (f.),ઉધરસ (f.) *cough*

| | |
|---|---|
| ખાંસી આવવી | *to have a cough* |
| ખાંસી ખાવી | *to cough* |

For example:

| | |
|---|---|
| શિયાળામાં મને ખાંસી આવે છે | *I have a cough in winter* |
| રાતે તે ખાંસી ખાય છે | *he coughs at night* |

શરદી (f.) *cold*

શરદી થવી *to have a cold*

For example:

મને ઘણી વાર આ ઠંડા દેશમાં શરદી થાય છે *I often have a cold in this cold country*

If the illness is not cured (મટી જવું *to get better*), the consequence is death (મોત (n.) or અવસાન (n.)). Varying degrees of politeness or euphemism are used when saying that a person or an animal has died.

(*a*) ખલાસ થવું is the least polite and is best used for animals only, for example:

કૂતરો ખલાઈ થઈ ગયો *the dog died*

(*b*) મરી જવું, મોત આવવું is used for factual reporting and not used for relatives and friends, for example:

અકસ્માતમાં ત્રણ માણસો મરી ગયા *three people died in the accident*

(*c*) ગુજરી જવું, ઑફ થવું are the usual expressions for deaths of friends and relatives (the latter expression uses English (*off*) euphemistically), for example:

બે વરસ પહેલાં મારા કાકા ગુજરી ગયા *my uncle died two years ago*

(*d*) અવસાન પામવું, સ્વર્ગવાસી થવું are the politest expressions, for example:

મારા પિતાજી રાજકોટમાં સ્વર્ગવાસી થયા *my father passed away in Rajkot*

(*e*) Sectarian terms may be used, for example:

તેઓ ધામમાં ગયા *he passed away* (used by Swaminarayans)

## અભ્યાસ

**A** Translate the following sentences into Gujarati.

1 *If he comes I shall go.*
2 *If he does not come I shall not go.*
3 *If he had come I would have gone.*
4 *If he had not come then I would not have gone.*
5 *He said, 'If he comes I shall go.'*
6 *She said, 'If he does not come I shall not go.'*
7 *He said that if he came he would go.*
8 *She said that if he had come then she would have gone.*
9 *They said that if he had not come then they would not have gone.*
10 *She said that she would have gone if he had come.*

**B** Fill in the missing conditional verbs in the text below.

ગઈ કાલે મને મારા મુંબઈના મિત્રનો પત્ર મળ્યો. એણે લખ્યું છે કે થોડા વખત પહેલાં જ એ પૂના ગયા હતા અને જો હું (આવવું + શકવું) તો બહુ સારું (થવું). એમને બધાને મારી ખોટ સાલી અને કહે છે કે જો આવતા વર્ષે હું નહીં (આવવું) તો એ ખૂબ ગુસ્સે (થવું). મેં એને લખીને જણાવ્યું કે કામના ભારે દબાણને લીધે હું આવી ન શક્યો. મેં એને કહ્યું નહીં કે રાજનીતિશાસ્ત્રની પરીક્ષામાં હું નાપાસ થયો તેથી મારે એ ફરી આપવી પડશે. મેં એને લેસ્ટર આવવા આમંત્રણ આપ્યું અને જણાવ્યું કે એ નહીં (આવવું) તો હું ખૂબ ગુસ્સે (થવું).

પૂને *Pune* (the former capital of the Maratha empire, now a pleasant city about three hours from Bombay)
કામના બારે દબાણને લીધે *on account of the pressure of work*
રાજનીતિશાસ્ત્ર (n.) *political science*
પરીક્ષા આપવી *to sit an exam*
નાપાસ થવું *to fail*
આમંત્રણ (n.) *invitation*

**C** Fill in the missing parts of the following dialogue.

જાવેદ — તમે ક્યારે ભારત જવાના છો?
*You* — *If I get the chance to go to India next year I shall certainly go.*

| | |
|---|---|
| જાવેદ | તમે ક્યારથી ગુજરાતી શીખો છો? |
| *You* | *I have been learning Gujarati for four months now.* |
| જાવેદ | તમારે ગુજરાત જઇને ગુજરાતી જ બોલવું પડશે! |
| *You* | *If I go I shall get to speak it every day.* |
| જાવેદ | તમે આ વરસે ગુજરાતીની પરીક્ષા આપશો? |
| *You* | *Yes, in June. I shall have to study hard if I want to pass my exams.* |
| જાવેદ | તમે દર વરસે ભારત જાઓ છો? |
| *You* | *No, but if the fare were not so expensive I would go every year.* |
| જાવેદ | મેં સાંભળ્યું છે કે અલી અને નરેશ જવાના છે. |
| *You* | *Yes, but although my friends are going, I know that I must stay in London and work.* |

| | |
|---|---|
| તક (f.) *chance, opportunity* | પાસ થવું *to pass* (an exam) |
| બોલવા પામવું *to get to speak* | રોકાવું (intr.) *to remain* |

## સમજ્યા/સમજ્યાં?

ગયે વરસે હું મારાં કાકાકાકીને ત્યાં વડોદરમાં રહેતી હતી ત્યારે મારે મુંબઇ જવું હતું.

- જો તું અહીં માર્ચમાં હોત તો હું તારી સાથે જઇ શકત, મારી કાકીએ કહ્યું પણ હવે મારાં સાસરિયાં ન આવે ત્યાં સુધી મારે વડોદરામાં રહેવું પડશે. તારે એકલી સફર કરવી પડશે તો વાંધો નહિ આવે? જો આપણે વહેલી ખબર આપીશું તો મારી બહેન તને સ્ટેશનથી લેવા આવશે.

- ઠીક છે, મેં કહ્યું, વાંધો નહિ આવે. મને ટિકિટ મળશે તો હું આવતે મંગળવારે જઇશ. ત્યારે મારા કાકા બોલ્યા :

- એક તકલીફ છે. ગયે અઠવાડિયે સાળીને ઇસ્પિતાલમાં જવું પડ્યું હતું અને એ હજી બીમાર હશે કારણ કે એણે ફોન નથી કર્યો. એ બિલકુલ સાજી હોત તો એણે ફોન કર્યો હોત.

- તે નહિ લેવા આવે તો હું પોતાની મેળે એને ત્યાં જઇશ. હું બસ કે રિક્ષા લઇ લઇશ. કાકીએ કહ્યું:

- હું એને ફોન કરીને પૂછી જોઇશ કે અક્ષય તને લેવા આવી શકશે કે કેમ. એ તને સ્ટેશને લેવા ન આવી શકે તો તું જતી નહીં.

મારાં સાસરિયાં ન આવે ત્યાં સુધી *until my parents-in-law come*
સફર (f.) *journey*
ખબર આપવી *to inform*
લેવા આવવું *to collect*
સાળી (f.) *sister-in-law*
બિલકુલ *absolutely*
પોતાની મેળે *on my own*

Answer the following questions.

૧ લેખક માર્ચમાં વડોદરામાં હોત તો શું થાત?
૨ કાકીને ક્યાં સુધી વડોદરામાં રહેવું પડશે?
૩ કાકીની બહેન સ્ટેશન આવશે?
૪ કાકીની બહેનની તબિયત સારી છે?
૫ લેખક મુંબઇ જશે?

## ગુજરાત અને ગુજરાતીઓ

Gujarati is an Indo-European language. This means it is ultimately derived from a hypothetical language called Indo-European, which has been reconstructed on the basis of tracing connections among its descendant languages. There are ten groups of Indo-European languages. Gujarati belongs to the Indo-Aryan group, whereas English belongs to the Germanic group. Gujarati is a New Indo-Aryan language (as are Hindi, Panjabi, Bengali, etc.) which can be traced back through Middle Indo-Aryan (Prakrits and the language of the Buddhist scriptures, Pali) to Old Indo-Aryan (Sanskrit and Vedic).

Most Gujarati vocabulary has undergone many sound changes since the language evolved from Sanskrit, but many words appear in Sanskrit form. The vocabulary of Gujarati has a large number of words from Persian and Arabic due to trade links and the period of Muslim rule in Gujarat when Persian was the official language of the court.

# 12

## —— અહીં રહેવાનું તને ફાવે છે? ——

## *Do you like living here?*

***In this unit you will learn how to***

compare and contrast
talk about the expulsion from Uganda
talk about the differences between the city and the village

## વાતચીત ૧

### મુંબઈમાં રહેવાનું તને ફાવે છે? *Do you like living in Bombay?*

In Khanpur, a village near Anand (Kheda district of Gujarat). Juhi has come home to her village after going away to study in Bombay. Pushpa, an old woman who has not been to Bombay, is eager to hear about the city.

| | |
|---|---|
| પુષ્પા | કેમ છે બેટી? ઘણા દિવસે તું દેશ આવી છે. મુંબઈમાં રહેવાનું તને ફાવે છે? |
| જૂહી | હા, ચોક્કસ. મને બહુ જ ગમે છે. તમે કોઈ વાર મુંબઈ ગયાં છો? |
| પુષ્પા | ના, બેટી! અમારું જીવન અહીં છે. મુંબઇ કેવું છે? |

| | |
|---|---|
| જૂહી | સૌથી પહેલાં હું સેંટ્રલે આવી પહોંચી. પહેલી વાર મેં તેવું કોઇ ટોળું જોયું છે. ફોઇની દીકરી મને લેવા આવી અને મને મરીન ડ્રાઇવ પર ફરવા લઇ ગઇ. અરે બાઇ! તે ન્યુ યૉર્ક જેવું દેખાય છે! |
| પુષ્પા | તે આણંદ જેવું લાગે છે? |
| જૂહી | ના, બાઇ, એ આણંદના જેટલું નાનું શહેર નથી. મુંબઇમાં ભારતની ઊંચામાં ઊંચી ઇમારતો છે. |
| પુષ્પા | તું ચોપાટી ગઇ છે? તે જોવા જેવું છે? મેળા જેવું? |
| જૂહી | મેળા કરતાં આ બહુ જ સારું છે, અને એના જેવું ગંદું છે. બાઇ, તમે માનશો નહિ પણ મુંબઈની છોકરીઓ એવાં વિચિત્ર કપડાં પહેરે છે! તે રસ્તા પર હાફપેંટ પહેરે છે પણ તેઓની સાડીઓ કેટલી ફાઇન છે! જો મારી પાસે તેમના જેવી સરસ સાડીઓ હોત! પણ તેઓની પાસે આપણા કરતાં બહુ જ વધારે પૈસા છે! |
| પુષ્પા | અરે બેટી, ગામડાંનું જીવન શહેરનું જીવન સૌ જુદાં હોય જ ને? ગામડાંમાં બધી એકબીજાને ઓળખે, પેઢીઓથી એ જ ઘરમાં રહે છે, એ જ ખેતીવાડી કરે છે. અમે એકબીજાનાં સુખદુઃખ જાણીએ, અમે સાથે તહેવારો ઊજાવીએ અને જનમથી લઇને મૃત્યુ સુધી હળીમળીને રહીએ. |

જીવન (n.) *life*
સૌથી પહેલાં *first of all*
સેંટ્રલ (*Bombay*) *Central* (*Station*) (the terminus for trains for Gujarat)
આવી પહોંચવું *to arrive*
તેવું કોઇ ટોળું *such a crowd as that*
લેવા આવવું *to come to collect*
મરીન ડ્રાઇવ *Marine Drive* (which runs along Back Bay in downtown Bombay)
અરે બાઇ! *wow!*
તે ન્યુ યૉર્ક જેવું દેખાય છે! *it looks like New York!*
તે આણંદ જેવું લાગે છે? *is it like Anand?* (Anand is the dairy capital of India, situated in the centre of the Kheda district of Gujarat)
એ આણંદના જેટલું નાનું શહેર નથી *it's not a small town like Anand*
મુંબઇમાં ભારતની ઊંચીમાં ઊંચી ઇમારતો છે *the tallest buildings in India. are in Bombay*
ચોપાટી *Chowpatty* (The beach where Marine Drive ends and Malabar Hill begins. Many people go there at night to walk on the beach, eat snacks and go to the funfair)
તે જોવા જેવું છે? *is it worth seeing?*

મેળા જેવું? *like a mela* (rural fair)
મેળા કરતાં આ બહુ જ સારું છે *it is much better than a fair*
એના જેવું ગંદું છે *it is just as dirty*
તમે માનશો નહિ પણ મુંબઇની છોકરીઓ એવાં વિચિત્ર કપડાં પહેરે છે! *you won't believe what strange clothes the Bombay girls wear!*
હાફપેંટ *shorts* (half-pants)
તેમના જેવી સરસ *as nice as theirs*
તેઓની પાસે આપણા કરતાં બહુ જ વધારે પૈસા છે *they have much more money than we do*
ગામડાનું જીવન શહેરનું જીવન સૌ જુદાં હોય જ ને? *village life and city life are different, aren't they?*
એકબીજાને ઓળખવું *to know one another*
પેઢીઓથી *for generations*
ખેતીવાડી કરવી *to farm*
સુખદુઃખ *joys and sorrows*
તહેવારો ઊજવવા *to celebrate festivals*
જનમથી લઇને મૃત્યુ સુધી હળીમળીને રહીએ *from birth to death we live together*

Answer the following questions.

૧ જૂહીને મુંબઇ કેવું લાગે છે?
૨ મુંબઇમાં શું જોવા જેવું છે?
૩ આણંદ મુંબઇ જેવું છે?
૪ જૂહીને મુંબઇમાં કેમ નવાઇ લાગે છે?
૫ ગામડાનું જીવન અને શહેરનું જીવન સરખાં હોય છે?

## વ્યાકરણ

### 1 Similarity, comparison, difference

There are many ways of expressing similarity, comparison and difference in Gujarati.

(*a*) By adding (ના) જેવું, (ના) જેટલું and (ની) જેમ to the noun or pronoun being compared, for example:

| | |
|---|---|
| મારા જેવા મોટા માણસ કામ ન કરે | *a person as important as me doesn't work* |
| ભાવનગર અમદાવાદ જેટલું મોટું શહેર નથી | *Bhavnagar is not a big city like Ahmadabad* |
| મોટી બહેનની જેમ હું સોએસમાં ભણીશ | *I shall study in SOAS like my elder sister* |

There are several idiomatic uses of these forms.

(i) જેવું is used after the વા form of the infinitive to mean *worth doing, seeing,* etc., for example:
મુંબઇ જોવા જેવું છે *Bombay is worth seeing*

(ii) નહિ જેવું means *like nothing, very little,* etc., for example:
તેણે નહિ જેવું કામ કર્યું *she did next to no work*

(*b*) By adding કરતાં to the noun or pronoun being compared, with or without વધારે, for example:

| | |
|---|---|
| આ કરતાં એ સારું છે | *that is better than this* |
| ગયા વર્ષે કરતાં આ વર્ષે મને વધારે પૈસા મળે છે | *I earn more money than I did last year* |
| એ કરતાં આ બમણું ઊંચું છે | *this is twice as big as that* |

વધારે *more* or ઓછું *less* may be added to the above examples:

| | |
|---|---|
| આ કરતાં એ વધારે સારું છે | *this is much better than that* |
| ગયા વર્ષે કરતાં આ વર્ષે મને ઓછા પૈસા મળે છે | *I earn less money than I did last year* |

(*c*) By adding થી to the noun or pronoun being compared, for example:

સુરત જિલ્લો ખેડા જિલ્લાથી મોટો છે *Surat district is bigger than Kheda district*

(*d*) Superlatives can be formed by adding (માં) or માં(થી) to the masculine/neuter singular stem form of the noun or pronoun being compared with સૌથી or વધારે before the noun or adjective being compared, for example:

| | |
|---|---|
| ભારતમાં સૌથી મોટો પ્રદેશ મધ્યપ્રદેશ છે | *the biggest state in India is Madhya Pradesh* |
| બધા માણસોમાંથી તેને જ વધારે પૈસા મળે છે | *he earns the most of all* |

(*e*) Superlatives can be formed with adjectives by saying *x* માં *x* (lit. *in x, x*), for example:

| | |
|---|---|
| તેણે જ સારામાં સારું કામ કર્યું | *she did the best work* |

(*f*) Difference may be expressed in a variety of ways, for example:

| | |
|---|---|
| આ વાત તે વાત કરતાં જુદી છે | *this thing is different from that* |
| આ વાત જુદી છે અને તે વાત જુદી છે | *this thing is different from that* |
| ગામડાનું જીવન અલગ અને શહેરનું જીવન અલગ! | *life in the village and life in the city are quite different!* |

## 2 Echo words and word pairings

All Indian languages make frequent use of repetition, which is also a feature of Indian English. There are four main forms and uses of repetition in Gujarati.

(*a*) Verbs and nouns may add a rhyming form beginning with બ to mean *etc.*, for example:

| | |
|---|---|
| તે કપડાંબપડાં લઇ આવ્યો છે | *he brought the clothes, etc.* |

(*b*) A noun or verb is repeated with the first form ending આ, in the second ending in ઇ. These forms combine pejorative and emphatic meanings, for example:

| | |
|---|---|
| તે ગાળાગાળી વિના વાત કરી જ નથી શકતો | *he can't talk without swearing* (cf. ગાળ *abuse*) |
| દર રોજ ચર્ચગેટ સ્ટેશને પડાપડી થાય છે | *every day there's a stampede on Churchgate station* (cf. પડવું *fall*) |

(*c*) A noun is repeated (losing its initial consonant the first time it occurs). This form is used adverbially and gives an intensive meaning, for example:

લોકો આજુબાજુથી દોડીને આવ્યા *people came running from all sides* (cf. બાજુ *side*)

(*d*) A noun or a verb is used with another word to emphasise the meaning, for example:

| | |
|---|---|
| હળવુંમળવું | *meet, mix with* |
| સાફસફાઈ | *cleaning, housework* |
| લાલનપાલન | *bringing up in comfort* |
| ઝાડઝુડ | *sweeping and dusting* |
| નોકરચાકર | *servants* |
| સીધુંસાદું | *simple and straightforward* |
| અવળુંસવળું | *topsy-turvy* |
| ભેળસેળ | *mixed up, blended* |
| સેળભેળ | *mixed, adulterated* |
| ઊલટુંસુલટું | *topsy-turvy* |

A few commonly occurring words do not fit any of these rules, but are of a similar formation:

| | | | |
|---|---|---|---|
| ઝટપટ | *slap-dash, in a trice* | ઠીકઠાક | *well arranged* |
| ઠીકઠાક | *fine, suitably* | ફટાફટ | *quickly* |

## વાતચીત ૨

### તમે ઈસ્ટ આફ્રિકાથી લેસ્ટર આવ્યા હતા? Did you come to Leicester from East Africa?

Naresh is talking to Natubhai about their links with East Africa.

| | |
|---|---|
| નરેશ | નટુભાઈ, તમે ક્યારથી લેસ્ટરમાં રહો છો? |
| નટુભાઈ | અમે લોકો લગભગ વીસ વરસથી અહીં છીએ. આ પહેલાં અમે યુગાંડામાં હતા, પણ ૧૯૭૧માં ઈદી આમીને અમને અને બીજા ભારતીય લોકોને ત્યાંથી કાઢી મૂક્યા હતા. |
| નરેશ | મારા ભાઈ પણ ત્યાં રહેતા હતા પણ નિષ્કાસન પહેલાં તે દેશ પાછા ગયા. અને તેઓ ઘણા પૈસા ત્યાં છોડી ગયા. |

નટુભાઇ અમે લોકો તો માનતા ન હતા કે નિષ્કાસન થશે અને અમે આખરઘડી સુધી ત્યાં રહ્યા. મારા દાદાએ ખેડાથી યુગાંડા જઇને બે દુકાન ખોલેલી. લગ્ન કરવા તેઓ એક વાર વતન ગયા પણ મારા બાપુ અને કાકાફોઇઓ આફ્રિકામાં જન્મેલાં હતાં. દાદાજી ગુજરી ગયા તે પહેલાં તેઓ ગામ પાછા ગયા. મારી પેઢી તો સ્વાહીલી નાનપણથી બોલતી. તમને ખબર હશે કે હું ક્યારેય ભારત નથી ગયો?

નરેશ હા, મને ખબર છે. યુગાંડામાં દુકાનવાળા હતા, તેમાંના ઘણા ગુજરાતી લોકો બધું છોડીને ખાલી હાથે અહીં આવી ગયા અને નવેસરથી જીવન શરૂ કરવું પડ્યું.

નટુભાઇ સ્વામિનારાયણની કૃપાથી અમે હવે સફળતાથી રહીએ છીએ. હું અને મારાં પત્ની વીસ વરસથી બહુ મહેનત કરતાં આવ્યાં છીએ. વહેલી સવારથી સાંજ સુધી, અઠવાડિયામાં સાત દહાડા, અમે કામ કરીએ છીએ. અમે એટલી કરકસરથી જીવ્યાં અને પૈસા ભેગા કરીને હવે આરામનું જીવન જીવીએ છીએ. ધરમ અને ધંધો!

નરેશ હવે તમારા બે દીકરાઓએ યુ.એસ.માં ભણીને ત્યાં ઘર વસાવ્યું છે?

નટુભાઇ હા, મેં એમને છોડી દીધા પણ મોટો દીકરો અમારે ત્યાં રહે છે. હવે તેમનું કામ સફળ થતું જાય છે. અમારા કુટુંબનો ધ્યાનમંત્ર એ છે કે સરસ તક જતી ન કરો.

લેસ્ટર *Leicester* (a city in the English Midlands with a large Gujarati population)
યુગાંડા *Uganda*
ઈદી આમીન *Idi Amin*
ત્યાંથી કાઢી મૂક્યા હતા *he threw us out from there*
નિષ્કાસન *the expulsion*
છોડી જવું *to leave behind, abandon*
આખરઘડી સુધી *until the last minute*
ખેડા *the Kheda district of Gujarat, formerly known as Charotter*
દુકાન ખોલવી *to open a shop*
વતન *homeland*
આફ્રિકા *Africa*
જન્મવું *to be born*
ગુજરી જવું *to die, pass away*
સ્વાહીલી *Swahili* (the lingua franca of East Africa)

હું ક્યારેય ભારત નથી ગયો *I have never been to India*
દુકાનવાળો *shopkeeper*
બધું છોડવું *to leave everything*
ખાલી હાથે *empty-handed*
નવેસરથી જીવન શરૂ કરવું *to start one's life afresh*
સ્વામિનારાયણની કૃપાથી *through the grace of Swaminarayan*
સફળતાથી રહેવું *to be successful*
અમે બહુ મહેનત કરતાં આવ્યાં છીએ *we have been making efforts*
અઠવાડિયામાં સાત દહાડા *seven days a week*
અમે એટલી કરકસરથી જીવ્યાં *we lived frugally*
પૈસા ભેગા કરવા *to save money*
આરામનું જીવન જીવવું *to live a comfortable life*
ધરમ અને ધંધો! *religion and work!* (said to be a traditional Gujarati motto)
ઘર વસાવવું *to settle*
છોડી દેવું *to allow to go*
હવે તેમનું કામ સફળ થતું જાય છે *now their work is becoming successful.*
ધ્યાનમંત્ર *motto*
એ છે કે *is that*
સરસ તક જતી ન કરો *never let a good opportunity pass*

Answer the following questions.

૧ નટુભાઇ કેમ લેસ્ટર આવ્યા હતા?
૨ લેસ્ટર આવ્યા પહેલાં નટુભાઇ ભારતમાં રહેતા હતા?
૩ નટુભાઇ દુકાનવાળા છે?
૪ નટુભાઇનું કુટુંબ કેવી રીતે સફળતાથી રહે છે?
૫ એમના દીકરા ક્યાં રહે છે?

## વ્યાકરણ

## 3 Modal forms

Imperfective (તું) forms are used with the verbs જવું, આવવું and રહેવું to show continuous activity.

(*a*) જવું is used for continuity from the present into the future, for example:

| | |
|---|---|
| ગુજરાતીમાં ઘણા અંગ્રેજી શબ્દો ચલણી થતા જાય છે | *many English words are becoming current in Gujarati* |
| મકાન થતું જાય છે | *the house is getting built* |

(*b*) આવવું is used for continuity from the past up to the present, for example:

એનો ગુજરાતીનો અભ્યાસ થતો આવે છે *her study of Gujarati is coming along*

(*c*) રહેવું is used for non-interruption of activity or its progress in stages, for example:

| | |
|---|---|
| તમે ચાલતા રહો. મારે આ દુકાનમાં જવું છે | *you keep walking. I want to go into this shop* |
| હું ઘેર આવ્યો તે પહેલાં તે જતો રહ્યો હતો | *he had already gone by the time that I got home* |

Perfect (યું ) forms are used with કરવું to show continuity of the activity in spite of circumstances or wishes to the contrary, e.g:

| | |
|---|---|
| લોકો કંટાળ્યા હતા, છતાં એણે ભાષણ કર્યા કર્યું | *the people were bored but he still went on lecturing* |
| આ તો થયા કરે છે | *that's the way things happen* |

## 4 દેવું *to allow*

This verb is used with infinitives with વા to mean *to allow, let, permit*. In all tenses, except the perfects, the verb agrees with the subject, for example:

| | |
|---|---|
| છોકરાને મારી સાથે આવવા દો | *let the boy come with me* |
| શિક્ષક અમને બોલવા દેતા નથી | *the teacher does not let us speak* |
| આ જવા દો | *let it go, never mind* |

However, in the perfective tenses, દેવું agrees with:

(*a*) the person allowed to act in the case of an intransitive verb, for example:

માએ છોકરાને મારી સાથે આવવા દીધો *the mother let the boy come with me*

(*b*) with the object, if present with a transitive verb, for example:

માએ છોકરાને દૂધ પીવા દીધું *the mother let the boy drink the milk*

(*c*) with the person allowed to act (i.e., as *a*) if the object is not present, for example:

માએ છોકરાને પીવા દીધો *the mother let the boy drink*

## અભ્યાસ

**A** Translate into Gujarati in as many ways as you can the following English sentences, including expressions of similarity, comparison or difference.

૧ આ છોકરો આળસુ છે *This boy is lazy.*
- (*a*) *A lazy boy like him fails his exams.*
- (*b*) *He is not lazy like his brother.*
- (*c*) *He is lazier than his brother.*
- (*d*) *He is the laziest of all the boys.*

૨ આ ચોપડી સારી છે *This book is good.*
- (*a*) *This book is better than that one.*
- (*b*) *This book is worth reading.*
- (*c*) *It is the best book I have read.*
- (*d*) *This book is different from that one.*

૩ આ સાડી મોંઘી છે. *This sari is expensive.*
- (*a*) *This sari is more expensive than that sari.*
- (*b*) *I do not have such an expensive sari.*
- (*c*) *This is the most expensive sari.*
- (*d*) *I shall wear a sari like my mother.*

૪ રાજકોટ મોટું શહેર છે. *Rajkot is a big town.*
- (*a*) *Rajkot is worth seeing.*
- (*b*) *Rajkot is not a big city like Bombay.*

(*c*) *Bombay is bigger than Rajkot.*
(*d*) *Is Bombay or Calcutta the biggest city in India?*

**B** Put the following sentences into the appropriate modal form to show continuous activity.

૧ યુ.કે.માં લોકો શાકાહારી થાય છે.
૨. એ પાંચ વરસથી ગુજરાતી ભણે છે.
૩ હું રોજ ગુજરાતી બોલીશ.
૪ યુ.કે.માં ઘણાં હિંદુ મંદિરો થાય છે.
૫ ગુજરાતીનો અભ્યાસ કરજો! હું પછી આવીશ.

**C** Read through the introduction to Gujarat (pages 1–6), decide whether the following sentences are true or false, and then write out your answer in full.

૧ ગુજરાતનું મોટામાં મોટું શહેર ગાંધીનગર હોય છે.
૨ ગુજરાત યુ.કે. જેટલો મોટો દેશ નથી.
૩ પૉર્ટ્યુગીઝો સૌથી પહેલાં ગુજરાતમાં આવેલા યુરોપિયન હતા.
૪ ગુજરાતમાં વૈષ્ણવ કરતાં વધારે શૈવ હોય છે.
૫ વેપાર માટે અંગ્રેજોએ સૌથી પહેલું સુરત પસંદ કર્યું હતું.

**D** Fill in the appropriate form of the verb given in brackets in the text below.

યુનિવર્સિટીમાં દાખલ થવાના મારા પહેલા દિવસને હું ક્યારેય નહીં (ભૂલવું). વરસનો એ સૌથી ગરમ દિવસ (હોવું). કોઈકે મને સીધી પ્રાધ્યાપકના ખંડમાં (જવું) (જણાવવું). હું અંદર (જવું) તો (હેબતાવું + જવું). એ ઓરડો મેં કદી (જોવું) ન હોય એટલો ગંદો (હોવું) અને નકામી વસ્તુઓથી ભરેલો (હોવું). હું બારણે થોડી વાર ઊભો (રહેવું) તોપણ એ ટેલિફોન પર મિત્ર સાથે વાત (કરવું). હું બહાર (જવું) બીજા વિદ્યાર્થીને (મળવું). તેણે (કહેવું) કે (જવું) (દેવું), અહીં તો બધું આમ જ (ચાલવું). એને પહેલાં પ્રાધ્યાપકની બીક (લાગવું) પણ હવે એ પ્રાધ્યાપક બધાંનાથી વધુ પસંદ (કરવું).

સમય (જવું), હું બીજા વિદ્યાર્થીઓને (મળવું). ફિરદોસ બધામાં સૌથી વધુ હોશિયાર (હોવું) પણ મને એ ખાસ (ન + ગમવું). સ્નાતક (થવું) પછી એ વકીલ (થવું) (ઇચ્છવું). અકબર એનાથી વધુ ભલો (હોવું) પણ એ એટલો હોશિયાર (ન + હોવું). એણે ડૉક્ટર (થવું) પણ પરીક્ષામાં નાપાસ (થવું).

## સમજ્યા/સમજ્યાં?

ફરીદા તમે મુંબઈમાં કેટલા દિવસથી છો? કેવું ગમે છે?

સંગીતા હું એક અઠવાડિયાથી અહીં છું. મને મુંબઈ બહુ જ ગમે છે.

ફરીદા લંડન જેવા શહેરમાં રહ્યા પછી પણ મુંબઈ ગમે છે?

સંગીતા હા, અહીંની ગરમી મને બહુ ફાવે છે અને મને લાગે છે કે અહીંનું જીવન વધારે સરળ છે. અહીં હું વહેલી સવારે ચોપાટી પર ફરવા નીકળું છું, પછી કશું ઘરનું કામ નહિ, પછી સાંજે રોજે પાર્ટી જામે છે.

ફરીદા હા, પણ પાર્ટી તો ક્યારેય પણ જામી શકે છે. પણ અહીં ઉનાળામાં સહન ન થાય એવી ગરમી પડે છે.

સંગીતા પણ અમારે ત્યાં એ.સી. છે.

ફરીદા પણ મુંબઈમાં બધાને એ.સી. નથી. આમ જોવા જઈને તો અમને તમારી જેમ કપડાં ધોવાનું મશીન વગેરે નથી. તો અમારું જીવન સરળ કેવી રીતે થયું?

સંગીતા આખી દુનિયામાં પૈસાવાળા લોકોનું જીવન સહેલું છે. એ જ તો હું કહું છું. લંડનમાં મારે બહુ કામ કરવું પડે છે. તમારા લોકોના કરતાં અમને લોકોને વધારે પૈસા મળે છે તો પણ બધું વધારે મોંઘું છે.

ફરીદા મોંઘાવારી તો અહીં પણ ઓછી નથી. અમારે ઘરનું કામ કેટલું હોય છે. સાસુસસરાનું ધ્યાન, છોકરાનું ધ્યાન, ઘરની સાફસફાઈ. કામ તો ઘણું છે.

સંગીતા પણ તમારે નોકરો હોય ને?

ફરીદા આજકાલની દુનિયામાં સારા નોકર મળવા બહુ અઘરું છે. એટલે રોજેરોજનું જીવન મુશ્કેલ થતું જાય છે.

સરળ *straightforward, simple*
પાર્ટી જામે છે *parties take place*
ક્યારેય પણ *anywhere at all*
સહન (n.) *endurance*
એ. સી. *air-conditioning*
આમ જોવા જઈએ *if we examine things*
કપડાં ધોવાનું મશીન (n.) *washing-machine*
દુનિયા (f.) *world*
મોંઘાવરી (f.) *expenses*
ધ્યાન (n.) *looking after*
નોકર (m.) *servant*

Answer the following questions.

૧ સંગીતાને કેમ મુંબઈ ગમે છે?
૨ ઉનાળામાં મુંબઈ કેવું છે?
૩ કોની પાસે એ.સી. છે? ગરીબ લોકોની?
૪ ફરીદાને શું શું કામ કરવું પડે છે?
૫ મુંબઈના જીવન કરતાં લંડનનું જીવન જુદું છે?

## ગુજરાત અને ગુજરાતીઓ

South Asian merchants have been active in East Africa for almost two thousand years, trading in spices, ivory, etc., but a major factor in large-scale Indian migration to the area was the building of the railway in the British East African Protectorate from Mombasa to Uganda from 1896. By 1901, 35,000 Indians were living in the East African Protectorate, of whom Gujaratis represented eighty percent or more. Of the Gujaratis, about seventy-five percent were Hindus, the rest being mostly Ismailis. The Gujaratis had not come to work on the railways but as skilled workers and civil servants as well as to develop trading possibilities. A tripartite social stratification was set up throughout East Africa, with the Europeans running the administration and agriculture, while the Indians ran the cotton, sugar and clove industries and most of the trade, and while the Africans provided the unskilled labour.

After the independence of the East African countries in the early 1960s and the introduction of policies of Africanisation, the citizenship of the Asians was unclear. Many had British passports and so came to settle in the UK, while others returned to India. In 1972, Amin decided to expel some 50,000 Asians from Uganda: more than half came to the UK while others went to India, Canada, the USA and Pakistan.

# 13

# યુ.કે.માં રહેવાનું

## *Living in the UK*

### *In this unit you will learn how to*

talk about your work
conduct a telephone conversation
revise certain verbal forms

## વાતચીત ૧

### તમારો ધંધો સફળ રહે છે? *Is your business going well?*

In Leicester, Rakesh and Anuj are talking to Prabodh Modi, a shopkeeper, about his business.

| | |
|---|---|
| રાકેશ | પ્રબોધકાકા, તમારો ધંધો સફળ રહે છે? |
| પ્રબોધ | હા, ભગવાનની કૃપાથી. |
| રાકેશ | તમારું જીવન કેટલું સરસ છે! તમારી પાસે બધી એશઆરામ અને શોખની ચીજો છે ને? |
| પ્રબોધ | પહેલાં હું અહીં આવ્યો ત્યારે ઘણી તકલીફો હતી. બાપુજીએ મને કહ્યું કે તારે વહૂને અમારી સાથે મૂકવી પડશે કેમ કે લંડનમાં તારે બહુ જ કામ |

કરવું પડશે. વહુ નાની છે અને તે એકલી પડી જશે. પણ હું ભોળો હોવાથી મારા બાપુજીનું કહ્યું મેં સાંભળ્યું નહિ અને હું પત્નીની સાથે અહીં આવ્યો.

અનુજ — હે રામ! પ્રબોધ, જુવાનો બાપાનું કહ્યું માનતા જ નથી. બાપુજીનું કહ્યું ખરું હોય એમ મને લાગતું નહોતું. આજે બાપુજીને ગુજરી ગયાને દસ વરસ થઇ ગયાં. હવે જ મને ખબર પડી કે એમની સલાહ કેટલી કામની હતી.

પ્રબોધ — શરૂઆતમાં તો મારી પાસે મુશ્કેલીથી અઢી સો પાઉન્ડની પૂંજી રહેતી હતી. અને અમને અહીં આવ્યે એક જ વરસ થયું ન હતું કે મોટા દીકરાનો જનમ થયો. હું પૈસાની ચિંતા કર્યા વગર રહેતો ન હતો. રોજ ઊઠ્યા પછી હું દુકાનનાં કામ શરૂ કરતો હતો. મહેનત કર્યા વગર કેમ ચાલે? પણ મેં કામ કર્યા કર્યું અને પ્રભુની દયાથી અમારો વેપાર સારો ચાલ્યો અને હવે અમારી ઘણી દુકાનો છે.

અનુજ — અને ભાભી કેટલી મદદ કરે છે! તે છોકરાનું લાલનપાલન કરે, અમારો હિસાબ રાખે અને અમારું જમવાનું તૈયાર કરે છે. રોજ તે ઊની ઊની રોટલી બનાવે છે. પરંપરાગત છોકરી આધુનિક છોકરી કરતાં કેટલી જુદી હોય છે!

રાકેશ — જો તમે દેશમાં રહ્યા હોત તો તમે આવા પૈસાદાર થાત?

પ્રબોધ — ભગવાન જાણે! પણ જો હું ભારતમાં રહ્યો હોત તો બીજા સફળ વેપારીઓ જેમ મારી પાસે બેત્રણ નોકરચાકર, ગાડી અને ડ્રાઈવર હોત!

ધંધો (m.) *work*
સફળ રહેવું *to be successful*
ભગવાનની કૃપાથી *with God's kindness*
એશઆરામ (f.) *luxuries*
શોખની ચીજો *the latest things*
વહુ (f.) *wife*
એકલું પડી જવું *to feel lonely*
પણ હું ભોળો હોવાથી *but because of my being naive*
મારા બાપુજીનું કહ્યું *what my father said*
હે રામ! *O God!*
જુવાન (m.) *young man*
માનવું *accept, regard, believe*
ખરું *true*
એમની સલાહ કેટલી કામની હતી *how useful his advice was*
શરૂઆતમાં *in the beginning*
પૂંજી (f.) *capital*

મોટા દીકરાનો જનમ થયો *our first child was born*
હું પૈસાની ચિંતા કર્યા વગર રહેતો ન હતો *I couldn't stop worrying about money*
મહેનત કર્યા વગર કેમ ચાલે? *how can one get on without making an effort?*
પણ મેં કામ કર્યા કર્યું *I kept on working*
પ્રભુની દયાથી *with God's help*
સારું ચાલવું *to go well*
ભાભી (f.) *your wife* (lit. *older brother's wife.* Used by men to avoid assuming intimacy with a friend's wife. Women would refer to men as their husband's friend (એમના મિત્ર) or just as *your he* (તમારા એ)
મદદ કરવી *to help*
છોકરાનું લાલનપાલન કરવું *to look after the children*
હિસાબ રાખવો *to keep accounts*
ઊની ઊની રોટલી *hot breads*
પરંપરાગત છોકરી આધુનિક છોકરી કરતાં કેટલી જુદી હોય છે! *what a difference there is between traditional girls and modern girls!*
ભગવાન જાણે! *God knows!*
બીજા સફળ વેપારીઓ જેમ *like other successful businessmen*
નોકરચાકર *servants*
ડ્રાઈવર *driver*

Answer the following questions.

૧ અહીં આવ્યા પછી પ્રબોધને કેવી જાતની તકલીફો હતી?
૨ જુવાનો કેમ બાપનું કહ્યું નથી માનતા?
૩ તકલીફો થતાં પ્રબોધે શું કર્યું?
૪ ભાભી એટલે કોણ? એ મદદ કરે છે?
૫ પ્રબોધ ભારતમાં રહ્યો હોત તો શું થાત?

## વ્યાકરણ

### 1 Further uses of perfective forms

You first met prefective forms of the verb (i.e, forms with યું) in Unit 6 in connection with past tenses. You saw there that perfective forms give special emphasis to the completion of the action. It is this sense which is seen in other uses of these forms.

(*a*) Perfect tense and its variants (see Unit 6).

(i) Simple past, for example:
મારી બહેન ગઈ *my sister went*

(ii) perfect, for example:
મારી બહેન ગઈ છે *my sister has gone*

(iii) remote past, for example:
મારી બહેન ગઈ હતી *my sister went*

(*b*) A neuter form is used as a noun to describe the completed action, for example:

કહ્યું *speech, what was said* (from કહેવું *to say*)
જુવાનો બાપનું કહ્યું માનતા જ નથી *young men do not listen to what their fathers say*

A form with યા is used before clitics and clitic adverbials, for example:

હું કામ કર્યા પછી ઘેર ગઈ *I went home after doing my work*
એમની વાટ જોયા કરતાં આપણે એમને મળવા જઈએ *instead of waiting for him, let's go to meet him*

A form with યે or યાને is used to describe the time since an action occurred (see Unit 9, grammar point 2*c*), for example:

અમને અહીં આવ્યે (આવ્યાને) પૂરું એક વરસ થઈ ગયું *a full year has gone by since we came here* (lit. *one full year has gone by to us who have come here*)

(c) Modal use (see Unit 12, grammar point 3)

Perfect (યું) forms are used with કરવું to show continuity of the activity in spite of circumstances or wishes to the contrary, for example:

લોકો કંટાળ્યા હતા, છતાં એણે ભાષણ કર્યા કર્યું — *the people were bored but he still went on lecturing*
એ તો થયા કરે છે — *that's the way things happen*

## 2 On account of being

The infinitive હોવું is used in its dependent form હોવા- with the clitic થી to mean *on account of being*, for example:

તે આળસુ હતી. હું ગુસ્સે થઈ ગઈ — *she was lazy. I was very angry*
તે આળસુ હોવાથી હું ગુસ્સે થઈ ગઈ — *I was angry on account of her being lazy*

Similar forms are found with other verbs meaning *on account of x*, for example:

તમને મળવાથી મને આનંદ આવ્યો છે — *I am pleased to have met you*
તમારો કાગળ વાંચવાથી હું આનંદિત થઈ — *I was pleased on account of your letter*

## 3 Use of repetition

A striking feature of Gujarati is the frequent repetition of words in a number of contexts. There are five main senses in which repetition is used:

### Distribution

Where English would use (*one*) *each* Gujarati repeats the number, for example:

તમે એક એક ચોપડી લઈને પોતપોતાને ઘેર જાઓ — *take one book each and go to your own home*

અઢી અઢી લીટરની માટલી *pots holding two and a half litres each*

In the sense of (*one*) *at a time*, Gujarati inserts પછી *after* between the repeated numbers, for example:

એક પછી એક આગળ જાઓ *go forward one at a time*

## Variety

When the interrogative is repeated, it implies variety or multiplicity, for example:

શું શું જોઈએ છે? *what do you want?* (cf. Indian English *what all do you want?*)

## Thoroughness

When referring to a singular noun or adverb, it is the degree of thoroughness, for example:

ગરમ ગરમ ચા (*very*) *hot tea*
ધીરે ધીરે બોલજો *please speak slowly*

When referring to a plural noun, it means that all the members of the group share the same quality thoroughly, for example:

ઊની ઊની રોટલીઓ *very hot breads*

## Indefinite meaning

When relative-correlative forms are repeated they give an indefinite meaning, for example:

જ્યાં જ્યાં વસે એક ગુજરાતી ત્યાં ત્યાં સદાકાળ ગુજરાત *wherever one Gujarati lives, there it is always Gujarat (proverb)*

## Continuity

Repetition of verbs implies continued action, for example:

| | |
|---|---|
| ચાલતાં ચાલતાં એને થાક લાગ્યો | *walking along he became tired* |
| મને કામ ન આવડે ત્યારે ઊભા ઊભા જોયા જ કરવું પડે | *when I can't do the work I just have to stand by and watch* |

## વાતચીત ૨

### હલો? *Hello?*

Manisha is trying to call her friend Aanal to talk to her about her problems.

મનીષા હલો, આનલ છે?
શૈલેશ ના, એ બહાર ગઇ છે. તમે કોણ?
મનીષા હું મનીષા છું.
શૈલેશ હા, બોલ. તારે કંઇ સંદેશો આપવો છે?
મનીષા તે હમણાં પાછી આવવાની છે?
શૈલેશ મને નથી લાગતું કે તે આવે. તે એક કલાકમાં પાછી આવવી જોઇએ.
મનીષા વાંધો નહિ, હું તેને ફરીથી ફોન કરીશ.
શૈલેશ ભલે તો આનલને હું કહીશ કે તેં ફોન કરેલો. ઊભી રહે, મને લાગે છે કે તે અત્યારે આવતી હશે. હું એને બોલાવું. તે હમણાં આવે છે.
આનલ હલો, કેમ છે? શું ખબર છે?
મનીષા ઘેર બધું ઠીક નથી.
આનલ શું થયું?
મનીષા તને ખબર છે કે મંદી હોવાથી એમની દુકાન બંધ થઇ ગઇ છે તો એમને કારખાનામાં નોકરી કરવી પડે છે. આજે એમણે સાંભળ્યું કે ત્યાં પણ હવે ઘણી તકલીફો છે. બેરોજગાર થવાની બહુ જ બીક લાગે છે.
આનલ એ તો સારું ન થયું. હવે તેઓ નવી નોકરી શોધે છે?
મનીષા હા, શોધવી જોઇએ, પણ એમની ઉંમર જોતાં હવે લાગે છે કે નવી શરૂઆત કરવી અઘરી પડશે.
આનલ મારે ખ્યાલ તો એ જ છે કે તાલીમી અભ્યાસક્રમ માટે અરજી કરવી પડે છે. દર અઠવાડિયે 'ગુજરાત સમાચાર'માં ઓછામાં ઓછી બેત્રણ જાહેરાત હોય છે.

મનીષા — પણ એમને અંગ્રેજી સારી રીતે વાંચતાંલખતાં નથી આવડતું.

આનલ — કંઇ વાંધો નહિ. અંગ્રેજી અભ્યાસક્રમ ઘણા હોય છે.

મનીષા — તારો ઘણો આભાર. હું એમને કહીશ. તારી સલાહ હમેશાં યોગ્ય હોય છે.

હલો, આનલ છે? *hello, is Aanal there?*
તમે કોણ? *who is it?*
હું મનીષા છું *it's Manisha*
હા, બોલ *OK, go on*
સંદેશો આપવો *to leave a message*
હમણાં *now, about now*
ફોન કરવો *to phone*
ઊભું રહેવું *to stand, to wait*
મંદી (f.) *recession*
બંધ થવું *to close*
કારખાનું (n.) *factory*
બેરોજગાર થવાની બહુ જ બીક લાગે છે *he's afraid of being unemployed*
એ તો સારું ન થયું *that shouldn't have happened*
એમની ઉંમર જોતાં *considering his age*
શરૂઆત (f.) *beginning*
મારા ખ્યાલ તો એ જ છે કે *in my opinion*
તાલીમી *training*
અભ્યાસક્રમ (m.) *course*
માટે અરજી કરવી *to apply for*
'ગુજરાત સમાચાર' Gujarat Samachar (see ગુજરાત અને ગુજરાતીઓ)
જાહેરાત (f.) *advertisement*
તારો ઘણો આભાર *I'm grateful to you*
સલાહ (f.) *advice*
યોગ્ય *useful, proper*

Answer the following questions.

૧ મનીષા કેમ કહે છે કે એ ફરીથી ફોન કરશે?
૨ મનીષાને ત્યાં શું થયું?
૩ બેરોજગાર એટલે શું?
૪ 'ગુજરાત સમાચાર' શું છે?
૫ મનીષાના પતિને કેવા અભ્યાસક્રમ માટે અરજી કરવી પડે છે?

## વ્યાકરણ

### 4 Use of -વ- forms of verbs

A wide variety of forms is built from stems with -વું-.

(*a*) The infinitive with વું (see Unit 2, grammar point 7) which is used as the dictionary form, for example:

આવવું *to come*

(*b*) The invariable infinitive with-વા.

(i) to express purpose, for example:
હું કામ કરવા જાઉં છું *I am going to work* (see Unit 4, grammar point 2)
(ii) With the verb દેવું *to allow* (see Unit 12, grammar point 4), for example:
છોકરાને મારી સાથે આવવા દો *let the boy come with me*
(iii) With the verbs લાગવું, માંડવું *to begin* (see Unit 7, grammar point 5), for example:
પરીક્ષા પહેલાં તે અભ્યાસ કરવા લાગી *she began to work before the exams*

(*c*) The variable infinitive with verbs of need, necessity and wanting (see Unit 5, grammar point 6), for example:

| | |
|---|---|
| તમારે ચા પીવી છે? | *would you like (to drink) tea?* |
| મારે ઓરડો સાફ કરવો પડે છે | *I have to clean the room* |

(*d*) A variable verbal noun in the neuter singular, with uses similar to forms with વાનું (see Unit 8, grammar point 1*e*), for example:

| | |
|---|---|
| એમ બોલવું સારું નથી | *it's not good to speak like that* |
| અહીં આવવામાં કેટલી વાર લાગશે? | *how long will it take to come here?* |

| | |
|---|---|
| ત્યાં જવામાં ઘણો ભય છે | *it's dangerous to go there* |
| એને ન મળવાથી મને ઘણું દુઃખ થયું | *I was very sorry not to meet him* |
| ગુજરાતી લખવા કરતાં વાંચવું સહેલું છે | *it's easier to speak Gujarati than to write it* |

(*e*) Extended forms with વાનું are given in detail in Unit 8, grammar point 1.

## 5 *Further uses of* એ *forms*

Forms with એ are used to show locations, for example:

છોકરાં નિશાળે ભણે છે *the children study at school*

They are also used with expressions of time, to mean *time at which* (see Unit 9, grammar point 2*a*), for example:

બેસતે વરસે લોકો સાલમુબારક કહે છે *at New Year people say* Salmubarak

In addition, the meaning *although there is...* is found when a variable form છતું is used before a noun ending in એ, for example:

| | |
|---|---|
| છતે પૈસાદાર પતિએ તે બહુ કંજૂસ છે | *although she has a rich husband she is very mean* |
| છતી બૈરીએ એને ઘણી બહેનપણીઓ છે | *although he has a wife he has many girlfriends* |

## 6 *Uses of* વધારે **more, too, too much**

Throughout the course you have come across the word વધારે, whose meanings include *more, too, too much,* for example:

| | |
|---|---|
| મને વધારે ચા આપશો | *please give me some more tea* |
| આ ચા વધારે ગરમ છે | *this tea is too hot* |

વધારે is used to form comparatives (see Unit 12, grammar point 1). An idiomatic use is seen in the expression વધારે પડતું *more than enough, more than is necessary, more than was proper,* for example:

તેણે મને વધારે પડતી ચા આપી — *he gave me more tea than was necessary*

તેણે વધારે પડતું ખાધું — *he ate more than enough; he ate more than he should have*

This idea of *more than enough* can also be expressed by the phrase જોઈએ તે કરતાં વધારે (see Unit 12, grammar point 1 for constructions with કરતાં), for example:

તેણે જોઈએ તે કરતાં વધારે ચા આપી *he gave me more tea than was necessary*

## અભ્યાસ

**A** Fill in the missing parts of the following telephone conversation.

| | |
|---|---|
| જાવેદ | હલો, ઈફ્તિકાર છે? |
| *You* | *Say no and identify yourself. Ask who he is.* |
| જાવેદ | હું જાવેદ છું. તમને યાદ હશે કે હું બે-ત્રણ મહિના પહેલાં તમારે ત્યાં આવી ગયો હતો. |
| *You* | *Say that you remember him - he's a doctor, isn't he? Ask him how he is and how his work is going.* |
| જાવેદ | ખરાબ તો નથી. હવે હું નવી ઈસ્પિતાલમાં કામ કરું છું. ઘણા દિવસથી હું તમારે ત્યાં નથી આવ્યો. |
| *You* | *Tell him he must come to see you when he's next in the area.* |
| જાવેદ | હા, હું જરૂર આવીશ. ઈફ્તિકારને કહેજો કે મને ફોન કરે. ચાલો, આવજો! |

**B** પરંપરાગત છોકરી આધુનિક છોકરી કરતાં જુદી હોય છે! Write a few sentences to illustrate this claim. Here are some questions that will help you do this.

એ ક્યાં રહે છે? કોની સાથે રહે છે?
એ શું પહેરે છે?
એ કામે જાય છે? એ ઘેર જ કામ કરે છે?
એ ભણેલી છે?

**C** Answer the following questions about your job. As these are your own responses, there are no model answers in the key at the back of the book. If possible, ask a Gujarati speaker to check your answers with you.

૧ તમે કામે જાઓ છો? (તમે ન જાઓ તો તમે બેરોજગાર, વિદ્યાર્થી કે પૈસાદાર છો?)
૨ તમે આવ-જા કરો છો? કેવી રીતે?
૩ તમે કેટલા વાગ્યે ઘેરથી નીકળો છો અને કેટલા વાગ્યે કામે પહોંચો છો? તમે ક્યાં સુધી કામ કરો છો અને કેટલા વાગ્યે ઘેર પાછા આવો છો?
૪ તમને તમારું કામ ગમે છે? કેમ?

**D** Translate the following passage into Gujarati, using the words and phrases provided below.

Viren is a successful businessman. He came to England only twenty years ago, but in such a short time he has become rich. He lives in a big house in a good area. His children live like kings. His wife does not go to work but lives like a queen. I wish that I was like him! I earn very little money and although I try to save a little every month, there is nothing left at the end of the month after I have paid the rent and the household expenses. If I can't save, then how can I save enough capital to leave service and start to work for myself? I would be happy if I had even a small shop. I wish my wife did not have to work in a factory and that she could have some new clothes. My children are always asking for new things. If I tell them that an ordinary person like me cannot buy these things they get angry and say I am a miser. I try not to complain but life is difficult.

*successful* સફળ
*businessman* વેપારી (m.)
*England* ઇંગ્લેન્ડ
*in a short time* ઓછા સમયમાં
*quite rich* સારો એવો પૈસાદાર
*area* લત્તો (m.)
*like kings* રાજાશાહી ઠાઠથી
*queen* રાણી

*live well* (lit. *move about in joy and luxury*) મહાલવું
(*I wish that*) *I was* use હોઉં
*save* બચાવવું
*save* બચત કરવી
*nothing left* કશુંય ન બચતું
*household expenses* ઘરખર્ચ (m), ઘરવખરીના ખર્ચ (m.pl.)
*save capital* મૂડી ઊભી કરવી
*to work for oneself* સ્વાવલંબી થવું
*even a small* નાનુંસરખું
*ask for* મંગાવવું
*ordinary* સામાન્ય
*these things* આવી આવી વસ્તુઓ
*miser* કંજૂસ.
*complain* ફરિયાદ કરવી

## સમજ્યા/સમજ્યાં?

નિમેષ — હલો અનુરાધા, નિમેષ બોલું છું. ઉદિતાએ મને કહ્યું કે તારે મારી સાથે કંઈ વાત કરવી હતી. કંઈ જરૂરી વાત છે?

અનુરાધા — હલો, નિમેષ! મારે તને પૂછવું હતું કે આજકાલ દીપકનું કેમ ચાલે છે? અમે ઘણા વખતથી જોયો નથી તેથી લાગ્યું કે કદાચ એ માંદો હશે.

નિમેષ — સાચી વાત છે. મેં પણ ગુજરાતીના છેલ્લા વર્ગ પછી જોયો નથી. તેં એને ઘેર ફોન કરવાનો પ્રયત્ન કર્યા છે કે?

અનુરાધા — મારી પાસે એનો નંબર નથી. તારી પાસે હોય તો એને ફોન કરવો જોઈએ. તું માને છે કે બધું બરાબર હશે?

નિમેષ — ઠીક જ હશે. એ કહેતો હતો કે તે હવે યુનિવર્સિટીથી કંટાળ્યો છે અને કદાચ નોકરી શોધશે. મેં એને કહ્યું કે ડિગ્રી વગર સારી નોકરી મળવી મુશ્કેલ છે. હું આશા રાખું છું કે એણે યુનિવર્સિટી મૂકી નથી દીધી. હું આજે સાંજે એને ફોન કરીને હાલચાલ પૂછી જોઈશ.

અનુરાધા — તારો ઘણો આભાર. ચાલો, આવજો.

નિમેષ — આવજો.

નિમેષ બોલું છું *it's Nimesh*
જરૂરી *urgent*
આજકાલ દીપકનું કેમ ચાલે છે? *what's up with Deepak these days?*
નંબર (m.) *number*
બધું બરાબર હશે? *everything's OK?*
ઠીક જ હશે *it should be fine*
*x*થી કંટાળ્યો છે *he has become bored with x*
ડિગ્રી (f.) *degree*
મુશ્કેલ *difficult*
આશા રાખવી *to hope*
મૂકી દેવું *to leave*
હાલચાલ પૂછી જોવા *to enquire into someone's whereabouts*

Answer the following questions.

૧ દીપકનું કેમ ચાલે છે?
૨ અનુરાધાએ દીપકને ફોન કરવાના પ્રયત્ન કર્યા છે?
૩ દીપક શાથી કંટાળ્યો છે?
૪ ડિગ્રી વગર દીપકને કેવી નોકરી મળશે?
૫ હાલચાલ પૂછી જોવા એટલે શું?

## ગુજરાત અને ગુજરાતીઓ

Self-employment is very highly regarded in most South Asian communities. It gives respect, independence and avoids the difficulties and discrimination that may be faced in other work situations. Many of the East African Gujaratis were *dukanwalas,* or shopkeepers, and this is the stereotype of the Gujarati within their own community and generally in the UK, where they have become the principal small traders due to their success in raising finance within the community, the availability of family members prepared to work long and irregular hours, along with their other business skills, such as thrift and sober living. Their success in this field has been such that the majority of Confectioners-Newsagents-Tobacconists in Britain are owned by Gujaratis. The running of pharmacies has also been very popular, where the professional skills of one or two family members may be combined with the standard shopkeeping work of others. In North America, the Gujaratis are one of the wealthiest migrant groups, and although the stereotype of the Gujarati running a motel (a *Patel-motel*) is strong, many are professionals (as are the younger Gujaratis in the UK): a large proportion of Gujaratis are to be found in the law, in banking, working in major business organisations, and a considerable number work as doctors.

# 14

## ગામડું

## *The village*

### *In this unit you will learn how to*

talk about village life
talk about possibilities
form passive sentences
talk about a visit to a Gujarati house

## લેખ Essay

Divya from Vadodara writes an essay about her visit to a village.

ગામડાના જીવનમાં અને શહેરના જીવનમાં કેટલો ફરક છે! ગામડામાં ઘણી વસ્તુ મને નથી ફાવતી. મારા ખ્યાલમાં ગામડાંમાં બંધનો વધારે હોય છે : ગામના લોકો મને કહે કે આમ ન કરાય, એમ ન કરાય, એમ ન બોલાય, એવાં કપડાં ન પહેરાય વગેરે વગેરે. શહેરની વ્યવસ્થા પણ નથી : દાખલા તરીકે, નળમાં ગરમ પાણી તો ઠીક પણ ઠંડું પાણી પણ કોઈક જ વાર મળે અને અમારે કૂવામાંથી પાણી કાઢવું પડે છે.

તેમ છતાં, મને ગામડામાં રહેવાનું બહુ જ ગમે છે. ગામડામાં સૂર્યોદય બહુ જ સુંદર હોય છે. શાંતિ બધી બાજુએ ફેલાયેલી હોય છે અને મને હવા ખાવાનું ગમે છે. જેમ સૂરજ ઊગે તેમ લોકો પોતપોતાનું કામ શરૂ કરે છે. લોકો બ્રાહ્મમુહૂર્તમાં ઊઠીને નાહીધોઈને તૈયાર

થાય છે. ખેડૂતો ગાયો અને બકરાં સાથે ખેતરમાં જાય છે, બ્રાહ્મણો બારણાં ઉઘાડીને મંદિરની સફાઈ શરૂ કરે છે, ઘરોમાં સ્ત્રીઓ ચૂલા સળગાવવા માંડે છે વાસણનો ખણખણાટ સાંભળવામાં આવે છે. છોકરાં નાસ્તો ખાઈને વહેલાં નિશાળે જાય છે.

બપોરે ગામડામાં શાંતિ ફેલાઈ જાય છે પણ સાંજના વાતાવરણ વળી પાછું જીવંત થઈ જાય છે. ગામડામાં સાંજનો સમય ઘણો જ મોહક હોય છે. સૂર્યાસ્તના સમયે આકાશ સોનેરી દેખાય છે અને હલકી હવા વાય છે. ઢોર ગામ ભણી પાછાં વળે છે અને ગાયોના પગથી ધૂળ ઊડે છે તેથી આ સમય 'ગોરજવેળા' કહેવાય છે. ગામડાના વડીલો ચોકમાં ઝાડ નીચે બેસીને વાદવિવાદ કરે છે. લોકો મંદિરે આરતીની શરૂઆત કરે છે, ધૂપની સુગંધ પ્રસરે છે, લોકો ભજન ગાવા લાગે અને ઘંટડીઓનો અવાજ સંભળાય.

ઉનાળામાં અમે છત ઉપર ખાટલો ઢાળીને બેસીને વાતો કરીએ છીએ. બેસવાનો આનંદ સૌથી જુદો જ છે. ચાંદ અને તારાઓ દેખાય છે અને કંસારી જોવાં જંતુઓ અને દેડકાંના અવાજ સિવાય બીજો કોઈ શોર નથી. ચોમાસામાં કાળાં વાદળમાં વીજળી ચમકે છે, ગર્જના થાય છે અને કોયલ અને નાચતા મોરનો ઝીણો અવાજ સંભળાય છે. એટલું અદ્ભુત લાગે છે કે હુ વર્ણન નથી કરી શકતી.

xમાં અને yમાં કેટલો ફરક છે! *what a difference there is between x and y!*
વસ્તુ (f.) *thing*
મારા ખ્યાલમાં *in my opinion*
બંધનો વધારે હોય છે *there are more restrictions*
આમ ન કરાય, એમ ન કરાય *you can't do this, you can't do that* (lit. *this can't be done, that can't be done*)
એમ ન બોલાય *you can't say this*
એવાં કપડાં ન પહેરાય *you can't wear this type of clothes*
વગેરે વગેરે *etc., etc.*
દાખલા તરીકે *for example*
નળમાં ગરમ પાણી તો ઠીક પણ ઠંડું પાણી પણ કોઈક જ વાર મળે *there's not always cold water, let alone hot, in the tap*
કૂવામાંથી પાણી કાઢવું *to get water from the well*
તેમ છતાં *however*
સૂર્યોદય *sunrise*
સુંદર *beautiful*
શાંતિ બધી બાજુએ ફેલાયેલી હોય છે *everywhere there's peace*
હવા ખાવાનું *getting some fresh air*
સૂરજ ઊગે છે *the sun rises*
બ્રાહ્મમુહૂર્તમાં *at the Brahmamuhurt,* the sacred time, just before dawn

નાહવુંધોવું *to bathe*
ગાય (f.) *cow*
બકરું (n.) *goat*
બ્રાહ્મણ *Brahmin* (member of the priestly class)
ચૂલા સળગાવવા *to light the cooking fires*
વાસણનો ખણખણાટ સાંભળવામાં આવે છે *the clanking of the vessels can be heard*
વાતાવરણ વળી પાછું જીવતું થઈ જાય છે *the atmosphere becomes lively again*
મોહક *attractive*
સૂર્યાસ્તના સમયે *at sunset*
આકાશ સોનેરી દેખાય છે *the sky looks golden*
હલકી હવા વાય છે *a light breeze blows*
ઢોર (n.) *cattle*
ગામ ભણી પાછાં વળે છે *turn back to the village*
ગાયોના પગથી ધૂળ ઊડે છે *the dust rises from the cows' hooves*
આ સમય 'ગોરજવેળા' કહેવાય છે *this time is called 'cow-dust-time'*
વડીલો (m.pl.) *elders*
ચોક (m.) *square*
ઝાડ (m.) *tree*
વાદવિવાદ કરે છે *hold discussions*
આરતીની શરૂઆત કરે છે *start 'arti'* (the evening worship of the deity with lights)
ધૂપ (m.) *incense*
સુગંધ (f.) *fragrance*
પ્રસરવું *to spread*
ભજન ગાવાં *to sing bhajans* (religious songs)
ઘંટડીઓનો અવાજ સંભળાય *the sound of handbells is heard*
છત (f.) *roof terrace*
ખાટલો ઢાળવો *arrange a charpoy, make a bed*
બેસવાનો આનંદ સૌથી જુદો જ છે *it's really fun to sit there*
ચાંદ અને તારાઓ દેખાય છે *the moon and the stars can be seen*
કંસારી જેવાં જંતુઓ *insects like crickets*
દેડકું (n.) *frog*
(એના) અવાજ સિવાય બીજો કોઇ શોર નથી *nothing may be heard apart from the noise of*

કાળું *black*
વાદળ (n.) *cloud*
વીજળી ચમકે છે *lightning flashes*
ગર્જના થાય છે *thunder roars*
કોયલ (f.) *koel* (a kind of cuckoo)
નાચતો મોર (m.) *dancing peacock*
ઝીણો અવાજ *shrill cry*
એટલી અદ્ભુત લાગે છે કે હું વર્ણન નથી કરી શકતી *I can't describe how wonderful it is*

Answer the following questions.

૧ ગામડામાં કેવી જાતનાં બંધનો હોય છે?
૨ ગામડામાં કેવી વ્યવસ્થા નથી?
૩ લેખકને ગામડામાં રહેવાનું કેમ ગમે છે?
૪ બપોરે કેમ ગામડામાં શાંતિ ફેલાય છે?
૫ ચોમાસામાં ગામડું કેવું લાગે છે?

## વ્યાકરણ

## 1 Passive, potentials

The active sentence *he gives her the book* has the passive forms *she is given the book, she is given the book by him, the book is given to her,* depending on the emphasis and meaning of the sentence.

### The passive-potential

In Gujarati, the main way of expressing the passive is to add - આ- after the verbal root. If the root vowel is આ, it is replaced by અ; roots ending in the vowel or ઉ add વ before the આ of the passive. For example:

| | | | |
|---|---|---|---|
| કરવું | *to do, to make* | કરાવું | *to be done, made* |
| આપવું | *to give* | અપાવું | *to be given* |
| જવું | *to go* | જવાવું | *to be able to go* (see below) |
| પીવું | *to drink* | પિવાવું | *to be drunk* |

The various tenses of the verbs may be formed from this stem, for example, કરાવું, (present) કરાય, (perfect) કરાયું, (વાનું form) કરાવાનું, etc.

Uses of the passive-potential are as follows.

(*a*) In sentences where the subject of the active sentence is not expressed, the active verb is replaced by a passive and the subject is omitted, for example:

| | |
|---|---|
| મને ચોપડી અપાઈ | *I was given the book* |
| ગુજરાતમાં ગુજરાતી બોલાય છે | *Gujarati is spoken in Gujarat* |
| ગુજરાતીમાં dictionaryને શું કહેવાય છે? | *what is a dictionary called in Gujarati?* |

(*b*) In sentences which have an active correlative and it is necessary to show by whom the action was done, that person takes the clitic થી, ની વડે (this construction is used only in formal styles), for example:

| | |
|---|---|
| એણે મને ચોપડી આપી | *he gave me the book* |
| એથી (એની વડે) મને ચોપડી અપાઈ | *the book was given to me by him* |
| ગુજરાતમાં અમે ગુજરાતી બોલીએ છીએ | *we speak Gujarati in Gujarat* |
| અમારાથી ગુજરાતમાં ગુજરાતી બોલાય છે | *Gujarati is spoken by us in Gujarat* |

(*c*) One important use of the passive is in the range of meaning of permissibility, ability or willingness to do something. The person who did the action takes the clitics થી. The direct object of a transitive verb is marked by ને, and the verb agrees with this where necessary, for example:

| | |
|---|---|
| મારાથી અવાય તો જરૂર આવીશ | *I'll certainly come if I can* |
| આ કામ કેવી રીતે કરી શકાય? | *in which way can this work be done?* |

આ કામ કોઈથી કરાતું નથી *no-one can do this work*
એ પકડાતો નથી *he can't be caught*

The verbs સમજાવું *be understood,* સંભળાવું *be heard,* દેખાવું *be seen,* જોવાવું *be seen,* use either થી or ને to show the agent, for example:

અમને (અમારાથી) સંભળાતું નથી *we can't hear*

### The simple passive

The passive can also be expressed by using the dependent form of the infinitive with વા (cf. Unit 13, grammar point 4) and then adding -માં આવવું, for example:

કહેવું *to say*
આજકાલ કહેવામાં આવે છે કે... *nowadays people say that...*

Whenever the verb has a variable ending, આવવું, although intransitive, agrees with the object of the verb, which has the ending ને if it is a person, for example:

આ ચોપડી લખવામાં આવે છે *this book is being written*
આ ચોપડી લખવામાં આવતી નથી *this book is not being written*
રસ્તા પર નીલાને જોવામાં આવી *Neela was seen on the road*

The agent of the verb is expressed by the ending થી, etc., for example:

આ ચોપડી મારાથી લખવામાં આવી *this book was written by me*
ઘણાં માણસોથી એ ફિલ્મ જોવામાં *that film was seen by many people*
આવી

## 2 Indirect speech

One of the features of indirect speech in Gujarati is that it is usually given in the form of what was actually said (see Unit 11, grammar point 2*a*). Many of the forms given below will already have come up in previous units.

(*a*) કે is used when the verb of thinking, speaking, etc. occurs before the thought, speech, etc., for example:

| | |
|---|---|
| હું મનમાં બોલી કે ગામડાના જીવનમાં અને શહેરના જીવનમાં કેટલો ફરક છે | *I said to myself that there was a great difference between village and town life* |
| મને ખાતરી છે કે તું પરીક્ષામાં પાસ થશે | *I am sure you will pass the exams* |
| મને ઘણું મન થાય છે કે તમે મારે ત્યાં આવો | *I would very much like you to come to my house* |

Other ways of saying *I think that...* include: હું વિચાર કરું છું કે.../મને વિચાર થાય છે કે.../મારો વિચાર છે કે... મને થાય છે કે/મને એમ થાય છે કે...

(*b*) એ, for example:

કેટલું માનવું અને કેટલું નહિ એ તેને સમજાયું નહિ *he didn't know how much to believe and how much not to*

(*c*) એમ, for example:

| | |
|---|---|
| તું આજે કૉલેજ જવાનો છે કે નહિ એમ તેણે મને પૂછ્યું | *he asked me whether or not I was going to college that day* |
| આજથી હું અભ્યાસ કરીશ એમ તમારે નિશ્ચય કરવો પડશે | *you must resolve to start studying from today* |
| મને એમ થયું કે હું પુસ્તકાલયમાં જઈશ | *I thought that I would go to the library* |

(*d*) એવું, for example:

| | |
|---|---|
| હું આવતા અઠવાડિયથી અભ્યાસ કરીશ એવો વિચાર કરતાં કરતાં તે ઘેર ગયો | *he went home thinking that he would start to study from the coming week* |
| એનો વિચાર એવો કે હું આવતા અઠવાડિયાથી અભ્યાસ કરીશ | *he thought that he would start to study from next week* |

## કાગળ

# હું મારા ગામમાં પહેલી વાર આવી છું *This is the first time I have come to the village*

Sejal writes to her friend about her visit to her family's village.

ખાનપુર, ૧-૩-૯૫

પ્રિય ફરીદા,

હું મારા ગામમાં પહેલી વાર આવી છું. મારો જન્મ કેનિયામાં થયો પણ આખું જીવન મેં યુ.એસ.માં વિતાવ્યું છે. અત્યાર સુધી હું કામમાં એટલી રોકાયેલી હતી કે મારાથી અહીં અવાતું નહોતું. આણંદથી દૂર નથી – આણંદ 'દૂધગામ' કહેવાય છે.

ઘર ઘણાં વર્ષ પહેલાં બંધાયેલું પણ સુંદર દેખાય છે. ઓટલા પર ઝૂલો છે જ્યાં દાદીમા બેસીને હીંચકો ખાય છે. એમની આંખમાં મોતિયા હોવાથી સરખું નથી દેખાતું. દરરોજ સવારના પહોરે લોકો બાપાને મળવા ભેગા થાય છે. એમનાથી ઘરની અંદર ન અવાય પણ જોડા કાઢીને ઓટલા પર બેસીને એમની સાથે વાતો કરાય. મારાથી તેમની વાતો સ્પષ્ટ સંભળાતી નહિ પણ લોકો બાપાને બહુ માન આપે છે એમ મને જણાય છે.

મારા ઓરડાની બારીઓમાંથી નદી દેખાય છે. ચોમાસું બેઠું છે એટલે પ્રવાહ છે પણ ઉનાળામાં સુકાઈ જાય છે. ઘરની આસપાસમાં મજૂરો તમાકુના પાક કાપે છે. તમાકુ અમારા ખેતરનો મુખ્ય પાક છે પણ અમારાથી તમાકુ ન પિવાય.

ચાલો, હું વિરમું, નહિ તો ટપાલી આવે તે પહેલાં મારાથી આ કાગળ પૂરો થશે નહિ.

લિ.

સેજલનાં વંદન

આખું જીવન મેં યુ. એસ.માં વિતાવ્યું છે *I have lived my whole life in the USA*
રોકાયેલું *busy*
બંધાયેલું *built*
ઓટલો (m.) *verandah*
ઝૂલો (m.) *swing*
દાદીમા (f.) *grandmother*
હીંચકો ખાવો *swing*
મોતિયો (m.) *cataract*
સરખું નથી દેખાતું *she can't see well*
પહોર (m.) *period of three hours*
ભેગા થવું *to gather together*
જોડા કાઢવા *to take off one's shoes*
સ્પષ્ટ *clear*
માન આપવું *to give respect*
બારીઓમાંથી *from* (through) *the window*
ચોમાસું બેઠું છે *the rainy season has set in*
પ્રવાહ (m.) *stream, flow*
સુકાઈ જવું *to become dry*
આસપાસ (f.) *vicinity*
મજૂર (m.) *labourer*
તમાકુના પાક કાપવા *to cut the crops of tobacco*
મુખ્ય *chief*
વિરમવું (intr.) *to stop*
ટપાલી (m.) *postman*

Answer the following questions.

૧ સેજલ કેમ પહેલાં ગામડામાં નહોતી?
૨ એનું ઘર કેવું છે?
૩ કોણ કોણ ઘરમાં રહે છે? એમના વિષે તમને શું ખબર છે?
૪ સેજલની બારીઓમાંથી શું દેખાય છે?
૫ તમને આણંદ વિષે શું ખબર છે?

## 3 Politeness

You saw in the first text that the speaker thought there were more restrictions on behaviour in the village. Here are some useful words and phrases describing some of these restrictions:

| | |
|---|---|
| જોડા કાઢી નાખવા જોઇએ | *you should take off your shoes* |
| સવારે વહેલું ઊઠવું જોઇએ | *you should get up early in the morning* |
| જમણા હાથેથી પ્રસાદ સ્વીકારવો જોઇએ | *you should take* prasād *with your right hand* |
| મહિનો હોય ત્યારે મંદિર પાસે ન જવાય અને રસોડાથી દૂર રહેવું જોઇએ | *you shouldn't go near the temple (worship room) and you should stay away from the kitchen when you've got your period* |
| દર અઠવાડિયે માથામાં તેલ નાખવું જોઇએ | *every week you should oil your hair* |
| કુંવારી છોકરીએ ઘરનું કામ શીખવું જોઇએ | *unmarried girls should learn to do housework* |
| વડીલોને વંદન કરવું જોઇએ | *you should give respectful greetings to elders* |

## 4 Idiomatic uses of જણાવું

In addition to the previously met uses of જાણવું *to know*, there are also the following idiomatic uses.

(*a*) ખાવાનું એટલું તીખું હતું કે જાણે મારા મોઢામાં આગ લાગી *the food was so hot it was as if my mouth was on fire*

(*b*) મેં જાણીજોઇને એ કાગળ ગુજરાતીમાં લખ્યો *I deliberately wrote the letter in Gujarati*

(*c*) જાણ્યેઅજાણ્યે તેણે ડાબા હાથેથી જમી લીધું *knowingly or unknowingly he ate with his left hand*

(*d*) ગાંધીજી ભારતના પિતા તરીકે જાણીતા છે *Gandhiji is known as the father of India*

## અભ્યાસ

**A** Make passive or potential sentences from the following active sentences using the example below as a guide.

સેજલે ફરીદાને કાગળ લખ્યો છે.
સેજલથી ફરીદાને કાગળ લખાયો છે.

૧. મારા ભાઈએ મને ચોપડી આપી હતી.
૨ જગદીશ મોરનો અવાજ સાંભળે છે.
૩ હું એવું કામ કરી નથી શકતી.
૪ અલી સુંદર નદી જુએ છે.
૫ લીલા ચા પીએ છે.

**B** Fill in your part of the dialogue below using passive or potential forms.

| | |
|---|---|
| સેજલ | આજે તું મારે ત્યાં આવવાની છે? |
| *You* | *Say that you'll certainly come if you can (come).* |
| સેજલ | આપણે શું કરવાનું છે? |
| *You* | *Ask what you can do in the village.* |
| સેજલ | આપણે ફરીદાને ત્યાં છત ઉપર બેસીને વાત કરીશું. |
| *You* | *Say that people say that is really fun.* |
| સેજલ | હા, ખૂબ મઝા આવશે. |
| *You* | *Say that you would very much like to come* |

**C** Translate the following into Gujarati. Pay attention to your choice of tenses (see also Unit 11, grammar point 2*a*).

1 *He said that he was coming next week*
2 *He thought that she would come next week.*
3 *She wondered if they were coming.*
4 *He said to himself that she was coming.*
5 *He didn't know whether to believe she was coming.*
6 *He resolved that he would go.*
7 *He would very much like to go.*
8 *She is sure that he will come.*
9 *He thought that he would go.*
10 *He used to think that she would come.*

**D** Write about your visit to a Gujarati village, either real or imaginary, using the passages given above to guide you. You could check your text by asking a Gujarati speaker to read it through with you.

## સમજ્યા/સમજ્યાં?

ગયા અઠવાડિયે હું મારા ગુજરાતી મિત્રને ઘેર ગયો. બારણામાં પ્રવેશતાં જ મેં જોડા કાઢી નાખ્યા અને બેઉ હાથ જોડી એનાં માબાપને નમસ્તે કહ્યું. મેં એમની સાથે ગુજરાતીમાં વાત કરી પણ મને લાગે છે કે મને સમજવાનું એમના માટે સહેલું નહોતું. અને મને એમની બોલી બરાબર સમજાઇ નહીં. જોકે, મારા પ્રયત્નથી એમને આનંદ થયો.

જમતી વખતે જમણા હાથનો ઉપયોગ કરવાનું મને યાદ હતું. એક હાથે રોટલી તોડીને ખાવાનું સહેલું નથી તોપણ હું એ રીતે ખાઇ શકું છું. પણ હાથ વડે દાળ-ભાત ખાવાનું મને ફાવતું નથી. એની માએ મને નાની ચમચી આપી અને હસતાં હસતાં બોલ્યાં કે આનાથી ફાવશે. જમતી વખતે ડાબા હાથે વાસણોને અડકાય નહીં વગેરેની મને ખબર નહોતી પણ ફરીથી આવીશ ત્યારે એનો ખ્યાલ રાખીશ.

બારણામાં પ્રવેશતાં જ *as soon as I went in the door*
બેઉ હાથ જોડવા *to join both hands*
બોલી (f.) *dialect*
જોકે *nevertheless*
જમણા હાથનો ઉપયોગ કરવાનું મને યાદ હતું *I remembered that I had to use my right hand only*
રોટલી તોડવી *to tear bread*
ચમચી (f.) *spoon*
આનાથી ફાવશે *this will be useful*
અડકવું (tr.) *to touch*
એનો ખ્યાલ રાખવો *to remember about it*

Answer the following questions.

૧ લેખક ગુજરાતી છે?
૨ લેખકનું ગુજરાતી સારું છે?
૩ જમતી વખતે લેખકને શું યાદ હતું?
૪ લેખકને હાથે જમતાં આવડે છે?
૫ લેખકને શાની ખબર નહોતી?

# 15

## —— તમને ગુજરાતી આવડે છે? ——

*Do you understand Gujarati?*

### *In this unit you will learn how to*

shop for clothes
talk about colours
talk about languages, especially the use of languages in India
make transitive forms from intransitive verbs

## —— વાતચીત ૧ ——

### સાડીની દુકાનમાં *In a sari shop*

In Vadodara. Ujari is about to be married, and she and her mother, Leela, are visiting Chimanlal's sari shop to choose saris for her trousseau.

ચીમનભાઈ આવો, આવો! એ છોકરા, બારણું બંધ કર. આ લોકોને બેસાડીને એમને માટે બે ચા લાવ. બેસો, બેસો ને?

લીલા — પહેલાં અહીં જીવણ કામ કરતો તે ક્યાં ગયો?

ચીમનભાઈ — મેં એને છૂટો કર્યો. તે હમેશાં પાટિયા પર રાખવાનું મોઘું કાપડ જમીન પર રાખતો હતો અને જાણ્યેઅજાણ્યે એણે ઘણું કાપડ બગાડ્યું. તે ઉપરાંત લોકોને ખૂબ રાહ જોવડાવવાની એને ટેવ હતી. તમને ખબર છે કે હું બહુ લપ નથી કરતો પણ એવા માણસ સાથે જરાય ન બને.

લીલા — શું કરીએ? થયા કરે. ગઈ કાલે અમે બનારસી સાડીઓ લીધી. આજે અમને પાતળી રેશમી સાડીઓ દેખાડજો.

ચીમનભાઈ — જી, જરૂર. તમારી બહેને મને જણાવ્યું કે તમારી બેબીનાં લગ્ન છે.

ઉજારી — આ ખોલેલી સાડી બહુ સરસ છે. આ શેમાંથી બનાવેલી છે?

ચીમનભાઈ — સોએ સો ટકા રેશમ છે. હું તમને બાંધણી કે ભરતકામવાળી સાડીઓ બતાવું?

લીલા — હા, પણ આ બહુ ભારે છે. વજનમાં હલકી સાડીઓ જોઈએ. ઉજારી, આ સાડ જુઓ. આના રંગ તને જચે છે. આ ગુલાબી અને પોપટીનો મેળ કેટલો સરસ દેખાય છે અને મોરપીંછ અને નારંગી પણ સરસ છે. આ બન્ને રાખજો ભાઈ. તારી નારંગી ચોળી સાથે તેનો સરસ મેળ પડે છે.

ઉજારી — એ ચોળી બહુ તંગ હતી અને મેં એ ફાડી નાખી. હું દરજી પાસે નવી કરાવી આપીશ. મને ઘેરા રંગો વધારે પસંદ છે - કિરમજી અને કાળો, કથ્થાઈ.

લીલા — મેં તને સમજાવી હતી કે તારાં લગ્ન થવાનાં છે તો તારાથી આવા રંગ ન પહેરાય. મોટાં બૈરાં માટે ઠીક છે પણ નાની છોકરીઓને રંગીન કપડાં વધારે જચે છે. તારે વધારે ખૂલતા રંગો પહેરવા જોઈએ. ઓ ચીમનભાઈ, આનો રંગ પાકો છે કે?

ચીમનભાઈ — હા, ચોક્કસ પણ ઘેર નહિ ધોવાય. પહેલી વાર લૉન્ડ્રીમાં ધોવડાવવી પડશે. આ જુઓ ને? તમને ગમે તે બધી બતાવીશ.

લીલા — આ બધાં કપડાં બાંધીને ઘેર પહોંચાડી દેશો.

ચીમનભાઈ — જરૂર. આવજો!

---

આ છોકરા *boy!*
બારણું બંધ કરવું *to close the door*
બેસાડવું *to seat*
જીવણ *Jeevan*
છૂટું કરવું *to sack*
હમેશાં પાટિયા પર રાખવાનું મોંઘું કાપડ *expensive cloth which should always be kept on the shelf*
જાણ્યેઅજાણ્યે *knowingly or unknowingly*
બગાડવું *to spoil*

---

ઉપરાંત *moreover*
તે લોકોને ખૂબ રાહ જોવડાવવાની એને ટેવ હતી *he had the habit of keeping people waiting for a long time*
લપ કરવી *to make a big fuss*
એવા માણસ સાથે જરાય ન બને *I can't put up with these sort of people*
થયા કરે *that's how it goes, that's what happens*
બનારસી સાડી *Banarsi sari* (a silk-brocade sari with gold thread (*zari*), made in Varanasi and worn for formal occasions such as weddings)
પાતળી રેશમી સાડી *thin silk saris*
દેખાડવું *to show*
જણાવવું *tell, inform*
બેબી (f.) *female baby* (used for young family member or daughter) cf. બાબા (m)
ખોલેલું *opened*
આ શેમાંથી બનાવેલી છે? *what is it made of?*
સોએ સો ટકા રેશમ છે *one hundred percent silk*
બાંધણી *bandhani* (this style is found in Rajasthan and in Gujarat, in particular in the town of Jamnagar. The fabric has hundreds of tie-dye patterns in a variety of colours)
ભરતકામ (n.) *embroidery*
બતાવવું *to show*
ભારે *thick, heavy*
વજનમાં હલકું *lightweight*
આનો રંગ તને જચે છે *this one's colour suits you*
ગુલાબી *pink*
પોપટી *green*
સરસ મેળ પડવો *to look good together*
મોરપીંછ *peacock blue*
નારંગી *orange*
બન્ને *both*
રાખવું *keep (to one side)*
તંગ *tight*
ફાડી નાખવું *rip*
હું દરજી પાસે નવી કરાવી આપીશ *I'll get the tailor to make a new one*
ઘેરા રંગો *dark colours*

કિરમજી *crimson*
કાળું *black*
કથ્થાઇ *maroon*
સમજાવું *to be informed*
તારાથી આવા રંગ ન પહેરાય *you shouldn't wear these colours*
મોટાં બૈરાં માટે ઠીક છે *they're all right for old women*
રંગીન કપડાં *brightly coloured clothes*
ખૂલતા રંગો *light colours*
આનો રંગ પાકો છે કે? *is this colour fast?*
લૉન્ડ્રીમાં ધોવડાવવી પડશે *you should give it to the laundry*
કપડાં બાંધવાં *to pack clothes*
ઘેર પહોંચાડી દેવું *send to our house*

Answer the following questions.

૧ ચીમનભાઈએ કેમ જીવણને છૂટો કર્યો?
૨ લીલાએ કેમ બનારસી સાડીઓ લીધી?
૩ આજે લીલાને કેવી જાતની સાડીઓ જોવી છે?
૪ લીલાને કેવા રંગો ગમે છે?
૫ લીલાના ખ્યાલમાં ઉજારીએ કેવા રંગો પહેરવા જોઈએ? કેમ?

## વ્યાકરણ

### 1 Causatives

Elsewhere in the book, you have seen verbs which have similar forms and related meanings (for example, શીખવું *to learn* and શીખવવું *to teach*), but you have not yet looked at the connection between them. If you look more closely, you will see that one form looks longer than the other, and that this longer form is always **transitive** and means *to cause to* (for example, શીખવું *to learn* and શીખવવું *to cause to learn*, i.e., *to teach*). Hence, these forms are called causatives.

## Formation of the causative stem

Causatives are formed in two main ways.

(*a*) The root form is altered in the following ways.

(i) The final vowel of the root is lengthened, (અ is replaced by આ), with shortening of a preceding vowel (ઊ is replaced by ઓ if it is the only vowel).

(ii) Root final ટ is replaced by ડ.

For example:

| | | | |
|---|---|---|---|
| ઊઘડવું | *to become open* | ઉઘાડવું | *to open* (tr.) |
| ઊતરવું | *to descend* | ઉતારવું | *to bring down* |
| ખૂલવું | *to become open* | ખોલવું | *to open* (tr.) |
| છૂટવું | *to get loose, free* | છોડવું | *to release* |
| તૂટવું | *to get broken* | તોડવું | *to break* |
| પડવું | *to fall* | પાડવું | *to cause to fall, fell* |
| ફાટવું | *to get torn* | ફાડવું | *to tear* |
| ફૂટવું | *to get cracked* | ફોડવું | *to crack* |
| બગડવું | *to get spoilt* | બગાડવું | *to spoil* |
| મરવું | *to die* | મારવું | *to kill, beat* |
| સુધરવું | *to improve* (intr.) | સુધારવું | *to improve* (tr.) |

(*b*) The root may be altered (વ is added to roots which end in a final vowel or હ; આ, ઈ or ઊ are shortened to અ, ઇ or ઉ) and a causative suffix is added ( આવ-, -આડ-, -વ-, -વડાવ- or -એડ-).

(i) આવ-

For example:

| | | | |
|---|---|---|---|
| કરવું | *to do, make* | કરાવવું | *to cause to do, have made* |
| વાંચવું | *to read* | વંચાવવું | *to cause to read* |
| સમજવું | *to understand* | સમજાવવું | *to explain, convince* |
| જાણવું | *to know* | જણાવવું | *to inform* |
| બોલવું | *to speak* | બોલાવવું | *to call, invite* |
| બનવું | *to become* | બનાવવું | *to make* |
| ચાલવું | *to walk* | ચલાવવું | *to drive* |
| કાપવું | *to cut* | કપાવવું | *to have cut* |

(ii) આડ-

For example:

| | | | |
|---|---|---|---|
| દેખવું | *to see* | દેખાડવું | *to show* |
| જમવું | *to eat* | જમાડવું | *to feed* |
| બેસવું | *to sit* | બેસાડવું | *to seat* |
| જાગવું | *to awake* | જગાડવું | *to wake* |
| સૂવું | *to lie down* | સુવાડવું | *to lay down* |

(iii) -વ-

For example:

| | | | |
|---|---|---|---|
| મળવું | *to meet* | મેળવવું | *to mix* |
| શીખવું | *to study* | શીખવવું | *to teach* |
| | also: | શિખવાડવું | *to have taught* |

(iv) -વડાવ-

For example:

| | | | |
|---|---|---|---|
| પીવું | *to drink* | પિવડાવવું | *to cause to drink* |
| કહેવું | *to say* | કહેવડાવવું | *to be called* |
| ધોવું | *to wash* | ધોવડાવવું | *to have washed* |
| સૂવું | *to sleep* | સુવડાવવું | *to put to sleep* |
| જોવું | *to see* | જોવડાવવું | *to show* |
| નાહવું | *to bathe* | નવડાવવું | *to bathe* |
| ખાવું | *to eat* | ખવડાવવું | *to feed* |

(v) -એડ-

For example:

| | | | |
|---|---|---|---|
| ખસવું | *to move aside* | ખસેડવું | *to remove* |

Some verbs add *anusvāra* (nasalisation) in the causative, for example:

| | | | |
|---|---|---|---|
| માગવું/માંગવું | *to ask for* | મંગાવવું | *to send for* |
| નાખવું/નાંખવું | *to throw away, leave* | નંખાવવું | *to vomit, become weak* |

### Objects and secondary agents

The causative verb is transitive and takes a direct object as any other transitive verb, for example:

| | |
|---|---|
| ગાડી ચાલે છે | *the car goes* |
| તે ગાડી ચલાવે છે | *he drives the car* |
| હજામે એના વાળ કાપ્યા | *the barber cut his hair* |
| તેણે વાળ કપાવ્યા | *he had his hair cut* |

If the base verb is transitive and there is a secondary agent (i.e., the subject gets someone/something else to perform the verb), this form is followed by ની પાસે, for example:

તેણે હજામ પાસે વાળ કપાવ્યા *he had the barber cut his hair*

ચાલવું is intransitive and does not take this formation, but cf. grammar point 3 below.

(You will have another opportunity of looking at this point again later in this unit.)

## 2 Idiomatic uses of બનવું to become, happen

The verb બનવું usually means *to happen, become,* for example:

તે વાત આમ બની *this is how it happened*

However, it is also used in a number of idiomatic expressions, for example:

| | |
|---|---|
| આવું કરવું હોય તો આપણે નહિ બને | *if such things are done we can't get on together* |
| મને એની સાથે બનતું નથી | *I don't get on with her* |
| આપણે બને ત્યાં સુધી સારી રીતે ભણવું જોઈએ | *we must study well as long as we can* |

## વાતચીત ૨

### તને કેટલી ભાષાઓ આવડે છે? *How many languages do you know?*

In London. Dinesh Kalyani was educated in London so he has never studied Gujarati, whereas Ila Mehta came to London from Bombay after she was married, and although she has lived there for twenty years she still has problems with her English.

ઈલા તને કેટલી ભાષાઓ આવડે છે?

દિનેશ મારા ખ્યાલ મુજબ બે. અંગ્રેજી અને ગુજરાતી. નિશાળમાં તો અમે અંગ્રેજીમાં ભણતાં હતાં એટલે હું એ ભાષા વધારે સરસ બોલી શકું છું. પણ અમે ઘેર હમેશાં ગુજરાતી જ બોલીએ છીએ. મારા વડીલોને સ્વાહીલી પણ બોલતાં આવડે છે પણ મને નથી આવડતું. જોકે હું થોડુઘણું સમજી લઉં છું.

ઈલા પણ હિંદીનું શું? હિંદી તો તું જરૂર બોલી શકતો હશે ને?

દિનેશ ના, થોડીઘણી સમજી જરૂર લઉં છું કારણ કે બધી બાજુ બોલાય છે. મારી બા બધી હિંદી ફિલ્મો જુએ છે અને સનરાઇઝ રેડિયો સાંભળે છે પણ જ્યારે પણ હું બોલવાની કોશિશ કરું છું તો હિંદી બોલવાવાળા કહે કે હું હિંદી ને ગુજરાતીની ખીચડી બોલું છું.

ઈલા એ તો મારી અંગ્રેજીની જેમ. હું બધું સમજી જાઉં છું પણ બોલવા જાઉં તો સરસ રીતે અર્થ સ્પષ્ટ નથી કરી શકતી.

દિનેશ નિશાળે તમે અંગ્રેજી નથી ભણ્યાં કે?

ઈલા ના. મારા ભાઈઓ અંગ્રેજી માધ્યમની નિશાળે ગયા હતા પણ હું મુંબઈમાં હિંદી ભણી હતી. યાદ છે કે તે વખતે સ્વરાજ હજી નવું મળ્યું હતું અને ત્યારે ઘણા લોકો માનતા હતા કે હિંદી આપણી રાષ્ટ્રભાષા હોવી જોઇએ અને આપણે સામ્રાજ્યવાદી વિદેશીની ભાષા શીખવી ન જોઇએ.

દિનેશ તમે સંસ્કૃત પણ ભણ્યાં હતાં?

ઈલા ના, નાનપણમાં દાદાએ માસ્તરજી પાસે મને સંસ્કૃત શીખવ્યું. એમાં મને ઘણો રસ હતો પણ અઘરું હોવાથી મેં જલદી મૂકી દીધું. મુંબઈમાં હિંદી, ગુજરાતી, મરાઠી, ઉર્દૂ અને અંગ્રેજી બોલાય છે અને રોજ સાંભળવાથી અમને આ ભાષા આવડી જાય છે. આ બધી ઉત્તર ભારતની ભાષાઓ હિંદીને કંઇક મળતી આવે છે. તને ખબર હશે કે હમણાં મુંબઈમાં ભાષાને

લગતા સવાલો ઘણા હોય છે. મરાઠી પ્રદેશવાદીઓ માને છે કે મુંબઇ મહારાષ્ટ્રમાં હોવાથી મુંબઇમાં રહેતા લોકોએ મરાઠી બોલવી જોઇએ. જુદી જુદી કોમના રીતરિવાજો ભણી જવાથી મુંબઇની સંસ્કૃતિ વિકસી છે ને? મુંબઇ ફક્ત મરાઠી નથી.

દિનેશ સાચી વાત. તો તમે અહીં અંગ્રેજી શીખી?

ઇલા મને શરમ આવે છે કે હજી સુધી મને સરખી રીતે બોલતાં નથી આવડતી. અહીં આવ્યા પછી મેં અંગ્રેજી શીખવાનો પ્રયત્ન કર્યો હતો પણ મારી ઉંમરે કોઇ પણ ભાષા શીખવી સહેલી નથી.

દિનેશ મજાની વાત તો એ છે કે અંગ્રેજ લોકો આપણી અંગ્રેજી ભૂલો પર હસી પડે છે જ્યારે એ લોકોને પોતાને એક જ ભાષા આવડતી હોય છે.

ઇલા ભારતમાં તો આપણે બધાં એકથી વધારે ભાષાઓ બોલીએ છીએ - ઘણી વાર આપણે માતૃભાષા, આપણી પ્રાંતભાષા અને આપણી રાષ્ટ્રભાષા બોલીએ છીએ એટલે હિંદી અને તે ઉપરાંત અંગ્રેજી આવડે છે.

મારા ખ્યાલ મુજબ *I suppose*
સ્વાહીલી *Swahili* (the lingua franca of East Africa)
જોકે હું થોડુંઘણું સમજી લઉં છું *however I can understand some*
પણ હિંદીનું શું? *what about Hindi?*
હિંદી તો તું જરૂર બોલી શકતો હશે ને? *surely you can speak Hindi?*
સનરાઇઝ રેડિયો *Sunrise Radio* (a London-based radio station broadcasting to the South Asian community)
હું બોલવાથી કોશિશ કરું છું *I try to speak it*
હિંદી બોલવાવાળા *Hindi speakers*
ખીચડી *khichari* (a porridge in which lentils and rice are mixed, hence hotch-potch)
સમજી જવું *to understand*
બોલવા જવું *to try to speak*
સરસ રીતે અર્થ સ્પષ્ટ કરવો *to express oneself properly*
અંગ્રેજી માધ્યમની નિશાળ *English medium school*
યાદ છે *remember*
તે વખતે સ્વરાજ હજી નવું મળ્યું હતું *we had just got independence*
માનવું *to believe*
રાષ્ટ્રભાષા *national language*
સામ્રાજ્યવાદી *colonial*
વિદેશી *foreigner*

દાદાએ માસ્તરજી પાસે મને સંસ્કૃત શીખવ્યું *my grandfather sent me to be taught by a teacher*
એમાં મને ઘણો રસ હતો *I enjoyed it*
અઘરું હોવાથી *because it was so difficult*
મૂકી દેવું *to give up, put aside*
મરાઠી *Marathi, state language of Maharashtra*
ઉર્દૂ *Urdu*
આવડી જવું *to come to understand*
ઉત્તર ભારત *North India*
આ બાષાઓ હિંદીને કંઈક મળતી આવે છે *these languages are a bit like Hindi*
ભાષાને લગતા સવાલો *questions about language*
મરાઠી પ્રદેશવાદીઓ *Marathi regionalists*
મુંબઈ રહેતા લોકો *people living in Bombay*
જુદી જુદી કોમના રીતરિવાજો ભળી જવાથી મુંબઈની સંસ્કૃતિ વિકસી છે *the culture of Bombay developed from the blend of the cultures of various communities*
સાચી વાત *how true*
મને શરમ આવે છે કે *I am embarrassed that*
સરખી રીતે બોલવું *to speak properly*
મજાની વાત તો એ છે કે *it's funny that*
ભૂલ (f.) *mistake*
પર હસી પડવું *to laugh at*
માતૃભાષા *mother tongue*
પ્રાંતભાષા *state language*

Answer the following questions.

૧ દિનેશને ત્યાં કેટલી ભાષાઓ બોલાય છે? એને કેટલી ભાષાઓ આવડે છે? (નામો તો લખજો!)
૨ ઈલાને કેમ અંગ્રેજી બરાબર નથી આવડતી?
૩ ઈલાને કેટલી ભાષાઓ આવડે છે?
૪ મુંબઈમાં કઈ કઈ ભાષાઓ બોલાય છે?
૫ ભારતમાં લોકોને કેટલી ભાષાઓ આવડે છે?

## વ્યાકરણ

### 3 More causatives

Examples were given above of causatives with secondary agents (grammar point 1*b*). Some verbs may form secondary causatives (causatives of causatives) where a tertiary agent is required, because a person (the primary agent) causes someone (the secondary agent) to cause someone else (the tertiary agent) to perform the action of the verb. For example:

મે એની પાસે ગાડી ચલાવડાવી *I* (primary agent) *had him* (secondary agent) *get the car driven* (by a tertiary agent)
તેણે મને બેસાવડાવી *he* (primary agent) *had me* (secondary agent) *seated* (by a tertiary agent)

These causatives are also used where the base verb is intransitive (cf. grammar point 1*b* above), for example:

તે ડ્રાઈવર પાસે ગાડી ચલાવડાવે છે *she has the car driven by a driver*
These causatives are formed in two main ways from the primary causatives.

(*a*) If the first causative is formed with આવ, the second causative adds ડાવ, for example:

| | | | | | |
|---|---|---|---|---|---|
| ચાલવું | *to go, walk* | ચલાવવું | *to drive* | ચલાવડાવવું | *to get driven* |
| કરવું | *to do, make* | કરાવવું | *to have done* | કરાવડાવવું | *to get done* |

(*b*) If the first causative is formed in આડ or એડ the second causative is formed by adding આવ, for example:

| | | | | | |
|---|---|---|---|---|---|
| બેસવું | *to sit* | બેસાડવું | *to seat* | બેસાડાવવું | *to have seated* |
| દેખવું | *to see* | દેખાડવું | *to show* | દેખાડાવવું | *to have shown* |

The other forms are irregular and must be learned one by one, for example:

| | | | | | |
|---|---|---|---|---|---|
| cf. alternate form above | | | | બેસાવડાવવું | |
| cf. alternate form above | | | | દેખાવડાવવું | |
| શીખવું | *to study* | શીખવવું | *to teach* | શિખવડાવવું | *to have taught* |

| | | | | | |
|---|---|---|---|---|---|
| મળવું | *to meet* | મેળવવું | *to mix* | મેળાવડાવવું | *to cause to mix* |
| છૂટવું | *to get loose* | છોડવું | *to release* | છોડાવવું | *to have released* (છોડાવડાવવું) |
| મરવું | *to die* | મારવું | *to kill, beat* | મરાવવું | *to have killed, beaten* |

Causative forms may be made from passives and potentials:

| | | | | | |
|---|---|---|---|---|---|
| ચાલવું | *to go, walk* | ચલાવવું | *to drive* | ચલાવાવું | *to be able to drive* |
| જાગવું | *to awake* | જગાડવું | *to wake* | જગાડાવું | *to be woken* |

For example:

એનાથી હવે ગાડી ચલાવાતી નથી *he cannot drive the car further*
એને વહેલી સવારે જગાડાય નહિ *he is not to be wakened early in the morning*

## 4 Further numerical terms

(*a*) Groupings

In addition to the numerals given in Unit 7, grammar point 1, numbers form groupings such as બન્ને *both, the two*. બન્ને is irregular, but the others are formed by adding એ to the number. Hence, બન્ને, ત્રણે, ચારે, પાંચે, છએ, etc. For example:

| | |
|---|---|
| અહીં અમારે અઠવાડિયાના સાતે દિવસ કામ કરવું પડે છે | *we have to work seven days a week here* |

| | |
|---|---|
| હું ત્રણે સાડીઓ લઇ જઇશ | *I'll take all three saris* |

To give further emphasis to the grouping you can use a repetition of the type સોએ સો *all one hundred.* For example:

અહીં અમારે અઠવાડિયાના સાતેસાત દિવસ કામ કરવું પડે છે *we have to work all seven days a week here*

Expressions for *dozens of, hundreds of* use a similar construction with આ. For example:

| | |
|---|---|
| શત્રુંજય પર હજારો દેરાસર છે | *there are thousands of temples at Śatruṃjaya* |
| ભારતમાં સેંકડો ભાષાઓ બોલાય છે | *hundreds of languages are spoken in India* |

(*b*) Expressions of multiples are as follows:

| | |
|---|---|
| એકવડું | *single, not doubled* |
| બેવડું | *double, folded double* |
| બેગણું/બમણું | *double* |
| ત્રણગણું/ત્રેવડું | *triple* |

Other numerals add ગણું : દસગણું *tenfold,* etc.

(*c*) Cardinal numbers may be doubled to give a sense of distribution or separation. You should note the irregular form બબ્બે from બે. For example:

| | |
|---|---|
| ઢોર બબ્બે નીકળ્યાં | *the animals came out two by two* |
| છોકરાંને એક એક રોટલી આપો | *give the children one bread each* |
| અમારા નોકરોને સો સો રૂપિયા મહિને મળે છે | *our servants get a hundred rupees each a month* |

(*d*) Percentages are expressed as follows:

| | |
|---|---|
| દસ ટકા | *10%* |
| સોએ સો ટકા | *100%* |
| આ કાપડ દસ ટકા સૂતર છે | *this material is 10% cotton* |

## અભ્યાસ

**A** Each statement below in Gujarati is followed by an English sentence. Translate the English into Gujarati using a causative form of the verb.

૧ બારણું ઊઘડે છે. *He opened the door.*

૨ મને એની ખબર નથી. *He informed me of his news.* (Use the causative from જાણવું)

૩ એના પતિને ચાલવાનું ગમે છે. *However, she never drove the car.*

૪ મહેમાનો બેઠેલા છે. *Seat the latecomers at the back.*

૫ કોઈ વાર હું વહેલી સવારે જાગું. *Have me woken tomorrow at six o'clock.*

**B** You are at the house of your friend Javed and you are trying to be helpful. Translate your statements into Gujarati.

| | |
|---|---|
| જાવેદ | કોઇ બારણા પાસે છે? |
| *You* | *Ask him if he has invited anyone.* |
| જાવેદ | મને યાદ નથી. |
| *You* | *Ask him if you should open the door.* |
| જાવેદ | પણ મને ખબર નથી કોણ હશે. |
| *You* | *Say you'll have a look out of the window and then you'll tell him.* [Do so] *Tell him it's Uncle Magan.* |
| જાવેદ | જલદી એમને દાખલ કરજો. |
| *You* | *Ask Javed if he's going to give him something to eat. Say there's no food in the house.* |
| જાવેદ | હું શું કરું? |
| *You* | *Tell him you'll send for some food from a restaurant.* |
| જાવેદ | સારું. ચાલો, નીચે જઇએ! |

**C** Answer the following questions in Gujarati. You could check your answers by asking Gujarati speaker to read them through with you.

૧ તમને કેટલી ભાષાઓ આવડે છે?

૨ તમારી મુખ્ય ભાષા શું છે?

૩ હવે તમને ગુજરાતી બરાબર લખતાંવાંચતાં આવડે છે? તમારી જોડણી સારી છે.

અનુસ્વારનો ઉપયોગ તમને યાદ છે?

૪ આ ચોપડી ભણ્યા પછી તમે વધારે ભણશો?

**D** Translate the following passage into Gujarati using the words and phrases provided below.

*Last year my father sent me* (masculine) *to India to learn Gujarati with his friend Maganbhai. Maganbhai was a teacher at the university and spoke very pure Gujarati. He said that when he was at school, the teacher would explain things once and if the boys did not understand he would beat them. He used to wake me up very early and would teach me before he went to college.*

*It is really by going to the place and by speaking the language that one can learn it properly and start to speak fluently. Even though I have spoken Gujarati all my life, I had never been made to learn it and I had never read any literature. I hope the next year I will have the chance to go back to learn some more from Maganbhai.*

મગનભાઈ પાસે શીખવું *to learn with Maganbhai*
શુદ્ધ *pure, chaste*
કોઈ પણ વસ્તુ *things*
મારવું *beat*
કૉલેજ જતાં પહેલાં *before going to college*
સંબંધિત પ્રદેશ *the place* (lit. *the connected place*, i.e., where the language is spoken)
યોગ્ય રીતે *properly*
અસ્ખલિત રીતે *fluently*
જોકે *even though*
જીવનભર *all one's life*
xકરવાની ફરજ પડવી *to be made to do x*
સાહિત્ય (n.) *literature*
આશા રાખવી *to hope*
મગનભાઈ પાસેથી કશુંક વધુ શીખવું *to learn some more from Maganbhai*
xની તક મળવી *to get the chance to do x*

## સમજ્યા/સમજ્યાં?

ભારતમાં ખરીદી કરવા જવું એ મારું સૌથી ગમતું કામ છે. ઇંગ્લૅન્ડ કરતાં ત્યાં ખરીદી કરવી એ જુદો અનુભવ છે. ઇંગ્લૅન્ડમાં એક જ ભાવ હોય અને લોકોએ જાતે માલ લઇ લેવો પડે. મુંબઇમાં તો સેંકડો દુકાનો છે અને બહારથી ભલે એ નાની દેખાય પણ અંદર તો તે અલ્લાદીનની ગુફા કરતાંય ભરેલી હોય છે. કાપડ અને ચામડાની દુકાનો ગુજરાતીઓની હોય છે એટલે મને ત્યાં જઇને એ લોકો સાથે ભાવતાલ કરવો ખૂબ ગમે છે પણ એ લોકોને તરત જ ખ્યાલ આવી જાય કે અમે વિદેશી છીએ અને અમારી પાસેથી વધારે કિંમત માગવાનો પ્રયત્ન કરે છે. કાપડની દુકાનોમાં જમીન પર ગાદીતકિયા પાથરેલા હોય તેથી અંદર જતાં પહેલાં જોડા કાઢવા પડે. ઘણી વાર દુકાનદારો ચા કે ઠંડું મંગાવી આપે એટલે પીવાનું પૂરું કરતાં સુધી દુકાનમાં બેસવું પડે. પછી છોકરો આવીને કાપડની થાન કાઢીને દેખાડવા માંડે. અનેક રંગો અને ડિઝાઇનો જોવા મળે. છોકરા પાસે કાપડના ઢગલા કરાવીને એક જ વસ્તુ લેવી એ ખરાબ લાગે પણ એ લોકોને જાણે જરાય ખોટું નથી લાગ્યું. તમે ઇચ્છો ત્યાં સુધી બેસવા દેશે.

મને ત્યાં સેંડલ અને પર્સ લેવી પણ બહુ ગમે છે કારણ કે ઇંગ્લૅન્ડ કરતાં ભારતમાં આ વસ્તુઓ ઘણી સસ્તી અને એટલી જુદી જુદી જાતની મળે છે કે તમે માનશો નહિ. તમારે જોઇતી વસ્તુ જો એમની પાસે ન હોય તો એ તમને તરત બનાવી પણ આપે. ઉપાધિ તો એ જ છે કે વિમાનમાં ફક્ત ત્રેવીસ કિલો વજન લઇ જવા મળે છે જેથી બધું સાથે લાવવું અશક્ય છે.

ખરીદી કરવા જવું *to go shopping*
અનુભવ (m.) *experience*
જાતે *themselves*
માલ (m.) *goods*
સેંકડો દુકાનો *hundreds of shops*
અલ્લાદીનની ગુફા (f.) *Aladdin's cave*
ચામડાની દુકાન (f.) *leather shop*
ભાવતાલ કરવો *bargain*
અમારી પાસેથી વધારે કિંમત માગવવી *to ask a higher price*
ગાદીતકિયો (m.) *cushion*
પાથરેલું *spread out*
દુકાનદાર (m.) *shopkeeper*
ઠંડું (n.) *cold drink*
મંગાવી આપવું *to send for*
પીવાનું પૂરું કરતાં સુધી *until one has drunk it all*

થાન (n.) *bale of cloth*
ડિઝાઇન *design*
ઢગલો (m.) *pile*
જાણે જરાય *at all*
સેંડલ (f.) *sandal*
પર્સ (f.) *handbag, purse*
બનાવી આપવો *to have made*
ઉપાધિ તો એ જ છે કે *the problem is that*
વિમાન (n.) *aircraft*
વજન (n.) *weight*
લઈ જવા મળે છે *be allowed to take*
અશક્ય *impossible*

Answer the following questions.

૧ લેખકને કેમ ઇંગ્લૅન્ડ કરતાં ભારતમાં ખરીદી કરવાનું ગમે છે?
૨ અલ્લાદીનની ગુફાનો અર્થ શું છે?
૩ દુકાનદારો વિદેશીને જોઇને શું કરે છે?
૪ છોકરો શું કરે છે?
૫ ઉપાધિ શું છે?

## ગુજરાત અને ગુજરાતીઓ

You will have gathered from the dialogue તને કેટલી ભાષાઓ આવડે છે? that the language situation in India is very complicated. It is said that there are over 400 languages in India, but it is unclear as to whether these are all separate languages or dialects. The states of India are mainly divided according to linguistic boundaries, so when Bombay State was split, it became Gujarat and Maharashtra. These divisions are not watertight; a large city like Bombay will have speakers of many different languages. The state language is Hindi, which is understood widely throughout North India. The southern states, however, have refused to use Hindi, preferring to use English as the *lingua franca*. English is spoken mainly by urban elites, and its future status in India is unclear.

## THE LANGUAGES OF SOUTH ASIA

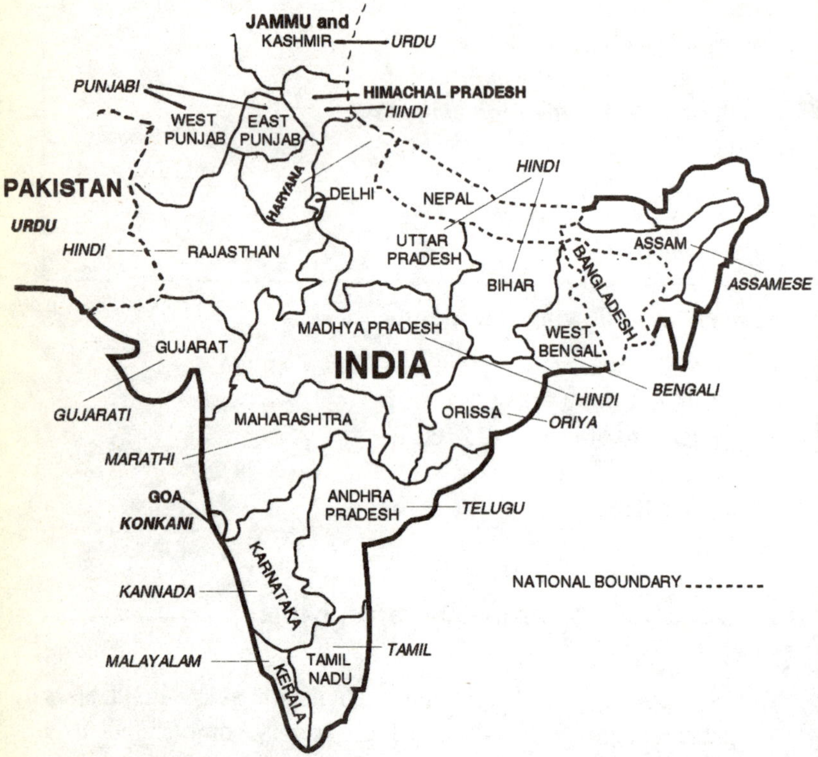

# Appendix 1 Conjunct consonants

| | | | |
|---|---|---|---|
| ક્ + ક = ક્ક | જ્ + ર = જ્ર | દ્ + ર = દ્ર | મ્ + ય = મ્ય |
| ક્ + ખ = ક્ખ | જ્ + વ = જ્વ | દ્ + વ = દ્વ | મ્ + ર = મ્ર |
| ક્ + ટ = ક્ટ | ટ્ + ટ = ટ્ટ | ધ્ + ય = ધ્ય | મ્ + લ = મ્લ |
| ક્ + ત = ક્ત | ટ્ + ઠ = ટ્ઠ | ધ્ + વ = ધ્વ | મ્ + હ = મ્હ |
| ક્ + મ = ક્મ | ટ્ + ય = ટ્ય | ન્ + ત = ન્ત | ય્ + ય = ય્ય |
| ક્ + ય = ક્ય | ટ્ + ર = ટ્ર | ન્ + દ્ + ર = ન્દ્ર | ર્ + થ = ર્થ |
| ક્ + ર = ક્ર | ઠ્ + ઠ = ઠ્ઠ | ન્ + ધ = ન્ધ | લ્ + ક = લ્ક |
| ક્ + લ = ક્લ | ઠ્ + ય = ઠ્ય | ન્ + ન = ન્ન | લ્ + દ = લ્દ |
| ક્ + વ = ક્વ | ડ્ + ડ = ડ્ડ | ન્ + મ = ન્મ | લ્ + પ = લ્પ |
| ક્ + શ = ક્શ | ડ્ + ર = ડ્ર | ન્ + ય = ન્ય | લ્ + મ = લ્મ |
| ક્ + ષ = ક્ષ | ઢ્ + ય = ઢ્ય | ન્ + વ = ન્વ | લ્ + ય = લ્ય |
| ક્ષ્ + મ = ક્ષ્મ | ણ્ + ટ = ણ્ટ | ન્ + હ = ન્હ | વ્ + ય = વ્ય |
| ક્ + સ = ક્સ | ણ્ + ઠ = ણ્ઠ | પ્ + ત = પ્ત | વ્ + ર = વ્ર |
| ખ્ + ય = ખ્ય | ણ્ + ડ = ણ્ડ | પ્ + ન = પ્ન | વ્ + વ = વ્વ |
| ગ્ + દ = ગ્દ | ણ્ + ય = ણ્ય | પ્ + પ = પ્પ | શ્ + ક = શ્ક |
| ગ્ + ધ = ગ્ધ | ત્ + ક = ત્ક | પ્ + ય = પ્ય | શ્ + ચ = શ્ચ |
| ગ્ + ન = ગ્ન | ત્ + ત = ત્ત | પ્ + ર = પ્ર | શ્ + ન = શ્ન |
| ગ્ + મ = ગ્મ | ત્ + ત્ + વ = ત્ત્વ | પ્ + લ = પ્લ | શ્ + ય = શ્ય |
| ગ્ + ય = ગ્ય | ત્ + થ = ત્થ | પ્ + સ = પ્સ | શ્ + ર = શ્ર |
| ગ્ + ર = ગ્ર | ત્ + ન = ત્ન | બ્ + જ = બ્જ | શ્ + લ = શ્લ |
| ગ્ + લ = ગ્લ | ત્ + પ = ત્પ | બ્ + દ = બ્દ | શ્ + વ = શ્વ |
| ગ્ + વ = ગ્વ | ત્ + મ = ત્મ | બ્ + ધ = બ્ધ | ષ્ + ક = ષ્ક |
| ઘ્ + ન = ઘ્ન | ત્ + ય = ત્ય | બ્ + બ = બ્બ | ષ્ + ટ = ષ્ટ |
| ઘ્ + ય = ઘ્ય | ત્ + ર = ત્ર | બ્ + ય = બ્ય | ષ્ + ટ્ + ર = ષ્ટ્ર |
| ઘ્ + ર = ઘ્ર | ત્ + વ = ત્વ | બ્ + ર = બ્ર | ષ્ + ઠ = ષ્ઠ |
| ઙ્ + ક = ઙ્ક | ત્ + સ = ત્સ | ભ્ + ય = ભ્ય | ષ્ + ણ = ષ્ણ |
| ચ્ + ચ = ચ્ચ | ત્ + સ્ + ય = ત્સ્ય | ભ્ + ર = ભ્ર | ષ્ + પ = ષ્પ |
| ચ્ + છ = ચ્છ | થ્ + ય = થ્ય | મ્ + ન = મ્ન | ષ્ + મ = ષ્મ |
| ચ્ + ય = ચ્ય | દ્ + દ = દ્દ | મ્ + પ = મ્પ | ષ્ + ય = ષ્ય |
| જ્ + જ = જ્જ | દ્ + ધ = દ્ધ | મ્ + બ = મ્બ | ષ્ + વ = ષ્વ |
| જ્ + ઞ = જ્ઞ | દ્ + મ = દ્મ | મ્ + ભ = મ્ભ | સ્ + ત્ + ર = સ્ત્ર |
| જ્ + ય = જ્ય | દ્ + ય = દ્ય | મ્ + મ = મ્મ | સ્ + થ = સ્થ |

| | | | |
|---|---|---|---|
| સ્ + થ્ + ય = સ્થ્ય | સ્ + મ = સ્મ | સ્ + સ = સ્સ | હ્ + ર = હ્ર |
| સ્ + ન = સ્ન | સ્ + ય = સ્ય | હ્ + ન = હ્ન | હ્ + લ = હ્લ |
| સ્ + ક = સ્પ | સ્ + ર = સ્ર | હ્ + મ = હ્મ | હ્ + વ = હ્વ |
| સ્ + ફ = સ્ફ | સ્ + વ = સ્વ | હ્ + ય = હ્ય | |

# Appendix 2 Adverbials

Adverbials when preceded by a form of નું **nuṃ** (e.g. છોકરાની પાસે **chokrānī pāse** *with the child*), are called complex adverbials, as opposed to simple adverbials which are used after stem forms of nouns and pronouns (e.g. મેજ પર **mej par** *on the table*). Some of these forms are preceded by ની **nī**, others by ને **ne** and others by ના **na**. There is no rule, but each form must be learnt. The most common adverbials are given here in alphabetical order. You may find it easier to learn them by writing them out in groups according to their form of નું **nuṃ.** These forms are not always used when preceded by a noun, but when preceded by a pronoun the correct form must be used:

e.g. છોકરાની પાસે **chokrānī pase** *with the child*
or છોકરા પાસે **chokrā pase** *with the child*
but એની પાસે **enī pāse** *with him/her*

| | | |
|---|---|---|
| ના અંગે | **nā aṃge** | *with regard to, about* |
| ની અંદર | **nī aṃdar** | *inside* |
| ની આગળ | **nī āgaḷ** | *in front of, further on* |
| ની/ના ઉપર | **nī/nā upar** | *above* |
| ને કારણે | **ne kāraṇe** | *because of* |
| ની તરફ | **nī taraph** | *towards, in the direction of* |
| ની તરીકે | **nī tarīke** | *in the character of, as* |
| ને દરમિયાન | **ne darmiyān** | *in the course of, during* |
| ની નજીક | **nī najīk** | *near, close to (space, time)* |
| ની નીચે | **nī nīce** | *below* |

| | | |
|---|---|---|
| ની પછી | **nī pachī** | *after, subsequent to* |
| ની/ના પહેલાં | **nī/nā pahelāṃ** | *before, sooner than* |
| ની પાછળ | **nī pāchaḷ** | *after, behind* |
| ની પાસે | **nī pāse** | *at the side of, near, by* |
| ની પૂઠે | **nī pūṭhe** | *behind* |
| ના પ્રમાણે | **nā pramāṇe** | *by the standard of, according to* |
| ની બદલે | **nī badle** | *in exchange for, instead of* |
| ની બહાર | **nī bahār** | *outside of* |
| ને માટે | **ne māṭe** | *for the sake of, in order to* |
| ને લીધે | **ne līdhe** | *because of, owing to, for the sake of* |
| ના વગર | **nā vagar** | *without, except* |
| ની વચ્ચે | **nī vacce** | *in the middle* |
| ની વડે | **nī vaḍe** | *by, with, by means of* |
| ના વિના | **nā vinā** | *without, except* |
| ના વિષે | **nā viṣe** | *in the matter of, about* |
| ની સાથે | **nī sāthe** | *with* |
| ની સામે | **nī sāme** | *opposite* |
| ના સિવાય | **nā sivāy** | *except, besides* |
| ના સુધી | **nā sudhī** | *until, as far as* |

The forms above describe a **preceding** word or phrase, unlike English prepositions which define a **following** word or phrase:

e.g. આને કારણે **āne karaṇe** *because of this*

## Verbs with perfective forms other than યું yuṃ

There are two other suffixes used for forming perfective endings, namely ધું **dhuṃ** and ઠું **thuṃ.** The former is used more with vowels, and verbs ending in સ always take ઠું **ṭhuṃ.** The most common of these are:

ધું **dhuṃ**

| | | | | |
|---|---|---|---|---|
| કર્યું, કીધું | **karyuṃ, kīdhuṃ** | કરવું | **karvuṃ** | *do, make* |
| કહ્યું, કીધું | **kahyuṃ, kīdhuṃ** | કહેવું | **kahevuṃ** | *say* |
| ખાધું | **khādhuṃ** | ખાવું | **khāvuṃ** | *eat* |
| દીધું | **dīdhuṃ** | દેવું | **devuṃ** | *give* |

| | | | | |
|---|---|---|---|---|
| બીધું | **bīdhuṃ** | બીવું | **bīvuṃ** | *fear* |
| પીધું | **pīdhuṃ** | પીવું | **pīvuṃ** | *drink* |
| લીધું | **līdhuṃ** | લેવું | **levuṃ** | *take* |

ઠું **thuṃ**

| | | | | |
|---|---|---|---|---|
| દીઠું | **dīṭhuṃ** | દેખવું* | **dekhvuṃ** | *see* |
| નાઠું | **nāṭhuṃ** | નાસવું | **nāsvuṃ** | *flee* |
| પેઠું | **peṭhuṃ** | પેસવું | **pesvuṃ** | *enter* |
| બેઠું | **beṭhuṃ** | બેસવું | **besvuṃ** | *sit* |

Rarely used; જોવું **jovuṃ** is more common.

**Other**

| | | | | |
|---|---|---|---|---|
| મુઉં (મુઇ) | **muuṃ (muī)** | મરવું | **marvuṃ** | *die* |
| સુતું | **sutuṃ** | સુવું | **suvuṃ** | *sleep* |
| હતું | **hatuṃ** | હોવું | **hovuṃ** | *be* |

# Appendix 3 Dictionary order

The dictionary order for Gujarati is as shown below, working vertically down the columns. Syllables with *anusvāra* follow those without: e.g. ઠરવું **tharvuṃ** precedes ઠંડી *ṭhaṃḍī*. Syllables with *visarga* follow these: e.g. દુંદુભિ *duṃdubhi* precedes દુઃખ *duḳh*. Conjuncts forms of a consonant come after all non-conjunct forms: thus ત્રણ *traṇ* comes after તરફ *taraph.*

It is important to learn this order, otherwise you will not be able to used the glossary in this book, nor use a dictionary for more advancved work. However, you will find that you will come to learn it from experience as you go through the course and start to use the glossary.

| | | | | | | | |
|---|---|---|---|---|---|---|---|
| અ | a | ક | ka | ઠ | ṭha | બ | ba |
| આ | ā | ખ | kha | ડ | ḍa | ભ | bha |
| ઇ | i | ગ | ga | ઢ | ḍha | મ | ma |
| ઈ | ī | ઘ | gha | ણ | ṇa | ય | ya |
| ઉ | u | ઙ | ṅ | ત | ta | ર | ra |
| ઊ | ū | ચ | ca | થ | tha | લ | la |
| ઋ | ṛ | છ | cha | દ | da | વ | va |
| એ | e | જ | ja | ધ | dha | શ | śa |
| ઐ | ai | ઝ | jha | ન | na | ષ | ṣa |
| ઓ | o | ઞ | na | પ | pa | સ | sa |
| ઔ | au | ટ | ṭa | ફ | pha | હ | ha |
| | | | | | | ળ | ḷa |

# Appendix 4 Numerals

| | | | | | | | | |
|---|---|---|---|---|---|---|---|---|
| 1 | ૧ | એક | 35 | ૩૫ | પાંત્રીસ | 69 | ૬૯ | ઓગણોતેર |
| 2 | ૨ | બે | 36 | ૩૬ | છત્રીસ | 70 | ૭૦ | સિત્તેર |
| 3 | ૩ | ત્રણ | 37 | ૩૭ | સાડત્રીસ | 71 | ૭૧ | એકોતેર |
| 4 | ૪ | ચાર | 38 | ૩૮ | આડત્રીસ | 72 | ૭૨ | બોંતેર |
| 5 | ૫ | પાંચ | 39 | ૩૯ | ઓગળચાળીસ | 73 | ૭૩ | તોંતેર |
| 6 | ૬ | છ | 40 | ૪૦ | ચાળીસ | 74 | ૭૪ | ચુંમોતેર |
| 7 | ૭ | સાત | 41 | ૪૧ | એકતાળીસ | 75 | ૭૫ | પંચોતેર |
| 8 | ૮ | આઠ | 42 | ૪૨ | બેતાળીસ | 76 | ૭૬ | છોંતેર |
| 9 | ૯ | નવ | 43 | ૪૩ | તેતાળીસ | 77 | ૭૭ | સીતોતેર |
| 10 | ૧૦ | દસ | 44 | ૪૪ | ચુંમાળીસ | 78 | ૭૮ | ઇઠોતેર |
| 11 | ૧૧ | અગિયાર | 45 | ૪૫ | પિસ્તાલીસ | 79 | ૭૯ | ઓગણએંસી |
| 12 | ૧૨ | બાર | 46 | ૪૬ | છેંતાળીસ | 80 | ૮૦ | એંસી |
| 13 | ૧૩ | તેર | 47 | ૪૭ | સુડતાળીસ | 81 | ૮૧ | એક્યાસી |
| 14 | ૧૪ | ચૌદ | 48 | ૪૮ | અડતાળીસ | 82 | ૮૨ | બ્યાસી |
| 15 | ૧૫ | પંદર | 49 | ૪૯ | ઓગણપચાસ | 83 | ૮૩ | ત્યાસી |
| 16 | ૧૬ | સોળ | 50 | ૫૦ | પચાસ | 84 | ૮૪ | ચોરાસી |
| 17 | ૧૭ | સત્તર | 51 | ૫૧ | એકાવન | 85 | ૮૫ | પંચ્યાસી |
| 18 | ૧૮ | અઢાર | 52 | ૫૨ | બાવન | 86 | ૮૬ | છ્યાસી |
| 19 | ૧૯ | ઓગણીસ | 53 | ૫૩ | ત્રેપન | 87 | ૮૭ | સત્યાસી |
| 20 | ૨૦ | વીસ | 54 | ૫૪ | ચોપન | 97 | ૯૭ | સતાણ |
| 21 | ૨૧ | એકવીસ | 55 | ૫૫ | પંચાવન | 88 | ૮૮ | અઠયાસુ |
| 22 | ૨૨ | બાવીસ | 56 | ૫૬ | છપ્પન | 89 | ૮૯ | નેવ્યાસી |
| 23 | ૨૩ | ત્રેવીસ | 57 | ૫૭ | સત્તાવન | 90 | ૯૦ | નેવું |
| 24 | ૨૪ | ચોવીસ | 58 | ૫૮ | અઠ્ઠાવન | 91 | ૯૧ | એકાણું |
| 25 | ૨૫ | પચ્ચીસ | 59 | ૫૯ | ઓગળસાઠ | 92 | ૯૨ | બાણું |
| 26 | ૨૬ | છવીસ | 60 | ૬૦ | સાઠ | 93 | ૯૩ | ત્રાણું |
| 27 | ૨૭ | સત્તાવીસ | 61 | ૬૧ | એકસઠ | 94 | ૯૪ | ચોરાણું |
| 28 | ૨૮ | અઠ્ઠાવીસ | 62 | ૬૨ | બાસઠ | 95 | ૯૫ | પંચાણું |
| 29 | ૨૯ | ઓગણત્રીસ | 63 | ૬૩ | ત્રેસઠ | 96 | ૯૬ | છણ્ણું |
| 30 | ૩૦ | ત્રીસ | 64 | ૬૪ | ચોસઠ | 98 | ૯૮ | અઠ્ઠાણું |
| 31 | ૩૧ | એકત્રીસ | 65 | ૬૫ | પાંસઠ | 99 | ૯૯ | નવાણ |
| 32 | ૩૨ | બેત્રીસ | 66 | ૬૬ | છાસઠ | 100 | ૧૦૦ | એકસો |
| 33 | ૩૩ | તેત્રીસ | 67 | ૬૭ | સડસઠ | | | |
| 34 | ૩૪ | ચોત્રીસ | 68 | ૬૮ | અડસઠ | | | |

# KEY TO THE EXERCISES

## Unit 1

**How are you?** ૧ હા, લીલાબેન ગુજરાતી છે./1 **hā, Līlāben gujarātī che**. ૨ ના, તેઓ ગુજરાતી છે./2 **nā, teo gujarātī che.** ૩ હા, દીપકભાઇ ગુજરાતી છે. /3 **hā, Dīpakbhāī gujarātī che.** ૪ ના, નીલા અમેરિકન નથી. /4 **nā, Nīlā amerikan nathī.**

**This is my older brother** ૧ હા, સેતુ હોશિયાર છે./1 **hā, Setu hośiyār che.** ૨ ના, સમીર અને સેતુ ભાઇઓ છે./2 **nā, Samīr ane Setu bhāīo che.** ૩ ના, મોટી બહેન શ્રુતિ છે./3 **nā, moṭī bahen Śruti che.** ૪ હા, શ્રુતિ લાંબી છે./ 4 **hā, Śruti lāṃbī che.**

અભ્યાસ **abhyās A** ૧ હું મજામાં છું./1 **huṃ majāmāṃ chuṃ.** ૨ આવજો!/2 **āvjo!** ૩ હા, હું ગુજરાતી છું./3 **hā, huṃ gujarātī chuṃ.** ૪ ના, એ ગુજરાતી છે./4 **nā, e gujarātī che.** ૫ હા, હું અંગ્રેજ છું./5 **hā, huṃ aṃgrej chuṃ. B** ૧ છે/1**che** ૨ છે, છે/2 **che, che** ૩ છો/3 **cho** ૪ છું/4 **chuṃ** ૫ છો, છું/5 **cho, chuṃ C** સોનલ મજામાં છે. તે ગુજરાતી છેઅ. તે ભારતીય છે./**Sonal majāmāṃ che. te gujarātī che. te bhāratīy che. D** ૧ તેઓ/1 **teo** ૨યે/2 **e** ૩ તેઓ/3 **teo** ૪યે /4 **e** ૫ તેઓ/5 **teo E** (*a*) મોટું, સારા, મોટા, સફેદ, લાલ, સાફ. **moṭuṃ, sārā, moṭā, saphed, lāl, sāph** (*b*) ૧ ના, ચાર ખુરશી નથી, ત્રણ ખુરશી છે./1 **nā cār khurśī nathī, traṇ khursī che.** ૨ ના, ખુરશીઓ સફેદ નથી, તે લાલ છે./2 **nā, khurśīo saphed nathī, te lāl che.** ૩ ના, મેજ ગંદુ નથી, તે સાફ છે./3 **nā, mej gaṃduṃ nathī, te sāph che.** ૪ હા, ખુરશીઓ સાફ છે./4 **hā, khurśīo sāph che.**

સમજ્યા/સમજ્યાં? **samjyā/ samjyāṃ?** ૧ ના, તે લોકો ગુજરાતી છે./1 **nā, te loko gujarātī che.** ૨ ના, બે છોકરા છે./ 2 **nā, be chokrā che.** ૩ હા, ફિરોજ ડૉક્ટર છે./3 **hā, Phiroj ḍokṭar che.** ૪ ના, મોટો છોકરો અદનાન છે./4 **nā, moṭo chokro Adnān che.**

## Unit 2

**Do you come here every day?** ૧ ના, કાલે ભાવનાબેન અહીં જ હતાં./1 **nā, kāle Bhāvnāben ahīṃ j hatāṃ.** ૨ ના, સવારે ફિરદોસ ઘેર જ ન હતા. તેઓ બજારમાં હતા./2 **nā, savāre Phirdos gher j na hatā. teo bajārmāṃ hatā.** ૩ ચોપડી નવી છે./3 **copḍī navī che.** ૪ કાલે ભાવનાબેન બજારમાં ન હતાં. તેઓ અહીં જ હતાં./4 **kāle Bhāvnāben bajārmāṃ na hatāṃ. teo ahīṃ j hatāṃ.**

**In the university** ૧ ના, આજે ઘણા લોકો અહીં છે./1 **nā, āje ghaṇā loko ahīṃ che.** ૨ ના, શૈલેશ રોજ અહીં આવતો નથી. એ દર અઠવાડિયે બેત્રણ વાર આવે છે./2 **nā, Śaileś roj ahīṃ āvto nathī. e dar aṭhvāḍiye betraṇ vār āve che.** ૩ જૂઇ બજારે જાય છે./3 **Jūī bajāre jāy che.** ૪ બજાર સારી છે./4 **bajār sārī che.**

અભ્યાસ **abhyās A** ૧ આજે બહુ ગરમી છે ને?/1 **āje bahu garmī che ne?** ૨ ગઇ કાલે ઠંડી હતી ને?/2 **gaī kāle ṭhaṃḍī hatī, ne?** ૩ ફિરદોસ કોણ છે? ફિરદોસ વિદ્યાર્થી છે?/3 **Phirdos koṇ che? Phirdos vidyārthī che?** ૪ નીલા ક્યાં જાય છે? કોણ ગામ જાય છે?/ 4**Nīlā kyāṃ jāy che? koṇ gāṃ jāy che?** ૫ તમે નથી આવતાં કે?/5 **tame nathī āvtāṃ ke? B** શહીના: ચોપડી કેવી છે?/ **Śahīnā: copḍī kevī che?** શહીના: ગઇ કાલે તમે ક્યાં હતાં?/**Śahīnā: gaī kāle tame kyāṃ hatāṃ?** શહીના: તમે ક્યારે દુકાને જાઓ છો?/ **Śahīnā: tame kyāre dukāne jāo cho?** શહીના: પેલું કોણ છે?/**Śahīnā: peluṃ koṇ che? C** નીના: ના, ગઈ કાલે તેઓ અહીં નહોતા./**Nīnā: nā, gaī kāle teo ahīṃ nahotā.** નીના: ના, એ સારી નથી./**Nīnā: nā, e sārī nathī.** નીના: ના, હું રોજ નથી આવતી./**Nīnā: nā, huṃ roj nathī āvtī.** નીના: ના, તેઓ મુંબઈમાં રહેતા નથી./**Nīnā: nā, teo Muṃbaīmāṃ rehetā nathī. D** ૧ તે માંદો હતો./1 **te māṃdo hato.** ૨ તે લોકો અહીં હતા./2 **te loko ahīṃ hatā.** ૩ અમે ખુશ છીએ./3 **ame khuś chīe.** ૪ તમે મજામાં હતા?/4 **tame majāmāṃ hatā? E** ૧ કેમ છે? બસ, સારું છે./1 **kem che? bas, sāruṃ che.** ૨ હું અભ્યાસ કરું છું./ 2 **huṃ abhyās karuṃ chuṃ.** ૩ ના, આજે બે ગુજરાતી વર્ગ છે./3 **nā, āje be gujarātī varg che.** ૪ આવજો!/4**āvjo!**
**F** ૧ ગરમી/ **garmī** ૨ આવતી/ 2 **āvtī** ૩ હતા/3 **hatā** ૪ રહેતી/ 4 **rahetī** ૫ ભારત/5 **Bhārat**
**G** ગયે અઠવાડિયે મારો મિત્ર અહીં હતો. પણ તે આ ગામમાં નથી રહેતો અને હવે તે અહીં નથી. પણ હવે પેલા મોટા મકાનમાં એક નાનો છોકરો રહે છે. હું રોજ આ ઘેર

જાઉં છું અને અમે ખુશ છીએ/**gaye aṭhvāḍiye māro mitra ahīṃ hato. paṇ te ā gāmmāṃ nathī raheto ane have te ahīṃ nathī. paṇ have pelā moṭā makānmāṃ ek nāno chokro rahe che. huṃ roj e gher jāuṃ chuṃ ane ame khuś chīe.**

સમજ્યા/સમજ્યાં? **samjyā/ samjyāṃ?** ૧ શૈલેશ લંડનમાં રહે છે./1 **Śaileś Laṃḍanmāṃ rahe che.** ૨ ના, શૈલેશ દુકાનમાં કામ નથી કરતો એ અભ્યાસ કરે છે../2 **Śaileś dukānmāṃ kām nathī karto. e abhyās kare che.** ૩ એ સવારે યુનિવર્સિટીમાં જાય છે./3 **e savāre yunivarsiṭīmāṃ jāy che.** ૪ બપોરે એ ઘેર જાય છે./4 **bapore e gher jāy che.** ૫ સાંજે એ અભ્યાસ કરે છે./5 **sāṃje e abhyās kare che.**

## Unit 3

**Where do you live?**
૧ જગદીશ ભારતમાં નથી રહેતો, એ વેંબલીમાં રહે છે./1 **Jagdīś Bhāratmāṃ nathī raheto, e Vemblīmāṃ rahe che.** ૨ જગદીશને બહુ પૈસા નથી મળતા./ 2 **Jagdīśne bahu paisā nathī maḷtā.** ૩ મોહમ્મદને ત્યાં નવો સામાન છે./3 **Mohammadne tyāṃ navo sāmān che.** ૪ મોહમ્મદનું ઘર નવું છે./ 4 **Mohammadnuṃ ghar navuṃ che.** ૫ વેંબલી સરસ છે. ઘણા ગુજરાતી લોકો ત્યાં રહે છે./ 5 **Vemblī saras che. ghaṇā gujarātī loko tyāṃ rahe che.**

**How many brothers and sisters do you have?**
૧ નલિનીને બે ભાઈ છે./1 **Nalinīne be bhāī che.** ૨ ગોપી એકની એક દીકરી છે./2 **Gopī eknī ek dīkrī che.** ૩ ગોપીના કાકાના દીકરાનું નામ અનુજ છે./3 **Gopīnā kākānā dīkrānuṃ nāṃ Anuj che.** ૪ શૈલેશ અને કમલેશ નલિનીના ભાઈઓ છે./4 **Śaileś ane Kamaleś Nalinīnā bhāīo che.** ૫ અનુજ પાસે નવી ગાડી છે./5 **Anuj pāse navī gāḍī che.**

અભ્યાસ **abhyās A** ૧ મને સારું લાગે છે./1 **mane sāruṃ lage che.** ૨ હા, એ મોટું છે./2 **hā, e moṭuṃ che.** ૪ દઅ ઓરડા છે/ 3 **10 orḍā che.** ૩ ઓરડાઓનાં નામો સૂવાનો ઓરડો, બેઠક કે રહેવાનો ઓરડો, સરોડું અને નાહવાનો ઓરડો છે./ 4 **orḍāonāṃ nāmo suvāno orḍo, beṭhak ke rahevāno orḍo, rasoḍuṃ ane nāhvāno orḍo che.** ૫ હા, મને આ ઘર ગમે છે./5 **hā, mane ā ghar game che. B** ૧ હું તારા ભાઈને સાંભળું છું./1 **huṃ tārā bhāīne sāṃbhaḷuṃ chuṃ.** ૨ એ મને સારું લાગે છે./2 **e mane sāruṃ lāge che.** ૩ આ ઘર મારી પત્નીને

નથી ગમતું./3 **ā ghar mārī patnīne nathī gamtuṃ.** ૪ મને ઓછા પૈસા મળે છે./4 **mane ocha paisā maḷe che.** ૫ મારા ઘરમાં ચાર ઓરડા છે./ 5 **mārā gharmāṃ cār orḍā che.** **C** શોભાઃ ક્યાં જાય છે અનાહિતા?/ **Śobhā: kyāṃ jāy che Anāhitā?** અનાહિતાઃ હું બજારે જાઉં છું/**Anāhitā: huṃ bajāre jāuṃ chuṃ.** શોભાઃ શહેરના બજારમાં વેપારીઓ સારો પણ મોંઘો માલ રાખે છે./**Śobhā: śahernā bajārmāṃ vepārīo sāro paṇ moṃgho māl rākhe che.** અનાહિતાઃ મને ખબર છે. મારી પાસે થોડા પૈસા છે. **Anāhitā: mane khabar che. mārī pāse thoḍā paisā che.** શોભાઃ આજે મારે કંઇ કામ નથી. હું તારી સાથે આવું?/ **Śobhā: āje māre kaṃī kāṃ nathī. huṃ tārī sāthe āvuṃ?** અનાહિતાઃ કેમ નહીં? ચાલો જઇએ!/**Anāhitā: kem nahīṃ? cālo jaīe!** **D** ૧ કેમ છો, વીરેન?/1 **kem cho, Viren?** ૨ હા, હું ગુજરાતી શીખું છું. બહુ અઘરું છે ને?/2 **hā, huṃ gujarātī śīkhuṃ chuṃ. bahu aghruṃ che ne?** ૨ શું કહો છો? મને નથી આવડતું. ધીમે બોલજો!/3 **śuṃ kaho cho? mane nathī āvaḍtuṃ. dhīme boljo!** ૪ હા, મને ગુજરાતી બહુ જ ગમે છે./4 **hā, mane gujarātī bahu j game che.** **E** ૧ દીપકભાઇ મારે ત્યાં આવશો!/1 **Dīpakbhāī māre tyāṃ āvśo!** ૨ શોભા કામ કર!/ 2 **Śobhā kām kar!** ૩ આનલ અને ઉદિતા મારી વાત સાંભળો!/3 **Ānal ane Uditā mārī vāt sāṃbhaḷo!** ૪ રચનાબેન, જરા સામાન આપશો!/4 **Racnāben, jarā sāmān āpśo!** ૫ નીલા ઘેર ન જા!/5 **Nīlā gher na jā!** **F** દુકાનમાં કંઇ મળતું નથી./ 1 **dukānmāṃ kaṃī maḷtuṃ nathī.** ૨ કંઇ કામ રહે છે?/ 2 **kaṃī kām rahe che?** ૩ કેટલાકને શહેર ગમે છે./3 **keṭlākne śaher game che.** ૪ કંઇ દહાડે મારે ત્યાં આવજો!/4 **kaṃī dahāḍe mare tyāṃ āvjo!** ૫ તે કશો અભ્યાસ કરતો નથી./5 **te kaśo abhyās karto nathī.**

સમજ્યા/સમજ્યાં? **samjyā/ samjyāṃ?** ૧ આ મકાનમાં ચાર માણસ રહે છે./1 **ā makānmāṃ cār māṇas rahe che.** ૨ મહેર અને ફિરદોસ શિક્ષકો છે./2 **Maher ane Phirdos śikśako che.** ૩ એમના દીકરાનું નામ રેશાદ છે./3 **emnā dīkrānuṃ nām Reśād che.** ૪ અનાહિતાને કોઇ બહેન નથી./ 4**Anāhitāne koī bahen nathī.**

## Unit 4

**What shall we do?** ૧ ના, આ લોકો ગાડીમાં અમદાવાદ નહિ જશે. તેઓ ટ્રેનમાં જશે./1 **nā, ā loko gāḍīmāṃ Amdāvād nahi jaśe. teo ṭrenmāṃ jaśe.** ૨ ના, અમદાવાદમાં તેઓ લીનાના કાકાને

ત્યાં નહિ રહેશે. તેઓ શાંતામાસી અને વિનોદમામાને ત્યાં રહેશે./2 **nā, Amdāvādmāṃ teo Līnānā kākāne tyāṃ nahi raheśe. teo Śāṃtāmāsī ane Vinodmāmāne tyāṃ raheśe.** ૩ ના, લીનાની મા અમદાવાદ થોડા દિવસો પછી આવશે./ 3 **nā, Līnānī mā Amdāvād thoḍā divaso pachī āvśe.** ૪ લીના અમદાવાદમાં ગાંધીના આશ્રમમાં જશે./4 **Lina Amdāvādmāṃ Gāṃdhīnā āśrammāṃ jaśe.** ૫ હા, પ્રબોધને લાગે છે કે લીનાને અમદાવાદ ગમશે./5 **hā, Prabodhne lāge che ke Lināne Amdāvād gamśe.**

**Do you like Gujarati food?** ૧ ના, આશિષને ભૂખ લાગે છે./1 **nā, Āśiṣne bhūkh lāge che.** ૨ ના, સ્ટીવને ગુજરાતી ખોરાક બહુ જ ભાવે છે./2 **nā, Ṣṭivne gujarātī khorāk bahu j bhāve che.** ૩ ના, સ્ટીવને ખાંડ નથી ભાવતી./3 **nā, Ṣṭīvne khāṃḍ nathī bhāvtī.** ૪ આશિષ શાકાહારી (ગુજરાતી) ખાવાનું બનાવશે./4 **Āśiṣ śākāhārī (gujarātī) khāvānuṃ banāvśe.** ૫ સ્ટીવને ખાંડ વગરની ચા ભાવે છે, પણ હવે એને તરસ નથી લાગતી./5 **Ṣṭīvne khāṃḍ vagarnī cā bhāve che, paṇ have ene taras nathī lāgtī.**

અભ્યાસ **abhyās A** ૧ કાલે સવારે જાવેદ ઘેર જ રહેશે./1 **kāle savāre Jāved gher j raheśe.** ૨ કાલે સાંજે તે ઘેર જ નહિ રહેશે. તે અક્ષયને ત્યાં જશે./2 **kāle sāṃje te gher j nahī raheśe. te Akṣayne tyāṃ jaśe.** ૩ હા, તેને રજા મળશે./3 **hā, tene rajā maḷśe.** ૪ તે સાંજે અક્ષયને ત્યાં વીરેન અને અક્ષયની સાથે શાકાહારી ખાવાનું ખાશે./4 **te sāṃje Akṣayne tyāṃ Vīren ane Akṣaynī sāthe śākāhārī khāvānuṃ khāśe.** ૫ હા, ખૂબ જ મઝા આવશે./ 5 **hā, khūb j majhā āvśe. B** ૧ મને ખાંડ નથી ભાવતી./ 1 **mane khāṃḍ nathī bhāvtī.** ૨ આપણે ફરવા જઈશું./ 2 **āpṇe pharvā jaīśuṃ.** ૩ તમને ખબર છે કે એ આવશે કે નહિ?/ 3 **tamne khabar che ke e āvśe ke nahi?** ૪ ગઈ કાલે તેઓ મારે ત્યાં હતાં./4 **gai kāle teo māre tyāṃ hatāṃ.** ૫ એ પોતે ચા બનાવશે./5 **e pote cā banāvśe. C** ૧ સારું છે. કેમ છો?/1 **sāruṃ che. kem cho?** ૨ ના, મને ભૂખ નથી લાગતી./ 2 **nā, mane bhūkh nathī lāgtī.** ૩ ના, મને તરસ નથી લાગતી./ 3 **nā, mane taras nathī lāgtī.** ૪ ખાસ કંઈ નહિ. તમારો દીકરો આજે ક્યાં છે?/4 **khās kaṃī nahi. tamāro dīkro āje kyāṃ che?** ૫ ચાલો, આપણે સ્ટીવને મળવા જઈએ. સ્ટીવ અમેરિકન છે પણ એને ગુજરાતી બોલતાં આવડે છે./5 **cālo, āpṇe Ṣṭīvne maḷvā jaīe. Ṣṭīv amerikan che paṇ ene**

**gujrātī boltāṃ āvḍe che.** D સ્ટીવ: કેમ છો વીરેનભાઈ?/**Sṭīv: kem cho Virenbhāī?** સ્ટીવ: મારી પત્ની ગુજરાતી છે. એ હમેશાં ગુજરાતી જ બોલે છે. **/Sṭīv: māro patnī gujarātī che. e hameśāṃ gujarātī j bole che.** સ્ટીવ: તમને ખબર છે કે ગુજરાતી બહુ અઘરું નથી./ **Sṭīv: tamne khabar che ke gujarātī bahu aghruṃ nathī.** સ્ટીવ: અહીંથી બહુ દૂર નથી. તમે મારી સાથે શીખવા આવશો!/ **Sṭīv: ahīṃthī bahu dūr nathī. tame mārī sāthe śīkhvā āvśo! E** સ્મિતા: હા, હું જલદી આવું./**Smitā: hā, huṃ jaldī āvuṃ.** સ્મિતા: હા, હું જલદી કપડાં પહેરું./**Smitā: hā, huṃ jaldi kapḍāṃ paheruṃ.** સ્મિતા: હા, હું જાઉં./ **Smitā: hā, huṃ jāuṃ.** સ્મિતા: હું શહેર જઈશ./ **Smitā: huṃ śaher jaīś.** સ્મિતા: હું અહીં આવીશ./ **Smitā: huṃ ahīṃ āvīś.**

સમજ્યા/સમજ્યાં? **samjyā/ samjyāṃ?** ૧ આનલ આજે થોડાં કપડાં ખરીદવા જાય છે. તે આવતે અઠવાડિયે ભારત જશે./1 **Ānal āje thoḍāṃ kapḍāṃ kharīdvā jāy che. te āvte aṭhvāḍiye Bhārat jaśe.** ૨ પ્રિયા કહે છે કે અહીં કપડાં ખરીદતી નહિ કારણ કે અહીંનાં કપડાં મોંઘાં છે અને ભારતનાં કપડાં સસ્તાં છે./2 **Priyā kahe che ke ahīṃ kapḍāṃ kharīdtī nahi kāraṇ ke ahīṃnāṃ kapḍāṃ moṃghāṃ che ane Bhāratnāṃ kapḍāṃ sastāṃ che.** ૩ ગુજરાતમાં સ્ત્રીઓ ઘાઘરા અને ઓઢણી કે સાડીઓ પહેરે છે. પુરુષો ધોતિયું પહેરે છે. શહેરોમાં લોકો બધી જાતનાં કપડાં પહેરે છે./3 **Gujarātmāṃ strīo ghāgharā and oḍhaṇī ke sāḍīo pahere che. puruṣo dhotiyuṃ pahere che. śaheromāṃ loko badhī jātnaṃ kapḍāṃ pahere che.** ૪ પ્રિયા હમેશાં સાડી પહેરે છે. એને ભારતીય કપડાં ગમે છે./4 **Priyā hameśāṃ sāḍī pahere che. ene bhāratīy kapḍāṃ game che.** ૫ દરજી કપડાં સીવે છે./ 5 **darjī kapḍāṃ sīve che.**

## Unit 5

**What do you need?**
૧ મુંબઈમાં મોટી દુકાનો હોય છે. ૨ મીનાને મોંઘું કાપડ જોઈતું નથી. ૩ વીણા પાસે રોકડા પૈસા નથી. ૪ મને લાગે છે કે મીના પાસે બહુ પૈસા નથી. ૫ મીનાને કાપડ જોઈએ છે. 1 **Muṃbaīmāṃ moṭī dukāno hoy che.** 2 **Mīnāne moṃghuṃ kāpaḍ joītuṃ nathī.** 3 **Vīṇā pāse rokḍā paisā nathī.** 4 **mane lāge che ke Mīnā pāse bahu paisā nathī.** 5 **Mīnāne kāpaḍ joie che.**

**I should go home now**
૧ અક્ષયનાં માબાપ ઘેર નથી. તેઓ ભારતમાં છે.૨ કાલે અક્ષય ઘેર જ નહિ

રહેશે. એને વિમાનમથક જવું પડશે. ૩ અલી અક્ષયનાં માબાપને ઓળખે છે. ૪ અક્ષયેને ઘરના બધા ઓરડા સાફ કરવા પડશે. ૫ અલીને અક્ષયની મદદની જરૂર નથી. 1 **Akṣaynāṃ mābāp gher j nathī. teo bhāratmāṃ che. 2 kāle Akṣay gher j nahi raheśe. ene vimānmathak javuṃ paḍśe. 3 Alī Akṣaynāṃ mābāpne oḷakhe che. 4 Akṣayne gharnā badhā orḍā saph karvā paḍśe. 5 Alīne Akṣaynī madadni jarūr nathī.**

અભ્યાસ **abhyās A** ૧ હા, મારે વહેલા ઊઠવું છે. ૨ હા, મારે ખાવાનું તૈયાર કરવું પડે છે. ૩ ના, મારે આવ-જા કરવી પડતી નથી. ૪ ના, મારે ઘર સાફ કરવું પડતું નથી. ૫ હા, મારે વહેલા સૂઈ જવું છે. 1 **hā, māre vahelā ūṭhvuṃ che. 2 hā, māre khāvānuṃ taiyār karvuṃ paḍe che. 3 nā, māre āv-jā karvī paḍtī nathī. 4 nā, māre ghar sāph karvuṃ paḍtuṃ nathī. 5 hā, māre vahelā sūī javuṃ che. B** ૧ સુથાર વહેલું કામ શરૂ કરે છે. ૨ મારે ઘણો અભ્યાસ કરવો પડે છે. ૩ પ્રબોધ અને એની દીકરીને વહેલા નીકળવું પડે છે. ૪ ચાલો, મારે જવું જોઈએ. ૫ તમારે હાથ ધોવા જોઈએ, એમ છોકરીઓને કહો! 1 **suthār vahelum kām śarū kare che. 2 māre ghaṇo abhyās karvo paḍe che. 3 Prabodh ane enī dīkrīne vahela nīkaḷvuṃ paḍe che. 4 cālo, māre javuṃ joīe. 5 tamāre hāth dhovā joīe, em chokrīne kaho! C** અલીઃ તારું ગુજરાતી હવે ઘણું સારું છે. તારે હવે થોડા વખતમાં ગુજરાત જવું જોઈએ. હેલનઃ મારે જવું છે. આવતા વરસે હું જવા ધારું છું. તું ઉનાળામાં જાય છે ને? અલીઃ હા, કારણ કે ઉનાળામાં મને રજા મળે છે. પણ ત્યારે ત્યાં ભારે ગરમી હોય છે. તારે શિયાળામાં જવું જોઈએ. હેલનઃ મારી મા નાતાલમાં મારે ત્યાં આવે છે તેથી મારે અહીં રહેવું પડશે. અલીઃ તારી સાથે લાવજે ને! મઝા આવશે! **Alī: tāruṃ gujarātī have ghaṇuṃ sāruṃ che. tāre have thoḍā vakhtmāṃ gujarāt javuṃ joīe. Helen: māre javuṃ che. āvtā varse huṃ javā dhāruṃ chuṃ. tuṃ unāḷāmāṃ jāy che ne? Ali: hā, kāraṇ ke unāḷāmāṃ mane rajā maḷe che. paṇ tyāre tyāṃ bhāre garmī hoy che. tāre śiyāḷāmāṃ javuṃ joie. Helen: mārī mā Nātālmāṃ māre tyāṃ āve che tethī māre ahīṃ rahevuṃ paḍśe. Alī: tārī sāthe lāvje ne! majhā āvśe! D** મીનાઃ માશી, મારે નવાં કપડાં ખરીદવાં છે. લીલાઃ તારે ભારતીય કપડાં પહેરવાં જોઈએ. મીનાઃ કાલે મારે

બજારે જવું છે. લીલાઃ તારે વહેલી સવારે નીકળવું જોઈએ. મીનાઃ મારે નીલાને મળવું છે. લીલાઃ અત્યારે તે ઑફિસે જતી હોય છે. મીનાઃ મારે અહીં થોડી વાર રહેવું છે. લીલાઃ તારે ઘેર પાછા જવું પડે
છે. **Mīnā: māśī, māre navāṃ kapḍāṃ kharīdvāṃ che. Līlā: tāre bhāratīy kapḍāṃ pahervāṃ joīe. Mīnā: kāḷe māre bajāre javuṃ che. Līlā: tāre vahelī savāre nīkaḷvuṃ joīe. Mīnā: māre Nīlāne maḷvuṃ che. Līlā: atyāre te ophise jatī hoy che. Mīnā: māre ahīṃ thoḍī vār rahevuṃ che. Līlā: tāre gher pāchā javuṃ paḍe che.**

સમજ્યા/સમજ્યાં? **samjyā/ samjyāṃ?** ૧ આ સ્ત્રી ગામડામાં રહે છે. ૨ એનો પતિ ખેતરનું જોઈતું કામ કરે છે પણ એ ખેડૂત નથી, એ સુથાર છે. એ વાણિયો નથી. ૩ તે મંદિરમાં પૂજા કરે છે. ૪ ના, તે બપોરે ઘેર જમવા નથી આવતી. ૫ ના, બસમાં તે મજામાં નથી કારણ કે બસો ચિક્કાર હોય છે અને લોકો બહુ ગડબડ કરે છે. ૬ ના, તેને નોકરી નથી ગમતી. એણે નોકરી છોડવી છે. **1 ā strī gāmḍāmāṃ rahe che. 2 eno pati khetarnuṃ joītaṃ kāṃ kare che paṇ e kheḍūt nathī, e suthār che. e vāṇiyo nathī. 3 te maṃdirmāṃ pūjā kare che. 4 nā, te bapore gher jamvā nathī āvtī. 5 nā, basmāṃ te majāmāṃ nathī kāraṇ ke baso cikār hoy che ane loko bahu gaḍbaḍ kare che. 6 nā, tene ā nokrī nathī gamtī. eṇe nokrī choḍvī che.**

## Unit 6

**I went to India** ૧ સમીર પહેલી વાર ભારત ગયો. ૨ સમીર મુંબઈથી વડોદરા ગયો. ૩ ભારતમાં સમીરની તબિયત સારી ન હતી. ૪ સમીરને ભારત બહુ ગમ્યો. ૫ સમીર મજાક કરે છે કારણ કે એને લીલાને ત્યાં નાસ્તો કરવો છે.
**1 Samīr pahelī vār Bhārat gayo. 2 Samīr Mumbaīthi Vaḍodarā gayo.
3 Bhāratmāṃ Samīrnī tabiyat sārī na hatī.
4 Samīrne Bhārat bahu gamyo. 5 Samir majāk kare che kāraṇ ke ene Līlāne tyāṃ nāsto karvo che.**

**What did you do today?**
૧ આજે લીલાએ બહુ કામ કર્યું. ૨ લીલા ટ્રેનમાં આવ-જા કરે છે. ૩ કારકુને ચોરને પૈસા ન આપ્યા. ૪ લીલાને બૅન્કમાં જવું પડ્યું કારણ કે ગઈ કાલે એણે ઓછા પૈસા લીધા. ૫ આજે પ્રબોધે એક બહુ સરસ ફિલ્મ જોઈ. **1 āje Līlāe bahu kām karyuṃ. 2 Līlā trenmāṃ āv-jā kare che. 3 kārkune corne**

**paisā na āpyā.** 4 **Līlāne beṃkmāṃ javuṃ paḍyuṃ kāraṇ ke gaī kāle eṇe ochā paisā līdhā.** 5 **āje Prabodhe ek bahu saras philm joī.**

અભ્યાસ **abhyās A** ૧ ફારૂક ગુજરાતમાં એક અઠવાડિયું રહ્યો. ૨ ફારુક રાજકોટ અને ભાવનગરમાં રહ્યો. આવતે અઠવાડિયે એ મુંબઇ જશે. ૩ હા, એને ભારત ગમ્યો. ૪ હા, એણે ગુજરાત ફરીથી જવું છે. ૫ હા/ના, હું ગુજરાત ગઇ/ગયો છું/નથી. 1 **Phārūk Gujarātmāṃ ek aṭhvāḍiyuṃ rahyo.** 2 **Phārūk Rājkoṭ ane Bhāvnagarmāṃ rahyo. āvte aṭhvāḍiye e Muṃbaī jaśe.** 3 **hā, ene Bhārat gamyo.** 4 **hā, eṇe pharīthī javuṃ che.** 5 **hā/nā, huṃ Gujarāt gaī/gayo chuṃ/nathī. B** ૧ લીલાએ પરમ દિવસે એના ભાઇને જોયો. ૨ કોણે તમને આ ખબર કહી? ૩ તમે આ ચોરીની બાબતમાં કંઇ વાંચ્યું? ૪ તેં એની વાત સાંભળી? ૫ નીલા મારા ભાઇને નથી મળી. 1 **Līlāe param divase enā bhāīne joyo.** 2 **koṇe tamne ā khabar kahī?** 3 **tame ā corīnī bābatmām kaṃī vāṃcyuṃ?** 4 **teṃ enī vāt sāṃbhaḷī?** 5 **Nīlā mārā bhāīne nathī maḷī. C** તમેઃ તને મળીને મને ઘણો આનંદ આવ્યો. મેં તને ગયા વરસથી જોયો જ નથી./**tame: tane maḷine mane ghaṇo ānaṃd āvyo. meṃ tane gayā varasthī joyo j nathī.** તમેઃ હું ભારત ગયો હતો અને પરમ દિવસે જ પાછો આવ્યો છું./**tame: huṃ Bhārat gayo hato ane param divase j pācho āvyo chuṃ.** તમેઃ માફ કરો. મને ખબર છે કે હું બહુ આળસુ છું./**tame: māph karo. mane khabar che ke huṃ bahu āḷsu chuṃ.** તમેઃ આજે કંઇ ખાસ કામ નથી. કેમ?/**tame: āje kaṃī khās kam nathī. kem?** તમેઃ હા, જરૂર!/ **tame: hā, jarūr!**
**D** શ્રીમતી પટેલ મોડાં જાગ્યાં અને ખુશ નહોતાં. બસ ભરચક હતી અને એક છોકરો એમની સાડી પર ઊભો રહ્યો અને એણે માફી ન માગી. એ શાકમારકેટ ગયાં, શાકભાજી વાસી હતી. એમનાં સેક્રેટરી ગુસ્સે હતાં કારણ કે કૉમ્પ્યુટર બગડી ગયું. જોકે સાંજે એમના મિત્રે એક નવી ફિલ્મ જોવા એમને બોલાવ્યાં તેથી શ્રીમતી પટેલ આનંદમાં આવ્યાં/**Śrīmatī Paṭel moḍāṃ jāgyāṃ ane khuś nahotāṃ. bas bharcak hatī ane ek chokro emni sāḍī par ūbho rahyo ane eṇe māphī na māgī. e śākmārkeṭ gayāṃ, śākbhājī vāsi hatī. emnāṃ sekreṭarī gusse hatāṃ kāraṇ ke kampyuṭar bagḍi gayuṃ. joke sāṃje emnā mitre ek navī philm jovā emne bolāvyāṃ tethi**

**Śrīmatī Paṭel ānaṃdmāṃ āvyāṃ.** E માઇક: સાંભળો ભાઇ, હું હરે કૃષ્ણ હરે રામનું મંદિર શોધું છું. એ કઇ બાજુમાં છ?નટુભાઇ: જુઓ, જમણી બાજુમાં પોસ્ટ ઑફિસ છે. તમારી સામે જુહુ બજાર છે. સીધા જાઓ અને બજાર પહેલાં ડાબી બાજુ જાઓ. તમે હિંદુ ધર્મમાં વિશ્વાસ ધરાવો છો? માઇક: ના, ભાઇ, હું ખ્રિસ્તી છું પણ લોકો કહે છે કે ત્યાંનું ખાવાનું બહુ સરસ છે અને એ લોકો બહુ માયાળુ છે. **Māīk: sāṃbhaḷo bhāī, huṃ Hare Kṛṣṇa Hare Rāmnuṃ maṃdir śodhuṃ chuṃ. e kaī bājumāṃ che? Naṭubhāī: juo, jamṇī bājumāṃ posṭ ophis che. tamarī sāme Juhu bajār che. sīdhā jāo ane bajār pehelāṃ dābī bāju jāo. tame Hiṃdu ḍharmmāṃ viśvās dharāvo cho? Māīk: nā, bhāī, huṃ Khristī chuṃ paṇ loko kahe che ke tyāṃnuṃ khāvānuṃ bahu saras che ane e loko bahu māyāḷu che.**

સમજ્યા/સમજ્યાં? **samjyā/ samjyāṃ?** ૧ તારીક અને કાસિમ ભાઇઓ નથી. તેઓ મિત્ર છે./1 **Tārīk ane Kāsīm bhāīo nathī. teo mitro che.** ૨ આ લોકો સાથે રહેતા નથી. તેઓ સામસામે રહે છે./2 **ā loko sāthe rahetā nathī. teo sāmsāme rahe che.** ૩ તારીકની પત્ની બહાર ગઇ ન હતી. એ અંદર છે./3 **Tārīknī patnī bahār gaī na hatī. e aṃdar che.** ૪ નસરીન અંદર જાય છે કારણ કે ખુરશીદા અંદર છે અને એણે ખુરશીદા સાથે વાત કરવી છે./4 **Nasrīn aṃdar jāy che kāraṇ ke Khurśīdā aṃdar che ane eṇe Khurśīdā sāthe vāt karvī che.** ૫ આ લોકોનો ધર્મ ઇસ્લામ છે. તેઓ મુસલમાન છે. તેઓ કૃષ્ણ ભગવાનમાં વિશ્વાસ નથી ધરાવતા. /5 **ā lokono dharm Islām che. teo musalmān che. teo Kṛṣṇa Bhagvānmāṃ viśvās nathī dharāvtā.** નમસ્તે! **namaste!** instead of સલામ અલેકુમ! **salām alekum!** ભાઇ bhāī instead of મિયાં **miyāṃ** પત્ની **patnī** instead of બેગમ **begum** આવજો or નમસ્તે **āvjo** *or* **namaste** instead of ખુદા હાફિજ **khudā hāphij.**

## Unit 7

**What's the time?** ૧ આશિષ સવા નવની ટ્યૂબમાં આવે છે. ૨ સવારના વર્ગો દસ વાગ્યે શરૂ થાય છે. ૩ બપોરના વર્ગો અઢી વાગ્યે શરૂ થાય છે. ૪ આશિષ વિદ્યાર્થી છે. ૫ આશિષને લંડન ગમે છે પણ એની પાસે વખત નથી તેથી એ લંડન જોવા નથી ગયો. 1 **Āśiṣ savā navnī ṭyūbmāṃ āve che.** 2 **savārnā vargo das vāgye śarū thāy che.** 3 **bapornā vargo aḍhī vāgye śarū thāy che.** 4 **Āśiṣ vidyārthī che.** 5 **Āśiṣne Laṃḍan**

**game che paṇ eni pāse vakht nathī tethīe Lamḍan jovā nathī gayo.**

**I've heard you're going to India** ૧ નિશા ચાર દિવસ પહેલાં એનો સામાન તૈયાર કરવા માંડ્યો. ૨ લીલાનો ભાઈ બહારગામ ગયો હશે. ૩ લીલાએ કહ્યું કે પ્રબોધ બજારમાં ગયા હશે. ૪ પ્રબોધનું કામ પુરું થયું નથી કારણ કે એ નથી આવ્યો. ૫ લીલાને નથી લાગતું કે વરસાદ પડશે. 1 **Niśā cār divas pahelāṃ eno sāmān taiyār karvā māṃḍyo.** 2 **Līlāno bhāī bahārgām gayā haśe.** 3 **Līlāe kahyuṃ ke Prabodh bajārmāṃ gayā haśe.** 4 **Prabodhnuṃ kām puruṃ thayuṃ nathī kāraṇ ke e nathī āvyo.** 5 **Līlāne nathi lāgtuṃ ke varsād paḍśe.**

અભ્યાસ **abhyās** **A** ગામડામાં અમારે થોડી જમીન છે, પણ તેઓ ખેડૂત નથી. તેઓ સુથાર છે. તેઓ પોતે ખેતરનું જોઈતું કામ કરે છે. અમારા ખેતરમાં અમે મગફળીનો પાક લઈએ છીએ. ચાર વરસથી હું બૅન્કમાં નોકરી કરું છું.

હું વહેલી સવારે ઊઠી દાતણ કરીને સ્નાન કરું છું. ઘરમાં અંબાજીનુ મંદિર છે અને હું એની પૂજા કરું છું. પછી એમને માટે નાસ્તો તૈયાર કરીને હું ઑફિસ જવા નીકળું છું. હું બસમાં આવ-જા કરું છું અને રોજ બસો ચિક્કાર હોય છે અને લોકો બહુ ગડડબ કરે છે. રાતે હું કંઇ ચોપડી વાંચીને સૂઈ જાઉં છું.

મારે નોકરી છોડવી છે પણ ગામડામાં લોકોને બહુ ઓછા પૈસા મળે છે અને મારે બેચાર વરસ સુધી નોકરી કરવી પડે એમ છે.

**gāmḍāmāṃ amāre thoḍī jamīn che, paṇ teo kheḍut nathī. teo suthār che. teo pote khetarnuṃ joītuṃ kām kare che. amārā khetarmāṃ ame magphaḷīno pāk laīe chīe. cār varasthī huṃ beṃkmāṃ nokrī karuṃ chuṃ.**

**huṃ vahelī savāre ūṭhī dātaṇ karīne snān karuṃ chuṃ. gharmāṃ Aṃbājīnuṃ maṃdir che ane huṃ eni pūjā karuṃ chuṃ. pachi emne maṭe nāsto taiyār karīne ophis javā nīkaḷuṃ chuṃ. huṃ basmāṃ āv-jā karuṃ chuṃ ane roj baso cikār hoy che ane loko bahu gaḍbaḍ kare che. rāte huṃ koi copḍī vāṃcīne sūī jāuṃ chuṃ.**

**māre nokri choḍvī che paṇ gāmḍāmāṃ lokone bahu ochā paisā maḷe che ane māre becār varas sudhī nokrī karvī paḍe em che.**

**B** ૧ ગુજરાતની વસતિ ચાર કરોડ અને વીસ લાખની છે. ૨ ગુજરાતનો કિનારો એક હજાર છસો કિલોમીટર લાંબો છે. ૩ ગુજરાતમાં એક વરસમાં વરસાદ એક હજાર પાંચસો મિલિમીટર પડે છે. ૪

ગુજરાતના પચાસ ટકાના લોકોને (એટલે લગભગ બે કરોડ) લખતાં વાંચતાં આવડે છે. ૫ ભારતની વસતિ લગભગ પચાસી કરોડની છે. 1 **Gujarātnī vastī cār karoḍ ane vīs lākhnī che.** 2 **Gujarātno kināro ek hajār chaso kilomīṭar lāṃbo che.** 3 **Gujarātmāṃ ek varasmāṃ varsād ek hajār pāṃcso milimīṭar paḍe che.** 4 **Gujarātnā pacās ṭakānā lokone (eṭle lagbhag be karoḍ) lakhtāṃ vāṃctāṃ āvaḍe che.** 5 **Bhāratnī vastī lagbhag pacāsī karoḍ che.** **C** 12.45 પોણો વાગ્યો છે **poṇo vāgyo che**; 2.30 અઢી વાગ્યા છે **aḍhī vāgyā che**; 7.45 પોણા આઠ વાગ્યા છે **poṇā āṭh vāgyā che**; 5.15 સવા પાંચ વાગ્યા છે **savā pāṃc vāgyā che**; 9.10 નવ ને દસ (મિનિટ) થઈ છે **nav ne das (miniṭ) thaī che**; 1.30 દોઢ વાગ્યો છે **doḍh vāgyo che.** **D** તમે: હું નવ વાગ્યે નીકળું છું. તમે: હું ટ્રેનમાં આવ-જા કરું છું. તમે: હું લગભગ સાડા દસ વાગ્યે ઑફિસ પહોંચું છું. તમે: હું રાતે છ વાગ્યા સુધી કામ કરું છું. **tame: huṃ nav vāgye nikaḷuṃ chuṃ. tame: huṃ ṭrenmāṃ āv-jā karuṃ chuṃ. tame: huṃ lagbhag sāḍā das vāgye ophis pahoṃcuṃ euṃ. tame: ā huṃ rate cha vāgyā sudhī kām karuṃ chuṃ.**

સમજ્યા/સમજ્યાં? **samjyā/samjyāṃ?** ૧ અઠવાડિયાના આઠ દિવસ નથી. સાત દિવસ હોય છે. ૨ ગુજરાતમાં પાંચ ઋતુ નથી. ત્રણ ઋતુ હોય છે. ૩ ચોમાસાના છેલ્લા બે મહિનામાં વરસાદ નથી પડતો. વરસાદ પહેલા બે મહિનામાં પડે છે. ૪ ચોમાસું લગભગ જૂનમાં બેસે છે. ૫ ચોમાસું લગભગ ઑક્ટોબર સુધી ચાલે છે.

## Unit 8

**Letter : Wedding** ૧ ગયે વરસે હસુફોઈ આવ્યાં ન હતાં કારણ કે એમના બાપુજી સ્વર્ગવાસી થયા. ૨ ગોપી દાદીની સાથે ગુજરાતી બોલે છે. ૩ ગોપીની બહેનપણીનું લગ્ન થવાનું છે. ૪ એનું બી. એ. પૂરું થાય પછી ગોપીને લગ્ન કરવાનું છે. ૫ ગોપીની મા ગોપીના લગ્ન માટે ઘરેણાં વગેરે ખરીદે છે.

**Thank you** ૧ રમણલાલ શ્યામના ભાઈ હતા. ૨ રચના અમિતાબેનનાં માબાપને ઓળખે છે. ૩ અમિતાબેન લંડનમાં રહેતાં નથી. ૪ રચનાએ નલિનીબેનને કાગળ લખ્યો છે કારણ કે નટુભાઈ સ્વર્ગવાસી થઈ ગયા. ૫ રચનાએ અમિતાબેનને કાગળ લખ્યો છે કારણ કે એ અમિતાબેનને ત્યાં રહેવા ગઈ હતી.

અભ્યાસ **abhyās** **A** તમે આજે મને રજા છે અને હું બજારે જવાની છું. મારેઃ બહેનપણી માટે સાડી લેવી છે કારણ કે એ લગ્ન કરવાની છે. તમે: હા તો. હું મારી બહેનપણી સાથે નાસ્તો કરવા

મળવાની છું. તને અમારી સાથે આવવું છે? **B** ૧ ગણેશ, શ્રીનાથજી અને સ્વામિનારાયણના ફોટા છે. ૨ આ કુટુંબનો ધર્મ વૈષ્ણવ છે. ૩ આણંદ ગુજરાતમાં છે. ૪ આ લગ્નને એક દિવસ લાગશે. ૫ હસ્તમેળાપ સાંજના સાત વાગ્યે છે.

**C** હું નાતાલની રજાઓમાં દેશ જવાની છું. હું પહેલાં મુંબઈમાં અમિતામાસીને ત્યાં રહેવાની છું. પછી સવારે હું વડોદરા જવાની ગાડી લઈશ. હું તને સ્ટેશને મળીશ. મને ગાંધીનગરનું નવું સ્વામિનારાયણ મંદિર ખૂબ જ ગમ્યું છે. ચાલ, તને મળીને ખૂબ મઝા આવશે.

લિ.

**D** લંડન, ૨૬ જાન્યુઆરી, ૧૯૯૫

પરમપૂજ્ય લીલા કાકી,

હું ડિસેમ્બરમાં મુંબઈ આવવાનો હતો પણ મારે યુનિવર્સિટીમાં ઘણું કામ કરવાનું હતું. આજે પ્રજાસત્તાક દિવસ છે અને મને તમારા બધાની ખોટ સાલે છે. અહીં નાતાલમાં સખત ઠંડી હતી અને મને ઠંડું વાતાવરણ ગમતું નથી. મને ખબર છે કે અત્યારે ત્યાં વાતાવરણ ગરમ હશે. હું આવતા ડિસેમ્બરમાં ભારત આવીશ.

તમને એ જોઈને નવાઈ લાગશે કે હું ગુજરાતીમાં લખું છું. હું ગયા ઑક્ટોબરથી યુનિવર્સિટીમાં ગુજરાતી શીખું છું. હું લખવા-વાંચવાનું અને બોલવાનું પણ શીખ્યો છું. પત્ર લખવો એ સારું એવું અઘરું કામ છે, પણ હવે હું ધીમે ધીમે લખી શકું છું. હું આવતા વરસે સાહિત્યનો અભ્યાસ કરવા ઇચ્છુ છું.

આશા છે કે તમે સહુ કુશળ હશો. અહીં બધાં મજામાં છે. જલદી લખજો.

તમારા.

અજયનાં પ્રણામ.

**સમજ્યા/સમજ્યાં?** ૧ રીના આજે જ કાગળ લખે છે કારણ કે આજે પહેલી વાર કામમાંથી સમય મળ્યો. ૨ હા, રીના એમના બનેવીને ઓળખે છે. એના પિતાજી બાપુજીની સાથે વેપાર કરે છે. ૩ કંકોતરી એટલે લગ્નનું આમંત્રણ. ૪ લગ્ન પછી રીનાની બહેન સાસરે જઈને એના પતિની સાથે લંડન જશે. ૫ રીના મજામાં છે, પણ મોટી બહેન જશે ત્યારે રીનાને બહુ દુઃખ આવશે.

## Unit 9

**Bombay** ૧ વીરેનને એ.સી.ની ટિકિટ જોઈએ છે. ૨ વીરેનને લાગે છે કે હમાલો હમેશાં તકલીફ આપે છે કારણ કે એને લાગે છે કે એ વધારે પડતા પૈસા માગે છે.
૩ વીરેન અને અનિલ રિક્ષામાં માશીને ત્યાં પહોંચશે. ૪ મુંબઈમાં આવ-જાની વ્યવસ્થા સારી છે. મુંબઈ સબર્બન ટ્રેન અને ટેક્સીની વ્યવસ્થા હોય છે. પરાંમાં પણ રિક્ષાની વ્યવસ્થા હોય છે. ૫ હા, લાગે છે કે આ લોકોને આ સફર ગમશે.

### Do you like Hindi films?

૧ મનીષા સિનેમા જોવા જતાં નથી કારણ કે આજની સિનેમા ખરાબ હોય છે.
૨ મનીષાને જૂની ફિલ્મો ગમે છે.
૩ અમિતાભ જાણીતા અભિનેતા છે. ૪ આજની ફિલ્મોને સુખી અંત હોય છે. ૫ ના, આજની ફિલ્મોમાં સમાજિક પ્રશ્નો ઘણા ઓછા હોય છે.

**અભ્યાસ A** પ્રિયાઃ ચાલો, બધા થાકી

ગયા છે. છોકરાઓ, જલદી દૂધ પી લો અને સૂઈ જાઓ! છોટાભાઈ, અહીં બેસી જાઓ. તમે જમી લીધું? છોટાભાઈ: હા, જમી લીધું. અત્યારે મારે ઘેર જવું જોઈએ છે. ગઈ કાલે મારી દીકરી આવી ગઈ
છે. પ્રિયા: હું ભૂલી ગઈ હું. એને માટે થોડી કેરીઓ લઈ જાઓ. છોટાભાઈ: હું કાલે તારી થેલી પાછી મોકલી દઈશ. આવજો!
**B** તમે: હું એક અઠવાડિયાથી અહીં છું અને ગયા રવિવારે આવી હતી. તમે: હું ગાડીમાં આવી હતી. પાંચ કલાક લાગ્યા.
તમે: મને ખબર નથી પણ મને લાગે છે કે હું અહીં બેત્રણ અઠવાડિયાં
રહીશ. **C** ૧ ના, પહેલાં હું અમદાવાદમાં રહેતી (રહેતો) પણ હવે હું વડોદરા રહું છું. ૨ ના, પહેલાં મનીષા ટ્રેનમાં આવ-જા કરતી પણ હવે એ બસમાં આવ-જા કરે છે. ૩ ના, પહેલાં હું દર વરસે ભારત આવતી (આવતો) પણ હવે ટિકિટ બહુ મોંઘી હોય છે. ૪ ના, પહેલાં હું એકલો રહેતો (એકલી રહેતી) પણ હવે હું મારા ભાઈ સાથે રહું છું. ૫ ના, પહેલાં હું માંસાહારી હતી (હતો) પણ હવે હું શાકાહારી છું.

**D** 'તમે હવે મુંબઈ રહો છ?'

'હા, પહેલાં હું અમદાવાદમાં મારે સાસરે રહેતી હતી પણ હવે અમે મુંબઈ આવ્યાં છીએ. તમે કેમ છો? તમારી તબિયત તો બરાબર છે ને?'

'ખરાબ તો નથી, પણ હું ખૂબ થાકી ગઈ છું. મારી દીકરી બરાબર ઊંઘતી નથી. પહેલાં તો એ ચૂપચાપ ઊંઘી જતી પણ હમણાંથી રાત્રે રડવા લાગી છે. પથારીમાં સુવડાવતાં એકલું લાગતાં એ રડે છે. આમ તો બહુ મીઠી બાળકી છે પણ એને લીધે આ ઉપાધિ ઊભી થઈ છે.'

'ચિંતા ન કરો, સમય જતાં બધું બરાબર થઈ જશે.'

'આ સાંભળતાં એ હસીને જ ચાલી ગઈ.'

**સમજ્યા/સમજ્યાં?** ૧ ના, આ લોકોએ સાત વાગ્યાની ગાડી પકડી લીધી હતી. ૨ લેખકનું ખમીસ ફાટી ગયું. ૩ અલી હસે છે કારણ કે લેખકનું ખમીસ ફાટી ગયું. ૪ આ લોકો આ ડબ્બામાં બેસે છે કારણ કે એમાં બહુ ગિરદી નથી. ૫ આ લોકોએ ટિકિટ નથી લીધી કારણ કે સમય નહોતો.

## Unit 10

**Do you like Gujarati food?** ૧ કૃત્તિકાને વટાણા, બટાટા અને મેથી લેવી છે. ૨ વટાણા મોંઘા પડે છે કારણ કે એની સીઝન ગઈ છે. ૩ વટાણા ચાર રૂ. કિલો, બટાટા બે રૂ. કિલો વગેરે. ૪ હા, બરાબર છે. ૫ સામેની દુકાનવાળા પાસે છૂટા પૈસા છે.

**At meal time** ૧ ના, સ્ટીવ ગુજરાતી નથી પણ એ ગુજરાતી બોલી શકે છે. ૨ વીરેનને ત્યાં એનાં સગાંવહાલાં છે- કાકી, કાકા અને એમની દીકરી, વીરેનની બહેન અને એની બા. ૩ નલિની એક બાધા રાખે છે. ૪ એકટાણું એટલે એક દિવસમાં એક વારનું જમવાનું. ૫ ગુજરાતમાં થોડાક લોકો છરીકાંટે જમે છે. લોકો હાથથી જમતો હોય છે.

**અભ્યાસ A** સુશીલા: કેમ છો કૃત્તિકાબેન? કૃત્તિકા: સારું છે. આ બજાર સારી તો નથી. બધું જ મોંઘું છે
ને? સુશીલા: હા, છે. જ્યાં હું રહું છું ત્યાં બજાર સારી છે. ત્યાંનાં શાકભાજી

વેચનારા સરખો ભાવ માગે છે. ભાવ વાજબી છે. પણ જ્યાં તમે રહો છો ત્યાંથી બહુ દૂર છે. અહીંનો ભાવ તો બહુ વધારે છે. હું ઓછી વાર અહીં આવું છું. કૃત્તિકાઃ જ્યારે હું અમદાવાદમાં રહેતી હતી ત્યારે હું રોજ બજારે જતી હતી. પણ જ્યારથી હું મુંબઇ રહું છું ત્યારથી હું દર ત્રીજે દિવસે બજારે જાઉં છું. અહીં બધું જુદું છે. મુંબઈમાં રહેવાનું મને નથી ફાવતું. સુશીલાઃ હવે તમે ક્યાં સુધી મુંબઈમાં રહેશો? કૃતિકાઃ મારા દીકરાનો અભ્યાસ પૂરો થશે ત્યાં સુધી. **B** શાકવાળોઃ વીસ રૂપિયે (રૂપિયાનો) કિલો. શાકવાળો આ સારી કેરી છે. જુઓ, એ તાજી અને મીઠી છે. શાકવાળો પણ હું શું કરું? પહેલાં તો અમને મોટી કેરીઓ મળતી હતી પણ આજકાલ નાની જ મળે છે.
**C** અવનીઃ શું કરે છે પ્રેરણા? પ્રેરણાઃ હું અભ્યાસ કરું છું. શિક્ષિકા કહે છે કે જે વિદ્યાર્થી મહેનત કરતા નથી તે પરીક્ષામાં નાપાસ થશે.
અવનીઃ સાચું તો છે. શિક્ષિકા કહે તે જ આપણે કરવું જોઇએ. પ્રેરણાઃ પણ જે અભ્યાસ આપણે કરીએ છીએ તે બહુ અઘરો છે. અવનીઃ છે ને? તમે ક્યાં સુધી પુસ્તકાલયમાં રહેશો? પ્રેરણાઃ મારું કામ પૂરું ન થાય ત્યાં સુધી. **D** ૧ એની સાથે આવેલો માણસ મારાં ઘરેણાં ચોરી ગયો. **Or:** (જે) એની સાથે આવ્યા તે માણસે મારાં ઘરેણાં ચોર્યા. ૨ સફેદ સાડી પહેરીને ત્યાં બેઠેલી છે એ સ્ત્રી રેખા છે.
**Or:** ત્યાં બેઠેલી બહેન જેણે સફેદ સાડી પહેરી છે તે રેખા છે. ૩ એણે બતાવી એ સાડીઓ મને ગમી નહીં. ૪ એ આવે છે એ વિસ્તારના લોકો સુશિક્ષિત છે. ૫ જેણે મહાભારતમાં કૃષ્ણની આદા ભજવી એ તે જ અભિનેતા છે. ૬ તને જરૂર હતી તેટલા પૈસા તારી પાસ હતા?

**સમજ્યા/સમજ્યાં?** ૧ ભારતમાં પુરુષો તથા સ્ત્રીઓ સિગારેટ પીએ છે. ૨ સિગારેટ તજી દેવાનું સહેલું કામ નથી. એ બહુ અઘરું છે. ૩ લોકો સિગારેટ શોખ માટે પીએ છે. ૪ ભારતમાં લોકો ઘણી રીતે તમાકુ લે છે. એ તમાકુ ચાવે છે, પાનમાં ખાય છે, બીડીમાં નાખીને ફૂંકે છે, કે છીંકણી બનાવીને સૂંઘે છે. ૫ ના, મને ધૂમ્રપાન જરાય ન ગમે.

## Unit 11

### Are you feeling better?

૧ પલ્લવીનું હાડકું ભાંગી ગયું.
૨ પલ્લવીનાં મા ઈસ્પિતાલે નથી કારણ કે તેઓ ત્યાંથી દૂર રહે છે. ૩ પલ્લવીને પગ પ્લાસ્ટરમાં રાખવો પડશે અને એક અઠવાડિયું શાંતિથી રહેવું પડશે.
૪ ઈસ્પિતાલ સારી છે. ૫ ઈસ્પિતાલ છોડીને પલ્લવી લીલાને ત્યાં રહેવા જશે.

**Homework** ૧ નરેશે પાઠ કરી લીધો નથી કારણ કે પાઠ બહુ જ કઠિન હતો. ૨ નીલાને આ પાઠ સહેલો લાગે છે કારણ કે એણે સંસ્કૃત ભણી લીધું છે. ૩ નરેશ સંસ્કૃત નથી ભણ્યો કારણ કે એ માનતો હતો કે સંસ્કૃત અઘરું છે અને કંટાળો આવશે. ૪ અધ્યાપિકા ગુસ્સે થાય છે કારણ કે વિદ્યાર્થિઓ આળસુ હોય છે. એ બોલે છે કે તેઓ અભ્યાસ ન કરે તો એ વિભાગના વડાને કરતૂકની જાણ કરશે. ૫ શહીના અને નરેશ નીલાનાં નામ મડમની દીકરી પાડે છે કારણ કે એ અભ્યાસ ન કરે તો એને જરાય ન ગમે.

**અભ્યાસ A** ૧ (જો) એ આવશે

(આવે) તો હું જઈશ (જાઉં). ૨(જો) એ ન આવે તો હું નહિ જાઉં. ૩ (જો) એ આવ્યો હોત (આવત) તો હું ગઈ હોત (જાત). ૪ એ આવ્યો ન હોત તો હું ગઇ ન હોત. ૫ એણે કહ્યું કે એ આવશે તો હું જઈશ. ૬ એણે કહ્યું કે એ ન આવે તો હું ન જાઉં. ૭ એણે કહ્યું કે એ આવશે તો હું જઈશ. ૮ એણે કહ્યું કે એ આવ્યો હોત તો હું ગઇ હોત. ૯ તેઓએ કહ્યું કે એ આવ્યો ન હોત તો અમે ગયાં ન હોત. ૧૦ એણે કહ્યું કે એ આવ્યો હોત તો હું ગઇ હોત. **B** ગઈ કાલે મને મારા મુંબઈના મિત્રનો પત્ર મળ્યો. એણે લખ્યું છે કે થોડા વખત પહેલાં જ એ પૂને ગયા હતા અને જો હું આવી શક્યો હોત તો બહુ સારું(થાત. એમને બધાને મારી ખોટ સાલી અને કહે છે કે જો આવતા વર્ષે હું નહીં આવું તો એ ખૂબ ગુસ્સે થશે. મેં એને લખીને જણાવ્યું કે કામના ભારે દબાણને લીધે હું આવી ન શક્યો. મેં એને કહ્યું નહીં કે રાજનીતિશાસ્ત્રની પરીક્ષામાં હુ નાપાસ થયો તેથી મારે એ ફરી આપવી પડશે. મેં એને લેસ્ટર આવવા આમંત્રણ આપ્યું અને જણાવ્યું કે એ નહીં આવે તો હું ખૂબ ગુસ્સે થઇશ. **C** તમેઃ આવતા વર્ષે મને ભારત જવાની તક મળે તો હું જરૂર જઈશ. તમેઃ ચાર મહિનાથી હું ગુજરાતી શીખી રહ્યો છું. તમેઃ હું ત્યાં જાઉં તો દર રોજ બોલવા પામીશ. તમેઃ હા, જૂનમાં. જો મારે પરીક્ષામાં પાસ થવું હોય તો આ વર્ષે મારે સખત અભ્યાસ કરવો પડશે. તમેઃ ભાડાં આટલાં ખર્ચાળ ન હોત તો હું દર વર્ષે જાત. તમેઃ હા, મારા મિત્રો જવાન છે તોપણ મને લાગે છે કે મારે લંડનમાં રોકાઈને કામ કરવું જોઇએ.

**સમજ્યા/સમજ્યાં?** ૧ લેખક માર્ચમાં વડોદરામાં હોત તો એ કાકીની સાથે મુંબઇ જાત. ૨ કાકીને સાસરિયાં ન આવે ત્યાં સુધી વડોદરામાં રહેવું પડશે. ૩ કાકી વહેલી ખબર આપશે તો કાકીની બહેન સ્ટેશન આવશે. ૪ કાકીની બહેનની તબિયત સારી નથી. ગયે અઠવાડિયે તેણે ઈસ્પિતાલમાં જવું પડ્યું અને હજી બીમાર હશે. ૫ અક્ષય લેખકને સ્ટેશન લેવા આવશે તો જ એ મુંબઇ જશે.

# Unit 12

## Do you like living here?

૧ જૂહીને મુંબઇ બહુ જ ગમ્યું.
૨ મુંબઈમાં મરીન ડ્રાઇવ, ઊંચી ઇમારતો, ચોપાટી વગેરે વગેરે જોવા જેવા છે. ૩ ના, આણંદ મુંબઈ જેવું નથી. એ ઘણું નાનું શહેર છે. ૪ જૂહીને મુંબઈમાં નવાઈ લાગે છે કે કારણ કે છોકરીઓ વિચિત્ર કપડાં પહેરે છે. ૫ ના, ગામડાનું જીવન અને શહેરનું જીવન સરખાં નથી.

## Do you come to Leicester from East Africa?

૧ નટુભાઈ લેસ્ટર આવ્યા હતા કારણ કે ૧૯૭૧માં ઈદી આમીને ભારતીય લોકોને યુગાંડામાંથી કાઢી મૂક્યા હતા. ૨ લેસ્ટર આવ્યા પહેલાં નટુભાઇ ભારતમાં રહેતા ન હતા. તેઓ યુગાંડામાં રહેતા હતા. ૩ હા, નટુભાઈ દુકાનવાળા છે. ૪ નટુભાઈનું કુટુંબ ખૂબ કામ કરતાં કરતાં સફળતાથી રહે છે.
૫ એમનો મોટો દીકરો નટુભાઈ સાથે રહે છે અને બીજા દીકરા યુ.એસ.માં રહે છે.

**અભ્યાસ abhyās** **A** ૧ (a) આવો આળસુ છોકરો પરીક્ષામાં નાપાસ થાય. (*b*) એ એના ભાઈ જેવો આળસુ

નથી. (*c*) એ એના ભાઇ કરતાં આળસુ છે. (*d*) એ બધા છોકરામાંથી સૌથી આળસુ છે. ૨ (*a*) આ ચોપડી વેલી ચોપડી કરતાં સારી છે. (*b*) આ ચોપડી વાંચવા જેવી છે. (*c*) આ ચોપડી મેં વાંચેલી ચોપડીઓમાંથી સૌથી સારી છે. (*d*) આ ચોપડી કરતાં આ ચોપડી જુદી છે. ૩ (*a*) આ સાડી એ કરતાં વધારે મોંઘી છે. (*b*) મારી પાસે આવી મોંઘી સાડી નથી. (*c*) આ મોંઘામાં મોંઘી સાડી છે. (*d*) હું આની સાડી જેવી સાડી પહેરીશ. ૪ (*a*) રાજકોટ જોવા જેવું છે. (*b*) રાજકોટ મુંબઇ જેટલું મોટું શહેર નથી. (*c*) મુંબઇ રાજકોટ કરતાં મોટું છે. (*d*) ભારતમાં મુંબઇ કે કલકત્તા મોટામાં મોટું શહેર છે? **B** ૧ યુ.કે.માં લોકો શાકાહારી થતા જાય છે. ૨ એ પાંચ વરસથી ગુજરાતી ભણતો આવે છે. ૩ હું રોજ ગુજરાતી બોલતી જઇશ. ૪ યુ.કે.માં ઘણાં હિંદુ મંદિરો થતાં જાય છે.
૫ ગુજરાતીનો અભ્યાસ કરતા રહો! હું પાછી આવીશ. **C** ૧ ના, ગુજરાતનું મોટામાં મોટું શહેર અમદાવાદ છે. ૨, ના, ગુજરાત યુ.કે. જેટલો મોટો દેશ હોય છે. ૩ હા, પૉટર્યુગીઝો સૌથી પહેલાં ગુજરાતમાં આવેલા યુરોપિયન હતા. ૪ ના, ગુજરાતમાં શૈવ કરતાં વધારે વૈષ્ણવ હોય છે. ૫ હા, વેપાર માટે અંગ્રેજોએ સૌથી પહેલું સુરત પસંદ કર્યું હતું.

**D** યુનિવર્સિટીમાં દાખલ થવાના મારા પહેલા દિવસને હું ક્યારેય નહીં ભૂલું. વરસનો એ સૌથી ગરમ દિવસ હતો. કોઇકે મને સીધા પ્રાધ્યાપકના ખંડમાં જવા જણાવ્યું. હું અંદર ગયો તો હેબતાઇ ગયો. એ ઓરડો મેં કદી જોયો ન હોય એટલે ગંદો હતો અને નકામી વસ્તુઓથી ભરેલો હતો. હું બારણે થોડી વાર ઊભો રહ્યો તોપણ એ ટેલિફોન પર મિત્ર સાથે વાત કરતા જ ગયા. હું બહાર જઇને બીજા વિદ્યાર્થીને મળ્યો. તેણે કહ્યું કે જવા દો, અહીં તો બધું આમ જ ચાલે છે. એને પહેલાં પ્રાધ્યાપકની બીક લાગી પણ હવે એ પ્રાધ્યાપક બધાંથી વધુ પસંદ કરે છે.

સમય જતાં, હું બીજા વિદ્યાર્થીઓને મળ્યો. ફિરદોસ બધામાં સૌથી વધુ હોશિયાર હતો પણ મને એ ખાસ ગમ્યો નહીં. સ્નાતક થયા પછી એ વકીલ થવા ઇચ્છતો હતો. અકબર એનાથી વધુ ભલો હતો પણ એ એટલો હોશિયાર નહોતો. એણે ડૉક્ટર થવું હતું પણ પરીક્ષામાં નાપાસ થયો હતો.

**સમજ્યા/સમજ્યાં?** ૧ સંગીતાને મુંબઇ ગમે છે કારણ કે એને ગરમી ફાવે અને ત્યાંનું જીવન લંડનના કરતાં સહેલું લાગે છે. ૨ ઉનાળામાં મુંબઇ સહન ન થાય. ૩ પૈસાદાર લોકોની પાસે એ.સી. છે. ૪ ફરીદાને ઘરનું કામ અને કુટુંબનું ધ્યાન કરવું પડે છે. ૫ મુંબઇના જીવન કરતાં લંડનનું જીવન ઘણું જ જુદું છે.

## Unit 13

**Do you live in UK?** ૧ અહીં આવ્યા પછી પ્રબોધને ઘણી તકલીફો હતી. એની પાસે ઓછા પૈસા હતા, એને બહુ જ કામ કરવું પડ્યું વગેરે વગેરે. ૨ જુવાનો બાપનું કહ્યું નથી માનતા કારણ કે તેઓ માને છે કે એની સલાહ કામની નથી.
૩ તકલીફો થતાં પ્રબોધે બહુ જ કામ કર્યું. ૪ ભાભી એટલે પ્રબોધની પત્ની. એ હમેશાં મદદ કરે છે. ૫ પ્રબોધ ભારતમાં રહ્યો હોત તો ભગવાન જાણે શું થાત!

**Hello!** ૧ મનીષા કહે કે એ ફરીથી ફોન કરશે કારણ કે આનલ ઘેર નથી.

૨ મનીષાના પતિને બેરોજગાર થવાની બીક લાગે છે. ૩ બેરોજગાર એટલે કામ વિનાની સ્થિતિ. ૪ ગુજરાત સમાચાર એક છાપું છે. ૫ મનીષાના પતિને અંગ્રેજી તથા તાલીમી અભ્યાસક્રમ માટે અરજી કરવી પડે છે.

**અભ્યાસ A** તમે ના હું બોલું છું. તમે કોણ બોલો? તમે હા, મને ખબર પડી - તમે ડૉક્ટર છો ને? તમને સારું છે? તમારું કામ કેવું ચાલે છે? તમે તમે આ બાજુમાં હો ત્યારે તમે મને જરૂર મળવા આવજો.

**B** લોકો કહે છે કે પરંપરાગત છોકરી ગામડામાં રહે છે, સંયુક્ત કુટુંબમાં. એ સાડી પહેરે છે, એ કામે નથી જતી, એ ઘેર જ કામ કરે છે અને એ બહુ ભણેલી નથી. એ ભગવાનની સેવા કરે છે. એ કહે કે આધુનિક છોકરી શહેરમાં એકલી રહે છે, એ પેંટ પહેરે અને ઑફિસમાં કામ કરે. એ ભણેલી છે અને અંગ્રેજી બોલી શકે છે.

**D** વીરેન એક સફળ વેપારી છે. એ વીસ વર્ષ પહેલાં ઇંગ્લૅન્ડ આવેલો પણ એટલા પણ ઓછા ગાળામાં એ સારો એવો પૈસાદાર થઇ ગયો છે. એ એક સારા લત્તાના મોટા મકાનમાં રહે છે. એનાં બાળકો રાજાશાહી ઠાઠથી જીવે છે અને એની પત્ની કામે જતી નથી પણ રાણીની જેમ મહાલે છે. મને થાય કે હું એના જેવો હોઉં! હું બહુ ઓછું કમાઉં છું, જોકે હું કંઇક બચાવવા પ્રયત્ન કરું છું પણ મકાનમના ભાડા અને ઘરવાખરીના ખર્ચ પછી મહિનાને અંતે કશુંય ભાગ્યે જ બચતું હોય છે. જો હું બચત કરી ન શકું તો સ્વ વલંબી થવા કેવી રીતે જરૂરી મૂડી ઊભી કરી શકું? મારે નાનીસરખી દુકાન હોય તો પણ હું રાજી થાઉં. હું ઇચ્છું છું કે મારી પત્નીએ કારખાનામાં કામે જવું ન પડે અને એની પાસે થોડાંક નવાં કપડાં હોય. મારાં બાળકો દરરોજ નવી વસ્તુઓ લાવી આપવા કહે છે (મંગાવે છે). હું એમને કહું કે મારા જેવો સામાન્ય માણસ આવી આવી વસ્તુઓ ખરીદી ન શકે તો એ ગુસ્સે થઇ જાય છે અને કહે છે કે હું કંજૂસ છું. હું ફરિયાદ ન કરવા ઘણુંય કરું છું પણ જીવવું મુશ્કેલ છે. (ગુજારો કરવો સહેલો નથી).

**સમજ્યા/સમજ્યાં?** ૧ કોઇને ખબર નથી. ૨ અનુરાધાએ દીપકને ફોન કરવાના પ્રયત્નો નથી કર્યા કારણ કે એની પાસે એનો નંબર નથી. ૩ દીપક યુનિવર્સિટીથી કંટાળ્યો છે. ૪ ડિગ્રી વગર દીપકને સરી નોકરી નહિ મળશે.
૫ હાલચાલ પૂછી જવા કોઇની ખબર પૂછવી.

## Unit 14

**In the village** ૧ ગામડામાં ઘણી જાતનાં બંધનો હોય છે : આમ ન કરાય, એમ ન કરાય વગેરે વગેરે. ૨ ગામડામાં ઘણી વ્યવસ્થા નથી. દાખલા તરીકે, નળનું પાણી નથી. ૩ લેખકને ગામડામાં રહેવાનું ગમે છે કારણ કે એ બહુ સુંદર છે.
૪ બપોરે ગામડામાં શાંતિ ફેલાય છે કારણ કે લોકો સૂઇ જાય છે. ૫ ચોમાસામાં ગામડું અદ્ભુત લાગે છે.

**This is the first time I have come to the village** ૧ સેજલ પહેલાં ગામડામાં નહોતી કારણ કે એનો કેન્યામાં જન્મ થયો પછી એ યુ.એસ.માં ગઇ હતી. ૨ એનું ઘર સરસ છે. ગામડામાં છે, નદી પાસે છે. ૩ સેજલની દાદી અને એના બાપુ ઘરમાં રહે છે. દાદી ઓટલામાં હીંચકો ખાય છે. ૪ સેજલની બારીઓમાંથી નદી દેખાય છે. ૫ મને ખબર છે કે આણંદ ‘દૂધગામ’ કહેવાય છે.

**અભ્યાસ** **A** ૧ ભાઈથી મને ચોપડી અપાઈ હતી. ૨ જગદીશથી મોરનો અવાજ સંભળાય છે. ૩ મારાથી એવું કામ કરી ન શકાય. ૪ અલીથી સુંદર નહીં જોવાય છે. ૫ લીલાથી ચા પિવાય છે. **B** તમે: મારાથી અવાય તો હું જરૂર આવીશ. તમે: આપણથી શું કરાય? તમે: કહેવાય કે ખૂબ મઝા આવશે. તમે: મને ખૂબ જ આવવું છે. **C** ૧ એણે કહ્યું કે હું આવતે અઠવાડિયે આવીશ. ૨ એને થયું છે કે હું આવતે અઠવાડિયે આવીશ. ૩ એને વિચાર આવ્યો હતો કે આવે કે નહિ. ૪ એણે જાતને કહ્યું કે એ આવશે. ૫ અને સમજાયું નહોતું કે એ આવશે કે નહિ. ૬ એણે નિશ્ચય કર્યો કે હું જઇશ. ૭ એને ઘણું મન થાય કે હું જઇશ. ૮ એને ખાતરી છે કે એ આવશે. ૯ એને લાગ્યું કે હું જઇશ. ૧૦ એ વિચાર કરતો હતો કે એ આવશે.

**સમજ્યા/સમજ્યાં?** ૧ લેખક ગુજરાતી નથી. એ અંગ્રેજ હશે. ૨ લેખકનું ગુજરાતી બહુ સારું નથી. ૩ જમતી વખતે લેખકને જમણા હાથનો ઉપયોગ કરવાનું યાદ હતું. ૪ લેખકને હાથે જમતાં બરાબર નથી આવડતું. ૫ લેખકને ખબર નહોતી કે જમતી વખતે ડાબા હાથે વાસણને અડકાય નહિ.

## Unit 15

**Do you understand Gujarati?** ૧ ચીમનભાઇએ જીવણને છૂટો કર્યો કારણ કે એ સારું કામ નહોતો કરતો. ૨ લીલાએ બનારસી સાડીઓ લીધી કારણ કે ઉજારીનાં લગ્ન થવાનાં છે. ૩ આજે લીલાને પાટલી રેશમી સાડીઓ જોવી છે. ૪ લીલાને ગુલાબી, પોપટી, મોરપીંછ અને નારંગી ગમે છે. ૫ લીલાના ખ્યાલમાં ઉજારીએ રંગીન કપડાં પહેરવાં જોઇએ કારણ કે એ નાની છે.

**How many languages do you know?** ૧ દિનેશને ત્યાં ચાર ભાષા બોલાય છે (અંગ્રેજી, ગુજરાતી હિંદી અને સ્વહીલી). એને બે ભાષા આવડે છે (અંગ્રેજી અને ગુજરાતી). ૨ ઇલાને અંગ્રેજી બરાબર નથી આવડતી કારણ કે નિશાળે એ હિંદી ભણી હતી. ૩ ઇલાને ચાર ભાષા આવડે છે (ગુજરાતી, હિંદી, મરાઠી અને ઉર્દૂ). એને થોડુંક અંગ્રેજી સમજાય. ૪ મુંબઇમાં એ ચાર ભાષા (ગુજરાતી, હિંદી, મરાઠી અને ઉર્દૂ) બોલાય છે. ૫ ભારતમાં ઘણું કરીને લોકોને ત્રણ ભાષા આવડે છે, એટલે માતૃભાષા, પ્રાંતભાષા અને રાષ્ટ્રભાષા. થોડાક લોકોને અંગ્રેજી આવડે છે.

**અભ્યાસ** **A** ૧ એણે બારણું ઉઘાડ્યું. ૨ એણે મને એની ખબર જણાવી. ૩ તથાપિ એણે કોઇ વાર ગાડી ન ચલાવી. ૪ મોડા આવેલા લોકોને પાછળ બેસાડો. ૫ કાલે મને છ વાગ્યે જગાડશો. **B** તમે: તેં કોઇને બોલાવ્યું છે? તમે: હું બારણું ખોલું? તમે: હું બારીમાંથી જોઇને તને કહીશ. મગનકાકા છે. તમે: જાવેદ, તું એમને જમાડવાનો છે? ઘરમાં કંઇ ખાવાનું નથી. તમે: હું હોટેલથી ખાવાનું મંગાવીશ. **D** ગયા વર્ષે મારા પિતાજીએ એમના મિત્ર મગનભાઇ પાસે ગુજરાતી શીખવા મને ભારત મોકલ્યો. મગનભાઇ યુનિવર્સિટીમાં અધ્યાપક હતા અને બહુ શુદ્ધ (પ્રશિષ્ટ) ગુજરાતી બોલતા હતા. એમણે કહ્યું કે એ જ્યારે શાળામાં હતા ત્યારે શિક્ષક કોઇ પણ

વસ્તુ એક જ વખત સમજાવે અને જો વિદ્યાર્થિઓ નેએ સમજાઇ ન હોય તો એમને ફટકારે મારે. એમને સવારે વહેલા ઉઠવાની ટેવ હતી અને કૉલેજ જતાં પહેલાં એ મને ભણાવતા.

સંબંધિત પ્રદેશમાં જઇને જ - ભાષા બોલતાં બોલતાં યોગ્ય રીતે શીખી શકાય અને અસ્ખલિત રીતે બોલવાનું શરૂ કરી શકાય, એ માટે જે તે ભાષાભાષી પ્રદેશમાં જવું જોઇએ.

જોકે હું જીવનભર ગુજરાતી બોલ્યો છું પણ એનો અભ્યાસ કરવાની મને ફરજ પડી નથી અને મેં કશું સાહિત્ય વાંચ્યું નથી. આશા રાખું છું કે આવતા વર્ષે મગનભાઇ પાસેથી કશુંક વધુ શીખવા જવાની મને તક મળશે.

**સમજ્યા/સમજ્યાં?** ૧ લેખકને ઇંગ્લૅન્ડ કરતાં ભારતમાં ખરીદી કરવાનું ગમે છે કારણ કે એ જુદો અનુભવ છે.
૨ અલ્લાદીનની ગુફાનો અર્થ એ છે કે દુકાનમાં ઘણી બધી સારી વસ્તુઓ હોય છે.
૩ દુકાનદારો વિદેશીને જોઇને વધારે પૈસા માગે છે. ૪ છોકરો કાપડની થાન કાઢીને કાપડ દેખાડે છે. ૫ ઉપાધિ છે કે વિમાનમાં ફક્ત ત્રેવીસ કિલો વજન લઇ જવા મળે છે.

# ગુજરાતી-અંગ્રેજી શબ્દાવલિ

## (Gujarati-English vocabulary)

For English-Gujarati reference see useful sources on page 6.

| | | | |
|---|---|---|---|
| અગરબત્તી (f.) | **agarbattī** | *incense-stick* | 14 |
| અઘરું | **aghruṃ** | *difficult* | 3 |
| અઠવાડિયું (n.) | **aṭhvāḍiyuṃ** | *week* | 2 |
| અઢી | **aḍhī** | *two and a half, two and a half times* | 7 |
| અત્યારે | **atyāre** | *now* | 5 |
| અદા (f.) | **adā** | *graceful movement, acting* | 10 |
| અદ્ભુત | **adbhut** | *wonderful* | 14 |
| અધ્યાપક (m.) | **adhyāpak** | *teacher, professor* | 11 |
| અધ્યાપિકા (f.) | **adhyāpikā** | *teacher, professor* | 11 |
| અને | **ane** | *and* | 1 |
| અનેક | **anek** | *several, many* | 11 |
| અભ્યાસ (m.) | **abhyās** | *study* | 2 |
| અભ્યાસક્રમ (m.) | **abhyāskram** | *curriculum, course* | 13 |
| અમે | **ame** | *we (exclusive)* | 1 |
| અમેરિકન (m.f./adj.) | **amerikan** | *American* | 1 |
| અરજી (f.) | **arjī** | *application, prayer, complaint* | 13 |
| અરજી નાખવી | **arjī karvī** | *apply* | 13 |
| અરબી (f.) | **arbī** | *Arabic* | 11 |
| અરે! | **are!** | *oh! etc.* | 6 |
| અર્થ (m.) | **arth** | *meaning* etc. | 11 |
| અર્ધું | **ardhuṃ** | *half* | 7 |
| અવસાન (n.) | **avsān** | *end, death* | 8 |
| અવળુંસવળું | **avaḷuṃ-savaḷuṃ** | *topsy-turvy* | 12 |
| અવાજ (m.) | **avāj** | *sound, voice* | 6 |
| અશક્ય | **aśakya** | *impossible* | 15 |
| અહીં | **ahīṃ** | *here* | 1 |

| | | | |
|---|---|---|---|
| અંગ્રેજ (m./f.) | **aṃgrej** | *English person* | 1 |
| અંગ્રેજી | **aṃgrejī** | *English* | 4 |
| અંગ્રેજી (f.) | **aṃgrejī** | *English language* | 4 |
| અંત (m.) | **aṃt** | *end, boundary* | 9 |
| અંતે | **aṃte** | *at last, in the end* | 11 |
| અંદર | **aṃdar** | *inside* | 3 |
| આ | **ā** | *this, these* | 1 |
| આકાશ (n.) | **ākāś** | *sky* | 11 |
| આકાશવાણી (f.) | **ākāśvāṇī** | *radio* | 6 |
| આખરઘડી (f.) | **ākharghaḍī** | *last moment* | 12 |
| આખું | **ākhuṃ** | *whole, all* | 6 |
| આગ (f.) | **āg** | *fire* | 14 |
| આગગાડી (f.) | **āggāḍī** | *railway train* | 6 |
| આગળ | **āgaḷ** | *formerly, before* | 11 |
| આગળ જવું | **āgaḷ javuṃ** | *be fast (of watch,* etc.*)* | 7 |
| આજ | **āj** | *today* | 2 |
| આજુબાજુ | **ājubāju** | *on all sides* | 12 |
| આત્મા (m.) | **ātmā** | *soul, life* | 8 |
| આદત (f.) | **ādat** | *habit, practice* | 10 |
| આધુનિક | **ādhunik** | *modern* | 6 |
| આનંદ (m.) | **ānaṃd** | *joy, delight* | 6 |
| આનો (m.) | **āno** | *anna, N of (disused) coin* | 9 |
| આપણે | **āpṇe** | *we (inclusive)* | 1 |
| આપવું | **āpvuṃ** | *to give* | 3 |
| આરતી (f.) | **ārtī** | *arti, ceremony with lights* | 14 |
| આરામ (m.) | **ārām** | *rest* | 6 |
| આરામ કરવો | **ārām karvo** | *to take rest* | 6 |
| આરોગ્ય (n.) | **ārogya** | *health* | 10 |
| આવ-જા (f.) | **āv-jā** | *coming and going* | 5 |
| આવ-જા કરવી | **āv-jā karvī** | *to commute* | 5 |
| આવજો | **āvjo** | *goodbye* | 1 |
| આવડવું | **āvaḍvuṃ** | *to know, to know how to* | 4 |
| આવતું | **āvtuṃ** | *coming* | 4 |
| આવવું | **āvvuṃ** | *to come* | 2 |
| આશા (f.) | **āśā** | *hope* | 8 |

| | | | |
|---|---|---|---|
| આશીર્વાદ (f.) | **āśīrvād** | *blessing; Yours...* (Unit 8.5) | 8 |
| આશ્રમ (m.) | **āśram** | *ashram* | 4 |
| આસપાસ(માં) | **āspās (māṃ)** | *near by, around, in the area* | 14 |
| આસમાની | **āsmānī** | *sky-blue, blue* | 15 |
| આળસુ | **āḷsu** | *lazy* | 1 |
| ઇચ્છવું (t.) | **icchvuṃ** | *wish* | 8 |
| ઇનામ (n.) | **inām** | *reward, gift, prize* | 10 |
| ઇમારત (f.) | **imārat** | *building* | 12 |
| ઇસ્પિતાલ (f.) | **ispitāl** | *hospital* | 4 |
| ઇસ્લામ (m.) | **Islām** | *Islam* | 6 |
| ઉઘાડું | **ughāḍuṃ** | *open* | 3 |
| ઉતારુ (m.) | **utāru** | *passenger* | 9 |
| ઉત્તર (f.) | **uttar** | *north; (adj.) northern* | 15 |
| ઉધરસ (f.) | **udhras** | *cough* | 11 |
| ઉનાળો (m.) | **unāḷo** | *summer* | 5 |
| ઉનાળો બેસવો | **unāḷo besvo** | *summer sets in* | 7 |
| ઉપર | **upar** | *above* | 6 |
| ઉપરવાળો (m.) | **uparvāḷo** | *God (colloq.)* | 10 |
| ઉપરાંત | **uparāṃt** | *moreover, in addition, besides* | 15 |
| ઉમર (f.) | **umar** | *age* | 8 |
| ઉર્દૂ (f.) | **urdū** | *Urdu* | 15 |
| ઊગવું (i.) | **ūgvuṃ** | *come up, grow, rise (of sun, etc.)* | 14 |
| ઊજવવું (t.) | **ūjavvuṃ** | *celebrate* | 12 |
| ઊઠવું | **ūṭhvuṃ** | *to rise, get up* | 5 |
| ઊતરવું (i.) | **ūtarvuṃ** | *descend, alight* | 9 |
| ઊનું | **ūnaṃ** | *warm, hot* | 13 |
| ઊપડવું (i.) | **ūpaḍvuṃ** | *start, depart* | 9 |
| ઊભા રહેવું (i.) | **ūbhā rehevuṃ** | *stop, wait* | 13 |
| ઊભું | **ūbhuṃ** | *standing* | 6 |
| ઊંચું | **ūṃcuṃ** | *high* | 6 |
| ઋતુ (m.) | **ṛtu** | *season* | 7 |
| એ | **e** | *this, those, he, she, it, they,* etc. | 1 |
| એ.સી. | **e.sī.** | *air-conditioned* | 9 |

| | | | |
|---|---|---|---|
| એક | **ek** | *one; a* | 1 |
| એકટાણું (n.) | **ekṭāṇuṃ** | *vow of eating only once a day* | 10 |
| એકદમ | **ekdam** | *at once, completely* | 6 |
| એકલું | **ekluṃ** | *alone, lonely* | 8 |
| એક્સ રે (m.) | **eks re** | *X-ray* | 11 |
| એના એ જ | **enā e j** | *the same old story* | 9 |
| એમ | **em** | *thus* | 4 |
| એરપોર્ટ (n.) | **erporṭ** | *airport* | 5 |
| એવું | **evuṃ** | *of that sort, such* | 6 |
| એશઆરામ (m.) | **eśārām** | *comforts of life* | 13 |
| ઓછામાં ઓછું | **ochāmāṃ ochuṃ** | *at least* | 13 |
| ઓછું | **ochuṃ** | *few, less, insufficient, incomplete* | 3 |
| ઓટલો (m.) | **oṭlo** | *verandah, porch* | 14 |
| ઓઢણી (f.) | **oḍhṇī** | *scarf, veil* | 4 |
| ઑપરેશન (n.) | **opareśan** | *operation* | 11 |
| ઑફિસ (f.) | **ophis** | *office* | 5 |
| ઓરડો (m.) | **orḍo** | *room* | 1 |
| ઓશીકું (n.) | **ośīkuṃ** | *pillow, cushion* | 15 |
| ઓહો! | **oho!** | *oh! etc.* | 6 |
| ઓળખવું (t.) | **oḷakhvuṃ** | *know, recognise* | 12 |
| ઔપનિવેશિક | **aupaniveśik** | *colonial* | 15 |
| કચરો (m.) | **kacro** | *rubbish* | 10 |
| કઠિન | **kaṭhin** | *hard, strong, difficult* | 11 |
| કડક | **kaḍak** | *hard, harsh, cruel* | 11 |
| કથા (f.) | **kathā** | *story, tale* | 9 |
| કથ્થાઈ | **kaththāī** | *maroon* | 15 |
| કદાચ | **kadāc** | *perhaps* | 5 |
| કપડાં (n. pl.) | **kapḍāṃ** | *clothes* | 4 |
| કમ | **kam** | *less, wanting, deficient* | 7 |
| કમ્પ્યુટર (n.) | **kampyuṭar** | *computer* | 6 |
| કયું (f. કઈ) | **kayuṃ (kaī)** | *which?* | 4 |
| કરકસર (f.) | **karaksar** | *thrift, frugality* | 12 |
| કરતૂક (n.) | **kartūk** | *misdeed, bad behaviour* | 11 |
| કરવું | **karvuṃ** | *to do, make* | 2 |
| કરોડ (m.) | **karoḍ** | *crore, ten million* | 7 |

| | | | |
|---|---|---|---|
| કલમ (f.) | **kalam** | *pen* | 10 |
| કલાક (m.) | **kalāk** | *hour* | 7 |
| કહેવું | **kahevuṃ** | *to say, tell* | 2 |
| કંઈ | **kaṃī** | *some, something* | 3 |
| કંઈ નહિ | **kaṃī nahi** | *nothing* | 2 |
| કંકોતરી (f.) | **kaṃkotrī** | *invitation to wedding or similar* | 8 |
| કંજૂસ | **kaṃjūs** | *miserly, mean* | 13 |
| કંટાળવું (i.) | **kaṃṭāḷvuṃ** | *bored, weary* | 12 |
| કંટાળો (m.) | **kaṃṭāḷo** | *weariness, boredom, disgust* | 9 |
| કંબલ (m.) | **kaṃbal** | *blanket* | 3 |
| કંસારી (f.) | **kaṃsarī** | *cricket, type of insect* | 14 |
| કાકા (m. pl.) | **kākā** | *uncle, father's brother* | 3 |
| કાગળ (m.) | **kāgaḷ** | *paper, letter* | 5 |
| કાજુ (n.) | **kāju** | *cashew nut* | 1 |
| કાઢવું | **kāḍhvuṃ** | *take, draw out* | 5 |
| કાપડ (n.) | **kāpaḍ** | *cloth* | 4 |
| કાપવું (t.) | **kāpvuṃ** | *cut* | 14 |
| કામ (n.) | **kām** | *work, task, use,* etc. | 3 |
| કામ (m.) | **kām** | *desire, sex* | 9 |
| કામનું | **kāmnuṃ** | *useful* | 13 |
| કાયમ | **kāyam** | *permanent* | 8 |
| કારકુન (m.) | **kārkun** | *clerk* | 6 |
| કારખાનું (n.) | **kārkhānuṃ** | *factory, business establishment* | 13 |
| કારણ (n.) | **kāraṇ** | *cause, reason,* etc. | 11 |
| કારણ કે | **kāraṇ ke** | *because* | 3 |
| કાલ (f.) | **kāl** | *yesterday, tomorrow* | 2 |
| કાળું | **kāḷuṃ** | *black* | 15 |
| કાંટાળું | **kāṃṭāḷuṃ** | *thorny, full of difficulties* | 9 |
| કાંટો (m.) | **kāṃṭo** | *fork* | 10 |
| કિરમજી | **kiramjī** | *crimson* | 15 |
| કિલો (m.) | **kilo** | *kilo* | 10 |
| કિલોમીટર (n.) | **kilomītar** | *kilometre* | 11 |
| કિંમત (f.) | **kiṃmat** | *price, value* | 10 |
| કુટુંબ (n.) | **kuṭuṃb** | *family* | 3 |

| | | | |
|---|---|---|---|
| કુત્તો (m.) | **kutto** | *dog* | 10 |
| કુશળ | **kuśaḷ** | *well, healthy* | 8 |
| કુંવારી | **kuṃvārī** | *unmarried* (f.) | 14 |
| કૂવો (m.) | **kūvo** | *well* | 5 |
| કૃપા (f.) | **kṛpā** | *kindness, favour, pity* | 6 |
| કે | **ke** | *either, that, or* | 4 |
| કેટલાંક | **keṭlāṃk** | *some, a few* | 3 |
| કેટલું | **keṭluṃ** | *how many?* | 2 |
| કેમ? | **kem?** | *how?* | 1 |
| કેમકે | **kem ke** | *because* | 11 |
| કેવું? | **kevuṃ?** | *what sort of?* | 2 |
| કેસરી | **kesarī** | *saffron* | 15 |
| કોઈ | **koī** | *some, someone* | 3 |
| કોણ? | **koṇ?** | *who?* | 2 |
| કોમ (f.) | **kom** | *community* | 15 |
| કોયલ (f.) | **koyal** | *koel, cuckoo* | 14 |
| કૉલેજ (f.) | **kolej** | *college* | 14 |
| કોશિશ (f.) | **kośiś** | *effort* | 15 |
| ક્યારે | **kyāre** | *when?* | 2 |
| ક્યારેય | **kyārey** | *ever* | 7 |
| ક્યાં? | **kyāṃ?** | *where?* | 2 |
| ખણખણાટ (m.) | **khaṇkhaṇāṭ** | *clanking sound* | 14 |
| ખબર (f.) | **khabar** | *knowledge, news, information* | 2 |
| ખમીસ (n.) | **khamīs** | *shirt* | 9 |
| ખરચાળ | **kharcāḷ** | *costly, extravagant* | 10 |
| ખરાબ | **kharāb** | *bad* | 2 |
| ખરીદવું (t.) | **kharīdvuṃ** | *buy* | |
| ખરીદી (f.) | **kharīdī** | *buying, purchases* | 15 |
| ખરું | **kharuṃ** | *true, real, genuine* | 13 |
| ખરેખર | **kharekhar** | *truly, indeed* | 6 |
| ખાટલો (m.) | **khāṭlo** | *bed, charpoy* | 3 |
| ખાતરી (f.) | **khātrī** | *trust, conviction, certainty* | 8 |
| ખાલી | **khālī** | *empty, vacant;* (advb.) *only, merely* | 9 |
| ખાવું | **khāvuṃ** | *to eat* | 4 |
| ખાવાનું (n.) | **khāvānuṃ** | *food* | 4 |

| | | | |
|---|---|---|---|
| ખાસ | **khās** | *particular, special* | 2 |
| ખાંડ (f.) | **khāṃḍ** | *sugar* | 4 |
| ખાંસવું (i.) | **khāṃsvuṃ** | *cough* | 11 |
| ખીચડી (f.) | **khīcḍī** | *khicheree* | 15 |
| ખીલો (m.) | **khīlo** | *peg, post, nail* | 9 |
| ખુરશી (f.) | **khurśī** | *chair* | 1 |
| ખુશ | **khuś** | *happy* | 1 |
| ખૂબ | **khūb** | *very, much* | 2 |
| ખૂલતું | **khūltuṃ** | *loose; light-coloured* | 15 |
| ખેતર (n.) | **khetar** | *field* | 5 |
| ખેતીવાડી (f.) | **khetīvāḍī** | *fields and gardens, agriculture* | 12 |
| ખેડૂત (m.) | **kheḍūt** | *farmer, peasant* | 5 |
| ખોટ (f.) | **khoṭ** | *deficit, loss, error* | 8 |
| ખોટું | **khoṭuṃ** | *false, bad* | 15 |
| ખોટું (n.) | **khoṭuṃ** | *loss, wrong* | 15 |
| ખોરાક (m.) | **khorāk** | *food* | 4 |
| ખોલવું (t.) | **kholvuṃ** | *to open* | 3 |
| ખ્યાલ (m.) | **khyāl** | *guess, idea* | 13 |
| ખ્રિસ્તી (m.f./adj.) | **khristī** | *Christian* | 1 |
| ગઈ | **gaī** | *see* ગયું | 2 |
| ગરબડ (f.) | **garbaḍ** | *noise* | 5 |
| ગણવું (t.) | **gaṇvuṃ** | *count, reckon, regard, value* | 9 |
| ગમવું | **gamvuṃ** | *to be pleasing, to like* | 3 |
| ગરમ | **garam** | *hot* | 2 |
| ગરમી (f.) | **garmī** | *heat* | 2 |
| ગરીબ | **garīb** | *poor* | 5 |
| ગર્જના (f.) | **garjnā** | *thunder, roar* | 14 |
| ગયું (f. ગઈ) | **gayuṃ (gaī)** | *past, gone, etc.* | 2 |
| ગંદું | **gaṃduṃ** | *dirty* | 1 |
| ગાડી (f.) | **gāḍī** | *car, vehicle* | 3 |
| ગાદીતકિયો (m.) | **gādītakiyo** | *cushion* | 15 |
| ગામ (n.) | **gām** | *village* | 2 |
| ગામડું (n.) | **gāmḍuṃ** | *village* | 5 |
| ગાય (f.) | **gāy** | *cow* | 14 |
| ગાયન (n.) | **gāyan** | *singing, music, song* | 9 |
| ગાવવું | **gāvuṃ** | *to sing* | 8 |

| | | | |
|---|---|---|---|
| ગાળ (f.) | **gāḷ** | *abuse* | 12 |
| ગિરદી (f.) | **girdī** | *crowd, crowding* | 9 |
| ગીત (n.) | **gīt** | *song* | 8 |
| ગુજરવું (i.) | **gujarvuṃ** | *pass away* | 10 |
| ગુજરી જવું | **gujrī javuṃ** | *to die* | 10 |
| ગુજરાતી (m.f./adj.) | **gujarātī** | *Gujarati* | 1 |
| ગુજરાતી (f./n.) | **gujarātī** | *Gujarati language* | 3 |
| ગુફા (f.) | **guphā** | *cave* | 15 |
| ગુરુવાર (m.) | **guruvār** | *Thursday* | 7 |
| ગુલાબી | **gulābī** | *pink* | 15 |
| ગુસ્સે થવું | **gusse thavuṃ** | *angry, to become* | 6 |
| ગોઠવવું (t.) | **goṭhavvuṃ** | *arrange, settle* | 9 |
| ગોઠવેલું લગ્ન (n.) | **goṭhveluṃ lagan** | *arranged marriage* | 8 |
| ગોરજ (f.) | **goraj** | *evening twilight* | 14 |
| ગ્રહશાંતિ (f.) | **grahaśāṃti** | *N. of ceremony* | 8 |
| ગ્લાસ (m.) | **glās** | *glass* | 10 |
| ઘટના (f.) | **ghaṭnā** | *composition, incident* | 9 |
| ઘડિયાળ (f.) | **ghaḍiyāḷ** | *watch* | 7 |
| ઘડિયાળ (n.) | **ghaḍiyāḷ** | *clock* | 7 |
| ઘડી (f.) | **ghaḍī** | *moment, opportunity* | 12 |
| ઘણું | **ghaṇuṃ** | *much, many, quite* | 2 |
| ઘણું બધું | **ghaṇum badhuṃ** | *many, lots of* | 3 |
| ઘર (n.) | **ghar** | *house, home* | 2 |
| ઘરખર્ચ (m./n.) | **gharkharc** | *household expenses* | 13 |
| ઘરેણાં (n. pl.) | **ghareṇāṃ** | *jewellery* | 8 |
| ઘંટડી (f.) | **ghaṃṭaḍī** | *little bell* | 14 |
| ઘાઘરો (m.) | **ghāghro** | *skirt* | 4 |
| ઘેરું | **gheruṃ** | *deep (of colour)* | 15 |
| ઘોડો (m.) | **ghoḍo** | *horse* | 6 |
| ચડવું (t./i.) | **caḍvuṃ** | *go up, get on* | 9 |
| ચડાવવું (t.) | **caḍāvvuṃ** | *load, put on; flatter* | 9 |
| ચણિયો (m.) | **caṇiyo** | *petticoat, skirt* | 5 |
| ચમકવું (i.) | **camakvuṃ** | *shine, twinkle* | 14 |
| ચમચો (m.) | **camco** | *spoon* | 10 |
| ચલણી | **calṇī** | *current* | 12 |
| ચા (f.) | **cā** | *tea* | 2 |
| ચાકર (m.) | **cākar** | *servant* | 12 |
| ચાખવુ (t.) | **cākhvuṃ** | *taste* | 9 |

| | | | |
|---|---|---|---|
| ચાદર (f.) | **cādar** | *sheet* | 3 |
| ચાપાણી (n. pl.) | **cāpāṇī** | *tea and refreshments* | 10 |
| ચામડું (n.) | **cāmḍuṃ** | *leather* | 15 |
| ચારપાઇ (f.) | **cārpāī** | *charpoy, cot* | 14 |
| ચાલ (m.) | **cāl** | *custom* | 10 |
| ચાલતી પકડવી | **cāltī pakaḍvī** | *walk away, run away* | 9 |
| ચાલવું | **cālvuṃ** | *to go, to walk* | 2 |
| ચાલુ | **cālu** | *present, continuing* | 10 |
| ચાલો | **cālo** | *let's go, well then, etc.* | 2 |
| ચાર | **cār** | *four* | 1 |
| ચાવવું (t.) | **cāvvuṃ** | *chew* | 10 |
| ચાંદ (m.) | **cāṃd** | *moon* | 11 |
| ચિકાર | **cikār** | *crowded* | 5 |
| ચિરંજીવ | **ciraṃjīv** | *Dear...* (Unit 8.5) | 8 |
| ચિંતા (f.) | **ciṃtā** | *care, thought, anxiety* | 7 |
| ચીજ (f.) | **cīj** | *thing, substance* | 3 |
| ચીનો (m.) | **cīno** | *Chinese person* | 11 |
| ચીસ (f.) | **cīs** | *whistle, shriek, loud cry* | 9 |
| ચુંબન (n.) | **cuṃban** | *kiss* | 9 |
| ચૂકવું | **cūkvuṃ** | *to miss (train,* etc*); err* | 6 |
| ચૂલો (m.) | **cūlo** | *fireplace, heath* | 14 |
| ચૂંદડી (f.) | **cūṃdḍī** | *silk garment, scarf* | 10 |
| ચોક (m.) | **cok** | *square (town), open space* | 14 |
| ચોક્કસ | **cokas** | *certainly, sure* | 7 |
| ચોથું | **cothuṃ** | *fourth* | 7 |
| ચોપડી (f.) | **copḍī** | *book* | 2 |
| ચોપડો (m.) | **copḍo** | *ledger* | 6 |
| ચોમાસું (n.) | **comāsuṃ** | *rainy season* | 7 |
| ચોર (m.) | **cor** | *thief* | 6 |
| ચોરી (f.) | **corī** | *theft* | 6 |
| ચોળી (f.) | **coḷī** | *bodice* | 5 |
| છ | **cha** | *six* | 3 |
| છઠ્ઠું | **chaṭhṭhuṃ** | *sixth* | 7 |
| છત (f.) | **chat** | *ceiling, terrace* | 14 |
| છત્રી (f.) | **chatrī** | *umbrella* | 4 |
| છરી (f.) | **charī** | *knife* | 10 |

| | | | |
|---|---|---|---|
| છાપરું (n.) | **chāpruṃ** | *roof* | 6 |
| છાપું (n.) | **chāpuṃ** | *newspaper* | 6 |
| છીએ | **chīe** | *(we) are* | 1 |
| છીંકણી (f.) | **chīṃkṇī** | *snuff* | 10 |
| છું | **chuṃ** | *am* | 1 |
| છૂટાછેડા (m. pl.) | **chūṭācheḍā** | *divorce* | 10 |
| છૂટી (f.) | **chūṭī** | *leave, remission* | 11 |
| છૂટું (n.) | **chūṭuṃ** | *small change* | 9 |
| છૂટવું (i.) | **chūṭvuṃ** | *leave, go out* | 9 |
| છે | **che** | *is; (you, familiar) are* | 1 |
| છો | **cho** | *(you polite and formal) are* | 1 |
| છોકરી (f.) | **chokrī** | *girl* | 1 |
| છોકરું (n.) | **chokruṃ** | *child* | 1 |
| છોકરો (m.) | **chokro** | *boy* | 1 |
| છોડવું (t.) | **choḍvuṃ** | *to leave, let loose, give up, dismiss* | 5 |
| જ (enclitic) | **j** | *only* | 1 |
| જગાવવું (t.) | **jagāvvuṃ** | *wake someone up* | 11 |
| જગ્યા (f.) | **jagyā** | *place, room* | 6 |
| જચવું (i.) | **jacvuṃ** | *suit, look nice* | 15 |
| જણ (n., m.) | **jaṇ** | *person* | 6 |
| જણાવવું | **jaṇāvvuṃ** | *inform, tell, report* | 6 |
| જનમ (m.) | **janam** | *birth* | 12 |
| જનમવું (i.) | **janamvuṃ** | *born, to be* | 12 |
| જમણું | **jamṇuṃ** | *right (not left)* | 6 |
| જમવું | **jamvuṃ** | *to eat, to dine* | 4 |
| જમીન (f.) | **jamīn** | *land, ground, floor* | 5 |
| જય શ્રીકૃષ્ણ | **jay Śrī Krṣṇa** | *Glory to Lord Krishna* | 8 |
| જય સ્વામિનારાયણ | **jay Śvāminārāyaṇ** | *Glory to Swami Narayan* | 8 |
| જરા | **jarā** | *just, a little* | 3 |
| જરૂર (f.) | **jarūr** | *necessity; certainly; yes please!* | 3 |
| જરૂર પડવી | **jarūr paḍvī** | *to be necessary* | 5 |
| જલદી | **jaldī** | *quickly* | 4 |
| જવાબ (m.) | **javāb** | *reply* | 4 |
| જવું | **javuṃ** | *to go* | 2 |

| | | | |
|---|---|---|---|
| જાંબડું | **jāṃbuḍuṃ** | *purple* | 15 |
| જાગવું | **jāgvuṃ** | *wake up* | 6 |
| જાડું | **jāḍuṃ** | *fat* | 1 |
| જાણવું | **jāṇvuṃ** | *to know, understand, believe* | 4 |
| જાણીજોઇને | **jāṇi joīne** | *deliberately* | 7 |
| જાત (f.) | **jāt** | *kind, type; caste, person* | 4 |
| જાતે | **jāte** | *personally, of one's own* accord | 15 |
| જામવું (i.) | **jāmvuṃ** | *gather, be in full swing* | 12 |
| જંતું (m./n.) | **jāṃtu** | *insect* | 14 |
| જાંબલી | **jāṃblī** | *violet* | 15 |
| જિલ્લો (m.) | **jillo** | *district* | 12 |
| જી હા | **jī hā** | *yes (formal)* | 1 |
| જીવતું જાગતું | **jīvtuṃ jāgtuṃ** | *lively* | 14 |
| જીવન (n.) | **jīvan** | *life* | 8 |
| જીવવું (i.) | **jīvvuṃ** | *live* | 12 |
| જુદું | **juduṃ** | *different* | 6 |
| જુવાન | **juvān** | *young* | 10 |
| જૂનું | **jūnuṃ** | *old, ancient* | 3 |
| જોવા જેવું | **jovā jevuṃ** | *worth seeing* | 9 |
| જોઇએ | **joīe** | *need,* etc. | 5 |
| જોકે | **joke** | *although* | 6 |
| જોખવું (t.) | **jokhvuṃ** | *weigh* | 10 |
| જોડણી (f.) | **joḍṇi** | *spelling* | 11 |
| જોડો (m.) | **joḍo** | *shoe* | 4 |
| જોવું | **jovuṃ** | *to see* | 3 |
| જૈન (m.f./adj.) | **jain** | *Jain* | 1 |
| ઝટપટ | **jhaṭpaṭ** | *quickly, without delay* | 12 |
| ઝાડ (n.) | **jhāḍ** | *tree* | 4 |
| ઝીણું | **jhīṇuṃ** | *small, pointed, sharp* | 14 |
| ઝૂડી (f.) | **jhūḍī** | *bundle* | 10 |
| ઝૂલો | **jhūlo** | *swing* | 14 |
| ઝૂલો ખાવો | **jhūlo khāvo** | *swing* | 14 |
| ટકો (m.) | **ṭako** | *percentage* | 15 |
| ટકોરો (m.) | **ṭakoro** | *knock, blow* | 6 |
| ટપાલી (m.) | **ṭapālī** | *postman* | 14 |

| | | | |
|---|---|---|---|
| ટૂંકું | **ṭūṃkuṃ** | *short* | 1 |
| ટેક્સી (f.) | **teksī** | *taxi* | 9 |
| ટેવ (f.) | **ṭev** | *habit, addiction* | 10 |
| ટોપી (f.) | **ṭopī** | *hat* | 8 |
| ટોળું (n.) | **ṭoḷuṃ** | *crowd, multitude* | 12 |
| ટ્યૂબ (f.) | **ṭyūb** | *tube train* | 7 |
| ટ્રેન (f.) | **ṭren** | *train* | 4 |
| ઠરવું | **ṭharvuṃ** | *be fixeḍ, resolved* | 8 |
| ઠંડી (f.) | **ṭhaṃḍī** | *cold, coldness* | 2 |
| ઠંડું | **ṭhaṃḍuṃ** | *cold* | 2 |
| ઠંડું (n.) | **ṭhaṃḍuṃ** | *cold drink* | 15 |
| ઠીક | **ṭhīk** | *alright, good, OK* | 3 |
| ડબ્બો (m.) | **ḍabbo** | *box; train compartment, carriage* | 9 |
| ડરવું (i.) | **ḍarvuṃ** | *fear, to be afraid of* | 9 |
| ડાબું | **ḍābuṃ** | *left (not right)* | 6 |
| ડિગ્રી (f.) | **ḍigrī** | *degree* | 13 |
| ડિઝાઇન | **dijhāīn** | *design* | 15 |
| ડૉક્ટર (m.) | **ḍokṭar** | *doctor* | 1 |
| ડ્રાઇવર (m.) | **ḍrāīvar** | *driver* | 13 |
| ઢગલો (m.) | **ḍhaglo** | *heap, pile* | 15 |
| ઢાળવું (t.) | **ḍhāḷvuṃ** | *put down, spread cot (to sit on), make bed* | 14 |
| ઢોર (n.) | **ḍhor** | *cattle* | 14 |
| તક (f.) | **tak** | *opportunity, chance* | 12 |
| તકલીફ (f.) | **taklīph** | *labour, exertion, trouble* | 9 |
| તજવું (t.) | **tajvuṃ** | *leave, forsake* | 10 |
| તથાપિ | **tathāpi** | *nevertheless* | 8 |
| તપખીરી | **tapkhīrī** | *brown* | 15 |
| તપાસ (f.) | **tapās** | *inspection, inquiry* | 9 |
| તમાકુ (f.) | **tamāku** | *tabacco* | 10 |
| તમે | **tame** | *you (polite)* | 1 |
| તબિયત (f.) | **tabiyat** | *health* | 6 |
| તરત | **tarat** | *quickly* | 5 |
| તરસ (f.) | **taras** | *thirst* | 4 |
| તહેવાર (m.) | **tahevār** | *festival* | 12 |
| તળાવ (n.) | **taḷāv** | *tank, pond* | 8 |

| | | | |
|---|---|---|---|
| તંગ | **taṃg** | *tight* | 15 |
| તાજું | **tājuṃ** | *fresh* | 4 |
| તારા (f.) | **tārā** | *star* | 14 |
| તારીખ (f.) | **tārīkh** | *date, whole day* | 9 |
| તાલીમી | **tālīmi** | *educational* | 13 |
| તીખું | **tīkhuṃ** | *pungent, fiery, hot (of chillies)* | 14 |
| તું | **tuṃ** | *you (familiar)* | 1 |
| તે | **te** | *he, she, it* | 1 |
| તેઓ | **teo** | *they* etc. | 1 |
| તેથી | **tethī** | *therefore* | 2 |
| તેલ (n.) | **tel** | *oil* | 14 |
| તૈયાર | **taiyār** | *ready, prepared* | 4 |
| તો | **to** | *then,* etc. | 5 |
| તોફાન (n.) | **tophān** | *mischief, disturbance, fight* | 6 |
| ત્યાં | **tyāṃ** | *there* | 1 |
| ત્રણ | **traṇ** | *three* | 1 |
| ત્રીજું | **trījuṃ** | *third* | 7 |
| થઈને | **thaīne** | *via, having become* | 7 |
| થવું | **thavuṃ** | *become, happen (irreg. as javum)* | 4 |
| થાક (m.) | **thāk** | *exhaustion, tiredness* | 4 |
| થાક લાગવો | **thāk lāgvo** | *be tired* | 7 |
| થાન (n.) | **thān** | *bale (of cloth)* | 15 |
| થાળી (f.) | **thāḷī** | *thali, plate* | 5 |
| થી | **thī** | *from* | 2 |
| થેલી (f.) | **thelī** | *beg* | 9 |
| થોડું | **thoḍuṃ** | *little, few* | 3 |
| થોડુંઘણું | **thoḍuṃghaṇuṃ** | *little* | 15 |
| થોડાંક | **thoḍāṃk** | *some, a few* | 3 |
| દક્ષિણ (f.) | **dakṣiṇ** | *south; southern* | 15 |
| દયા (f.) | **dayā** | *pity, compassion, mercy* | 13 |
| દર | **dar** | *each, every* | 2 |
| દરજી (m.) | **darjī** | *tailor* | 4 |
| દરિયો (m.) | **dariyo** | *sea, ocean* | 9 |
| દવા (f.) | **davā** | *medicine* | 6 |

| | | | |
|---|---|---|---|
| દહાડો (m.) | **dahāḍo** | *day* | 2 |
| દાખલ તરીકે | **dākhal tarīke** | *e.g.* | 14 |
| દાગીનો (m.) | **dāgīno** | *thing, package, jewel* | 9 |
| દાતણ (n.) | **dātaṇ** | *toothbrush, twig for cleaning teeth* | 5 |
| દાતણ કરવું | **dātaṇ karvuṃ** | *to clean one's teeth* | 5 |
| દાળ (f.) | **dāḷ** | *lentils, pulse* | 4 |
| દિવસ (m.) | **divas** | *day* | 3 |
| દિશા (f.) | **diśā** | *side, direction* | 8 |
| દીકરી (f.) | **dīkrī** | *daughter* | 3 |
| દીકરો (m.) | **dīkro** | *son* | 3 |
| દુકાન (f.) | **dukān** | *shop* | 2 |
| દુકાનદાર (m.) | **dukāndār** | *shopkeeper* | 3 |
| દુખ, દુ:ખ (n.) | **dukh, duḥkh** | *pain, grief, sorrow* | 11 |
| દુખવું (i.) | **dukhvuṃ** | *ache, pain, feel pain* | 11 |
| દુનિયા (f.) | **duniyā** | *world* | 12 |
| દુ:ખ (n.) | **duḥkh** | *pain, sorrow, grief* | 8 |
| દુ:ખદ | **duḥkhad** | *giving pain* | 8 |
| દુ:ખી | **duḥkhī** | *sad* | 1 |
| દૂધ (n.) | **dūdh** | *milk* | 4 |
| દૂર | **dūr** | *far, distant* | 3 |
| દૃશ્ય (n.) | **dṛśya** | *scene, sight* | 9 |
| દેખાડવું (t.) | **dekhāḍvuṃ** | *to show* | 9 |
| દેખાડવું | **dekhāvḍuṃ** | *beautiful, handsome* | 8 |
| દેખાવું | **dekhāvuṃ** | *be seen, appear, seem* | 6 |
| દેડકું (n.) | **deḍkuṃ** | *frog* | 14 |
| દેશ (m.) | **deś** | *country, native place, India* | 6 |
| દોઢ | **doḍh** | *one and a half, half again* | 7 |
| દોડવું | **doḍvuṃ** | *to run* | 8 |
| ધમાલ (f.) | **dhamāl** | *bustle, activity* | 8 |
| ધરમ (m.) | **dharam** | *dharma, religion* | 12 |
| ધરવું (t.) | **dharvuṃ** | *catch, put on, take* | 11 |
| ધરાવવું | **dharāvvuṃ** | *hold* | 6 |
| ધર્મ (m.) | **dharma** | *dharma, religion* | 12 |
| ધંધો (m.) | **dhaṃdho** | *business, profession* | 12 |
| ધીમે | **dhīme** | *slowly* | 3 |

| | | | |
|---|---|---|---|
| ધીરે | **dhīre** | *slowly, patiently* | 6 |
| ધૂપ (m.) | **dhūp** | *incense* | 14 |
| ધૂમ્રપાન (n.) | **dhūmrapān** | *smoking* | 10 |
| ધૂળ (f.) | **dhūḷ** | *dust* | 14 |
| ધોતિયું (n.) | **dhotiyuṃ** | *dhoti* | 4 |
| ધોબી (m.) | **dhobī** | *dhobi, washerman* | 1 |
| ધોળું | **dhoḷuṃ** | *white* | 15 |
| ધ્યાન (n.) | **dhyān** | *meditation attention* | 8 |
| ધ્યાન રાખવું | **dhyān rākhvuṃ** | to *look after, attend to* | 11 |
| ધ્યાનમંત્ર (m.) | **dhyānmaṃtra** | *motto* | 12 |
| નજર (f.) | **najar** | *seeing, sight; evil eye* | 9 |
| નજરે પડવું | **najare paḍvuṃ** | *seen, to be* | 9 |
| નથી | **nathī** | *is not* | 1 |
| નદી (f.) | **nadī** | *river* | 4 |
| નમસ્તે | **namaste** | *hello, goodbye (Hindu and Jain)* | 1 |
| નમવું (t.) | **namvuṃ** | *bend down* | 10 |
| નર્સ (f.) | **nars** | *nurse* | 11 |
| નવાઈ (f.) | **navāī** | *newness, wonder* | 8 |
| નવાઈ લાગવી | **navāī lāgvī** | *to feel surprised* | 8 |
| નવું | **navuṃ** | *new* | 2 |
| નવેસર(થી) | **navesar(thī)** | *over again anew* | 12 |
| નળ (m.) | **naḷ** | *tap* | 14 |
| નંખાવું (i.) | **naṃkhāvuṃ** | *become pale, weak, vomit* | 11 |
| નંબર (m.) | **naṃbar** | *number* | 6 |
| ના | **nā** | *no* | 1 |
| ના જી | **nā jī** | *no (formal)* | 1 |
| ના પાડવી | **nā pāḍvī** | *refuse, deny* | 6 |
| નાચવું (i.) | **nācvuṃ** | *dance* | 9 |
| નાટક (n.) | **nāṭak** | *play, drama* | 7 |
| નાતાલ (f.) | **nātāl** | *Christmas* | 5 |
| નાનપણ (n.) | **nānpaṇ** | *childhood* | 10 |
| નાનું | **nānuṃ** | *small, little, young* | 1 |
| નામ (n.) | **nām** | *name* | 3 |
| નાયક (m.) | **nāyak** | *actor, hero* | 9 |
| નાયિકા (f.) | **nāyikā** | *actress, heroine* | 9 |
| નારંગી | **nāraṃgī** | *orange* | 15 |

| | | | |
|---|---|---|---|
| નાસ્તો (m.) | **nāsto** | *breakfast, snack* | 4 |
| નાહવું (i.) | **nāhvuṃ** | *bathe* | 14 |
| નિરાંત (f.) | **nirāṃt** | *leisure, comfort, peace* | 10 |
| નિશાળ (f.) | **niśāḷ** | *school* | 2 |
| નિશ્ચય (m.) | **niścay** | *determination, resolve* | 14 |
| નિષ્કાસન (n.) | **niṣkāsan** | *expulsion* | 12 |
| નીકળવું | **nīkaḷvuṃ** | *to set out, depart* | 5 |
| નીવડવું | **nīvaḍvuṃ** | *turn out, prove to be* | 8 |
| નુકસાનકારક | **nuksānkārak** | *harmful* | 10 |
| ને? | **ne** | *isn't it?* | 2 |
| નોકરી (f.) | **nokrī** | *service, employment* | 5 |
| નોટ (f.) | **noṭ** | *note, currency note* | 10 |
| પકડવું | **pakaḍvuṃ** | *to catch, arrest, hold* | 6 |
| પગ (m.) | **pag** | *foot, leg* | 11 |
| પગપાળું | **pagpāḷuṃ** | *on foot, walking, pedestrian* | 9 |
| પછાડવું | **pachāḍvuṃ** | *to knock to the ground, defeat* | 6 |
| (ની) પછી | **(nī) pachī** | *after, afterwards* | 4 |
| પડવું | **padvuṃ** | *to fall, to happen* | 3 |
| પણ | **paṇ** | *but, also* | 1 |
| પતિ (m.) | **pati** | *husband* | 3 |
| પત્ની (f.) | **patnī** | *wife* | 3 |
| પત્ર (m./n.) | **patra** | *letter* | 8 |
| પધારવું | **padhārvuṃ** | *to come, give the pleasure of one's company* | 6 |
| પર | **par** | *on* | 2 |
| પરણવું | **paraṇvuṃ** | *to marry, wed* | 8 |
| પરમ દિવસ (m.) | **param divas** | *the day before yesterday, the day after tomorrow* | 6 |
| પરમપૂજ્ય | **parampūjya** | *Dear...* (Unit 8.5) | 8 |
| પરસ (f.) | **pars** | *handbag* | 15 |
| પરંતુ | **paraṃtu** | *but* | 6 |
| પરંપરાગત | **paraṃparāgat** | *traditional* | 13 |
| પરિચય (m.) | **paricay** | *acquaintance, habit* | 8 |
| પરિવાર (m.) | **parivār** | *family* | 10 |

| | | | |
|---|---|---|---|
| પરીક્ષા (f.) | **parīkṣā** | *exam* | 6 |
| પરીક્ષા આપવી | **parīkṣā āpvī** | *to sit an exam* | 6 |
| પરું (n.) | **paruṃ** | *suburb* | 9 |
| પશ્ચિમ | **paścim** | *western* | 9 |
| પશ્ચિમ (f.) | **paścim** | *west; N. of a train* | 9 |
| પસરવું (i.) | **pasarvuṃ** | *spread, extend* | 14 |
| પસંદ | **pasaṃd** | *pleasing* | 15 |
| પહેરવું | **pahervuṃ** | *put on, wear (clothes)* | 4 |
| પહેરવેશ (m.) | **paherveś** | *dress, costume* | 4 |
| (ની) પહેલાં | **(nī) pahelāṃ** | *before* | 5 |
| પહેલું | **paheluṃ** | *first* | 5 |
| પહોર (m.) | **pahor** | *period of three hours* | 14 |
| પહોળું | **pahoḷuṃ** | *broad* | 11 |
| પહોંચવું | **pahoṃcvuṃ** | *to reach, to arrive* | 5 |
| પંજાબી (m.f./adj.) | **paṃjābī** | *panjabi* | 1 |
| પંજાબી સૂટ (n.) | **Paṃjābī sūṭ** | *Panjabi suit, salwar-kameez* | 5 |
| પા | **pā** | *quarter* | 7 |
| પાઉંભાજી (f.) | **pāuṃbhājī** | *N. of a snack* | 9 |
| પાક (m.) | **pāk** | *crop* | 5 |
| પાકિસ્તાની (m.f./adj.) | **pākistānī** | *Pakistani* | 1 |
| પાકું | **pākuṃ** | *ripe, mature, fast (of colour)* | 15 |
| પાછળ જવું | **pāchaḷ javuṃ** | *be slow (of watch etc.)* | 7 |
| પાછું | **pāchuṃ** | *returned* | 5 |
| પાટીદાર | **pāṭīdār** | *Patidar (surname often Patel)* | 8 |
| પટિયું (n.) | **pāṭiyuṃ** | *plank, shelf* | 15 |
| પાઠ (m.) | **pāṭh** | *recitation, lesson, homework* | 11 |
| પાણી (n.) | **pāṇī** | *water* | 2 |
| પાતળું | **pātḷuṃ** | *thin* | 1 |
| પાથરવું (t.) | **pātharvuṃ** | *spread on ground* | 15 |
| પાન (n.) | **pān** | *paan* | 6 |
| પારસી | **pārsī** | *Parsin* | 1 |
| પાલન (n.) | **pālan** | *protecting, supporting* | 12 |

| | | | |
|---|---|---|---|
| (ની) પાસે | **(nī) pāse** | *near, with, in the possession of* | 3 |
| પાંચ | **pāṃc** | *five* | 1 |
| પાંચમું | **pāṃcmuṃ** | *fifth* | 7 |
| પિતા (m.) | **pitā** | *father* | 14 |
| પીઠી (f.) | **pīṭhī** | *N. of a ceremony in wedding* | 8 |
| પીવું | **pīvuṃ** | *to drink* | 4 |
| પીળો | **pīḷo** | *yellow* | 15 |
| પુરુષ (m.) | **puruṣ** | *man* | 1 |
| પુસ્તકાલય (n.) | **pustakālaya** | *library* | 9 |
| પૂછપરછ (f.) | **pūchparach** | *inquiry* | 9 |
| પૂછવું | **pūchvuṃ** | *to ask* | 4 |
| પૂજા (f.) | **pūjā** | *worship* | 5 |
| પૂરતું | **pūrtuṃ** | *enouh* | 8 |
| પૂરી (f.) | **pūrī** | *poori* | 10 |
| પૂરું કરવું | **pūruṃ karvuṃ** | *finish (t.)* | 7 |
| પૂરું થવું | **pūruṃ thavuṃ** | *finish (i.)* | 7 |
| પૂર્વ (f.) | **pūrva** | *east, eastern* | 15 |
| પૂર્વે | **pūrve** | *formerly* | 7 |
| પૂંજી (f.) | **pūṃjī** | *capital, wealth* | 13 |
| પૃથ્વી (f.) | **pṛthvī** | *the earth* | 11 |
| પેટી (f.) | **peṭī** | *box* | 6 |
| પેઢી (f.) | **peḍhī** | *generation, house of business* | 12 |
| પેલું | **peluṃ** | *that* | 1 |
| પૈસા (m. pl.) | **paisā** | *money* | 3 |
| પૈસા ભરવા | **paisā bharvā** | *pay* | 13 |
| પોણું | **poṇuṃ** | *three-quarters, minus a quarter* | 7 |
| પોતાનું | **potānuṃ** | *one's own, own* | 4 |
| પોતે | **pote** | *oneself, self* | 4 |
| પોપટી | **popaṭī** | *green-yellow* | 15 |
| પોલીસ (m.) | **polīs** | *police* | 6 |
| પોસાવું (i.) | **posāvuṃ** | *afford* | 10 |
| પ્રકાશ (m.) | **prakāś** | *light* | 3 |
| પ્રજાસત્તાક દિવસ (m.) | **prajāsattāk din** | *Republic Day* | 8 |
| પ્રણામ (m. pl.) | **praṇām** | *Yours...* (Unit 8.5) | 8 |

| | | | |
|---|---|---|---|
| પ્રદેશ (m.) | **pradeś** | *country, land, region, state in country), provice* | 9 |
| પ્રયત્ન (m.) | **prayatna** | *effort* | 10 |
| પ્રશ્ન (m./n.) | **praśna** | *question* | 9 |
| પ્રસાદ (m.) | **prasād** | *food from deity* etc. | 14 |
| પ્રસારવું (t.) | **prasārvuṃ** | *spread* | 14 |
| પ્રાર્થના (f.) | **prārthnā** | *request, prayer* | 8 |
| પ્રિય | **priya** | *Dear...* (Unit 8.5) | 8 |
| પ્રેમ (m.) | **prem** | *love, affection, liking* | 9 |
| પ્લાસ્ટર (n.) | **plāsṭar** | *plaster* | 11 |
| ફક્ત | **phakat** | *only, merely, simply* | 9 |
| ફરવું | **pharvuṃ** | *to walk, to stroll, tour* | 4 |
| પ્રમાણ (n.) | **pramāṇ** | *evidence, proof, standard* | 13 |
| પ્રભુ (m.) | **prabhu** | *God (usually Krishna)* | 13 |
| ફરક (m.) | **pharak** | *change, difference* | 14 |
| ફરિયાદ (f.) | **phariyād** | *complain* | 13 |
| ફરિયાદ કરવી | **phariyād karvī** | *complain* | 13 |
| ફરીથી | **pharīthī** | *again* | 3 |
| ફળ (n.) | **phaḷ** | *fruit* | 1 |
| ફાઈન | **phāīn** | *fine, nice* | 3 |
| ફાટવું (i.) | **phāṭvuṃ** | *be torn, split, broken* | 9 |
| ફાવવું | **phāvvuṃ** | *to like; to be suitable* | 4 |
| ફિલ્મ (f.) | **philm** | *film* | 6 |
| ફૂલ (n.) | **phūl** | *flower* | 5 |
| ફૂંકવું (t.) | **phūṃkvuṃ** | *blow, smoke* | 10 |
| ફેલાવું (i.) | **phelāvuṃ** | *spread* | 14 |
| ફોટો (m.) | **phoṭo** | *photograph, picture* | 8 |
| ફોન (m.) | **phon** | *telephone* | 7 |
| ફોન કરવો | **phon karvo** | *to telephone* | 7 |
| ફ્લેટ (m.) | **phleṭ** | *flat* | 6 |
| બકરું (n.) | **bakruṃ** | *goat* | 14 |
| બગડવું (i.) | **bagaḍvuṃ** | *to spoilt, out of order* | 15 |
| બગડી ગયું | **bagḍī gayuṃ** | *out of order* | 6 |
| બચત (f.) | **bacat** | *savings* | 13 |
| બચાવવું (t.) | **bacāvvuṃ** | *save, protect* | 13 |
| બજર (m.) | **bajar** | *snuff* | 10 |

| | | | |
|---|---|---|---|
| બજાર (m., f., n.) | **bajār** | *market, bazaar* | 2 |
| બટાટો (m.) | **baṭāṭo** | *potato* | 10 |
| બતાવવું | **batāvvuṃ** | *to show* | 4 |
| બધું | **badhuṃ** | *all* | 3 |
| બનારસી | **banārsī** | *Banarsi sari* | 15 |
| બનાવવું | **banāvvuṃ** | *to make, do, form* | 4 |
| બપોર (m.) | **bapor** | *noon, afternoon* | 2 |
| બમણું | **bamṇuṃ** | *double* | 12 |
| બસ | **bas** | *enough!* | 2 |
| બસ (f.) | **bas** | *bus* | 5 |
| બસ કરો! | **bas karo!** | *'stop it! pack it in!'* | 9 |
| બહુ | **bahu** | *very, much* | 2 |
| બહેન (f.) | **bahen** | *sister* | 1 |
| બહેનપણી (f.) | **bahenpaṇī** | *friend* | 8 |
| બળદ (m.) | **baḷad** | *bullock* | 6 |
| બળાત્કાર (m.) | **baḷātkār** | *force, violence, rape* | 9 |
| બંગાળી (m.f./adj.) | **baṃgāḷī** | *Bengali* | 1 |
| બંધ | **baṃdh** | *shut, closed* | 3 |
| બંધન (n.) | **baṃdhan** | *prohibition* | 14 |
| બાઈ (f.) | **bāī** | *woman, servant* | 6 |
| બાકી (f.) | **bākī** | *balance, remainder; deficient* | 5 |
| બાજુ (f.) | **bāju** | *side* | 6 |
| બાધા (f.) | **bādhā** | *vow to abstain from certain foods* | 10 |
| બાપ રે બાપ | **bāp re bāp** | *goodness!* etc. | 6 |
| બાપુજી (m.) | **bāpujī** | *father* | 2 |
| બાબત (f.) | **bābat** | *subject, matter* | 6 |
| (ની) બાબત | **(nī) bābat** | *about, concerning* | 6 |
| બારણું (n.) | **bārṇuṃ** | *door, gate, entrance* | 3 |
| બારી (f.) | **bārī** | *window* | 3 |
| બાળક (m./n.) | **bāḷak** | *child* | 8 |
| બાંધણી (f.) | **bāṃdhṇī** | *tie-dye* | 15 |
| બાંધવું (t.) | **bāṃdhvuṃ** | *bind, build,* etc. | 14 |
| બાંધવી દેવું (t.) | **bāṃdhī devuṃ** | *wrap up (purchases)* | 15 |
| બિચારું | **bicāruṃ** | *poor, helpless, miserable* | 11 |
| બીક (f.) | **bīk** | *fear* | 11 |

| | | | |
|---|---|---|---|
| બીજું | **bījuṃ** | *second, other, next* | 6 |
| બીડી (f.) | **bīḍī** | *beedi* | 10 |
| બુધવાર (m.) | **budhvār** | *Wednesday* | 7 |
| બે | **be** | *two* | 1 |
| બેટા | **beṭā** | *my child (address)* | 4 |
| બેઠક (f.) | **beṭhak** | *living room* | 3 |
| બેન (f.) | **ben** | *sister, 'Ms.'* | 1 |
| બેરોજગાર | **berojgār** | *unemployed* | 13 |
| બૅન્ક (f.) | **beṃk** | *bank* | 5 |
| બોલવું | **bolvuṃ** | *to speak* | 3 |
| બોલાવવું | **bolāvvuṃ** | *call, invite, summon* | 5 |
| બોલી (f.) | **bolī** | *dialect* etc. | 14 |
| ભગવાન | **bhagvān** | *God, usually Krsna* | 6 |
| ભણવું | **bhaṇvum** | *to study* | 3 |
| ભરચક | **bharcak** | *full* | 6 |
| ભરત (n.) | **bharat** | *embroidery* | 15 |
| ભરતકામ (n.) | **bharatkām** | *embroidery work* | 15 |
| ભરવું (t.) | **bharvuṃ** | *fill up* etc. | 10 |
| ભલું | **bhalum** | *good, kind, polite* | 6 |
| ભલે! | **bhale!** | *good! OK!* | 1 |
| ભળવું (i.) | **bhaḷvuṃ** | *mix with, mingle* | 15 |
| ભાઈ (m.) | **bhāī** | *brother, 'Ms'* | 1 |
| ભાગ (m.) | **bhāg** | *part, portion, share* | 9 |
| ભાડું (n.) | **bhāḍuṃ** | *rent* | 3 |
| ભાત (f.) | **bhāt** | *rice (cooked or as crop)* | 4 |
| ભારત (m.) | **bhārat** | *India* | 2 |
| ભારતીય (m.f./adj.) | **bhārtīy** | *Indian* | 1 |
| ભારે | **bhāre** | *very, heavy,* etc. | 5 |
| ભાવ (m.) | **bhāv** | *being, nature, feeling, price,* etc. | 9 |
| ભાવવું | **bhāvvuṃ** | *like, be fond of (of food)* | 4 |
| ભાષણ (n.) | **bhāṣaṇ** | *speech, lecture, discourse* | 12 |
| ભાષા (f.) | **bhāṣā** | *language* | 8 |
| બીમાર | **bīmār** | *ill, sick* | 11 |

| | | | |
|---|---|---|---|
| ભજન (n.) | **bhajan** | *bhajan, song in praise of God* | 14 |
| ભાંગવું (i./t.) | **bhāṃgvuṃ** | *be broken into pieces, break* | 11 |
| ભીનું | **bhīnuṃ** | *wet, moist* | 9 |
| ભૂખ (f.) | **bhūkh** | *hunger* | 4 |
| ભૂરું | **bhūruṃ** | *blue* | 15 |
| ભૂલ (f.) | **bhūl** | *mistake, error* | 15 |
| ભૂલવું (i.) | **bhūlvuṃ** | *err, forget, make mistake* | 9 |
| ભેગું | **bheguṃ** | *together, collected, mixed* | 14 |
| ભોળું | **bhoḷuṃ** | *simple, artless, credulous* | 13 |
| મ.પ. | **ma. pa.** | *p.m.* | 7 |
| મ.પૂ. | **ma. pū.** | *a.m.* | 7 |
| મકાન (n.) | **makān** | *house* | 1 |
| મગફળી (f.) | **magphaḷī** | *groundnut, peanut* | 5 |
| મજદૂર (m.) | **majdūr** | *labourer* | 14 |
| મજાક (f.) | **majāk** | *jest, joke* | 6 |
| મજામાં | **majāmāṃ** | *well (only in reply to 'how ar you?')* | 1 |
| મઝા (f.) | **majhā** | *pleasure* | 4 |
| મદદ (f.) | **madad** | *help, aid* | 5 |
| મધ્યાહ્ન (m.) | **madhyāhn** | *midday, noon* | 7 |
| મધરાત (f.) | **madhrāt** | *midnight* | 7 |
| મનાઇ (f.) | **manāī** | *prohibition* | 10 |
| મફત | **maphat** | *free of charge, gratis* | 10 |
| મરાઠી (f.) | **marāṭhī** | *Marathi language* | 15 |
| મશીન (n.) | **maśīn** | *machine, engine* | 12 |
| મહારાજ (m.) | **mahārāj** | *king, term of address for Brahmin, often Brahmin cook* | 13 |
| મહારાણી (f.) | **mahārāṇi** | *queen* | 13 |
| મહિનો (m.) | **mahino** | *month; menstrual period* | 7 |
| મહેનત (f.) | **mahenat** | *labour, exertion, effort* | 12 |
| મહેમાન (m.) | **mahemān** | *guest* | 11 |

| | | | |
|---|---|---|---|
| મહેરબાની (f.) | **maherbānī** | *kindness, favour* | 7 |
| મહેરબાની કરીને | **maherbānī karīne** | please | 7 |
| મળવું | **maḷvuṃ** | *to meet, to get* | 3 |
| મંગળવાર (m.) | **maṃgaḷvār** | *Tuesday* | 7 |
| મંદી (f.) | **maṃdī** | *recession (economic)* | 13 |
| મંદિર (n.) | **maṃdir** | *temple, area of worship in house* | 5 |
| મા | **mā** | *mother* | 3 |
| માગવું (t.) | **māgvuṃ** | *to ask for, demand* | 6 |
| માટલું (n.) | **māṭluṃ** | *earthen pot* | 6 |
| (ને) માટે | **(ne) māṭe** | *for, for the sake of* | 4 |
| શા(ને) માટે | **śā(ne) māṭe** | *why, for what reaosn?* | 4 |
| માણસ (m., n.) | **māṇas** | *man, person, human* | 3 |
| માતૃભાષા (f.) | **mātṛbhāśā** | *mother tongue* | 15 |
| માધ્યમ (n.) | **mādhyam** | *medium* | 15 |
| માનવું (t.) | **mānvuṃ** | *agree, accept, consider, believe* | 11 |
| માબાપ (n. pl.) | **mābāp** | *parents* | 5 |
| માફ કરો! | **māph karo!** | *Excuse me! Forgive me!* | 8 |
| માફી માગવી | **māphī māgvī** | *to apologise* | 6 |
| મામા (m.) | **māmā** | *uncle, mother's brother* | 6 |
| માયાળુ | **māyāḷu** | *kind, affectionate* | 6 |
| માસી/માશી (f.) | **māsī/māśī** | *aunt, mother's sister* | 5 |
| માસ્તર (m.) | **māstar** | *teacher* | 15 |
| માં | **māṃ** | *in* | 2 |
| માંડવું | **māṃḍvuṃ** | *start, begin, place, put* | 7 |
| માંદું | **māṃduṃ** | *ill* | 1 |
| માંસાહારી | **māṃsāhārī** | *non-vegetarian* | 4 |
| મિત્ર (m.) | **mitra** | *friend* | 2 |
| મિનિટ (f.) | **miniṭ** | *minute* | 7 |
| મિયાં (m.) | **miyāṃ** | *Muslim gentleman, 'Mr'* | 6 |
| મીટર (n.) | **mīṭar** | *metre* | 9 |
| મીઠાઈ (f.) | **mīṭhāī** | *sweets* | 4 |
| મુખ્ય | **mukhya** | *chief, major* | 14 |

| | | | |
|---|---|---|---|
| મુજબ | **mujab** | *like, according to* | 15 |
| મુરબ્બી | **murabbī** | *Dear...* (Unit 8.5) | 8 |
| મુશ્કેલ | **muśkel** | *difficult* | 12 |
| મુસલમાન (m.f./adj.) | **musalmān** | *Muslim* | 1 |
| મુકવું | **mūkvuṃ** | *to place, put* | 5 |
| મૂર્ખ | **mūrkh** | *foolish, stupid* | 1 |
| મૂર્ખાઇ (f.) | **mūrkhāī** | *stupidity* | 11 |
| મૃત્યુ (n.) | **mṛtyu** | *death* | 12 |
| મેજ (n.) | **mej** | *table* | 1 |
| મેતે | **mete** | *by oneself* | 11 |
| મેળ (m.) | **meḷ** | *agreement, union* | 15 |
| મેળ ખાવો | **meḷ khāvo** | *suit, agree* | 15 |
| મેળો (m.) | **meḷo** | *meeting, fair* | 12 |
| મોકલવું | **mokalvuṃ** | *to send* | 5 |
| મોકો (m.) | **moko** | *occasion, chance* | 11 |
| મોચી (m.) | **mocī** | *cobbler, shoemaker* | 4 |
| મોટું | **moṭuṃ** | *big, large, old, important* | 1 |
| મોડું | **moḍuṃ** | *late* | 4 |
| મોઢું (n.) | **moḍhuṃ** | *mouth, face* | 14 |
| મોતિયો (m.) | **motiyo** | *cataract of eye* | 14 |
| મોદી (m.) | **modī** | *grocer* | 6 |
| મોર (m.) | **mor** | *peacock* | 10 |
| મોરપીંછ | **morpīṃch** | *peacock blue* | 15 |
| મોહક | **mohak** | *fascinating, beautiful* | 9 |
| મોંઘવારી (f.) | **moṃghvārī** | *dearness, high prices* | 12 |
| મોંઘું | **moṃghuṃ** | *expensive* | 3 |
| યંત્ર (n.) | **yaṃtra** | *machine, engine* | 12 |
| યાદ (f.) | **yād** | *remembrance, memory* | 8 |
| યાદ આવવું | **yād āvvuṃ** | *to remember* (NB યાદ is neuter here) | 8 |
| યુનિવર્સિટી (f.) | **yunivarsiṭī** | *university* | 2 |
| યોગ્ય | **yogya** | *appropriate, suitable* | 13 |
| રડવું (i.) | **raḍvuṃ** | *cry, weep* | 9 |
| રજા (f.) | **rajā** | *holiday, leave* | 4 |
| રવિવાર (m.) | **ravivār** | *Sunday* | 7 |
| રસ (m.) | **ras** | *juice, sap, taste, liking, emotion* | 15 |

| | | | |
|---|---|---|---|
| રસોડું (n.) | **rasoḍuṃ** | *kitchen* | 4 |
| રસ્તો (m.) | **rasto** | *road* | 2 |
| રહેવું | **rehevuṃ** | *to remain, stay, live, etc.* | 2 |
| રંગ (m.) | **raṃg** | *colour* | 15 |
| રંગીન | **raṃgīn** | *coloured, bright coloured* | 15 |
| રાખવું | **rākhvuṃ** | *put, keep* | 5 |
| રાજનીતિ (f.) | **rājnītī** | *politics* | 11 |
| રાજી | **rājī** | *pleased, willing* | 7 |
| રાત (f.) | **rāt** | *night* | 2 |
| રાષ્ટ્રભાષા (f.) | **rāṣṭrabhāṣā** | *national language* | 15 |
| રાષ્ટ્રવાદી (m.) | **rāṣṭravādī** | *nationalist* | 15 |
| રાહ (m.) | **rāh** | *road, way* | 3 |
| રાહ (f.) | **rāh** | *waiting* | 3 |
| રાહ જોવી | **rāh jovī** | *to wait for* | 3 |
| રાંધવું (t.) | **rāṃdhvuṃ** | *cooked* | 10 |
| રિક્ષા (f.) | **rikṣā** | *autorickshaw* | 9 |
| રીત (f.) | **rīt** | *way, manner* | 4 |
| રીતરિવાજો (m. pl.) | **rītrivājo** | *manners and customs* | 15 |
| રૂપ (n.) | **rūp** | *form, beauty* | 8 |
| રૂપિયો (m.) | **rūpiyo** | *rupee* | 6 |
| રેડિયો (m.) | **reḍiyo** | *radio* | 15 |
| રેશમ (n.) | **reśam** | *silk* | 15 |
| રેશમી | **reśmī** | *silken, of silk* | 15 |
| રોકડા પૈસા (m. pl.) | **rokḍā paisā** | *cash* | 5 |
| રોકવું (t.) | **rokvuṃ** | *stop, employ, occupy* | 14 |
| રોકાયેલું | **rokāyeluṃ** | *busy* | 14 |
| રોકાવું | **rokāvuṃ** | *to stay* | 7 |
| રોજ | **roj** | *everyday* | 2 |
| રોજગાર (m.) | **rojgār** | *employment* | 13 |
| રોટલી | **roṭlī** | *thin bread, chappatti* | 4 |
| લઈ આવવું | **laī āvvuṃ** | *to bring* | 4 |
| લઈ જવું | **laī javuṃ** | *to take* | 4 |
| લાઈન (f.) | **lāīn** | *line, queue* | 9 |
| લઈ લેવું | **leī levuṃ** | *get, take* | 5 |
| લખવું | **lakhvuṃ** | *to write* | 3 |
| લગ્ન (n.) | **lagan** | *wedding, marriage* | 8 |

| | | | |
|---|---|---|---|
| લગભગ | **lagbhag** | *approximately* | 7 |
| લત્તો (m.) | **latto** | *area of town* | 13 |
| લપ (f.) | **lap** | *trouble, bother, boring person* | 15 |
| લાગવું | **lāgvuṃ** | *to strike, to seem* | 3 |
| લાકડી (f.) | **lākḍī** | *stick* | 10 |
| લાકડું (n.) | **lākḍuṃ** | *wood* | 6 |
| લાખ (m.) | **lākh** | *lakh, 1,000,000* | 7 |
| લાવવું | **lāvvuṃ** | *to bring* | 3 |
| લાલ | **lāl** | *red* | 1 |
| લાલન (n.) | **lālan** | *caressing, cuddling* | 12 |
| લાંબું | **lāṃbuṃ** | *long, tall* | 1 |
| લીલું | **līluṃ** | *green* | 15 |
| લેવું | **levuṃ** | *to take* | 4 |
| લોકપ્રિય | **lokpriya** | *popular* | 9 |
| લોકો (m. pl.) | **loko** | *people* | 1 |
| લોટ (m.) | **loṭ** | *floor* | 10 |
| લૉન્ડ્રી | **loṃḍrī** | *laundry* | 15 |
| વકીલ (m.) | **vakīl** | *lawyer* | 12 |
| (ના) વગર | **vagar** | *without* | 4 |
| વગેરે | **vagere** | *etc.* | 4 |
| વખત (m.) | **vakhat** | *time, opportunity* | 4 |
| વખતસર | **vakhatsar** | *at the proper time* | 11 |
| વજન (n.) | **vajan** | *weight* | 15 |
| વટાણો (m.) | **vaṭāṇo** | *pea* | 10 |
| વડું | **vaḍuṃ** | *big, great, chief* | 11 |
| વણવું (t.) | **vaṇvuṃ** | *weave, roll dough* | 10 |
| વતન (n.) | **vatan** | *native place* | 12 |
| વરસ (m.) | **varas** | *year* | 5 |
| વરસાદ (m.) | **varsād** | *rain* | 7 |
| વરસાદ પડવો | **varsād paḍvo** | *to rain* | 7 |
| વર્ગ (m.) | **varg** | *class* | 2 |
| વર્ણન (n.) | **varṇan** | *description* | 14 |
| વર્તન (n.) | **vartan** | *behaviour* | 11 |
| વસાણું (n.) | **vasāṇuṃ** | *article of grocery, goods* | 10 |
| વસાવવું (t.) | **vasāvvuṃ** | *settle* | 12 |

| | | | |
|---|---|---|---|
| વસંત (m./f.) | **vasaṃt** | *spring (caitra and Vaisakh)* | 11 |
| વહેલું | **vahelum̩** | *early* | 5 |
| વળવું (i.) | **vaḷvuṃ** | *bend, turn, return* | 14 |
| વંદન (n. pl.) | **vaṃdan** | *Yours...* (Unit 8.5) | 8 |
| વાગવું | **vāgvuṃ** | *to sound (cf. Unit 7 for time)* | 7 |
| વાજબી | **vājbī** | *reasonable* | 9 |
| વાણિયો (m.) | **vāṇiyo** | *merchant, bania* | 5 |
| વાત (f.) | **vāt** | *thing, speech, story, subject,* etc. | 3 |
| વાત કરવી | **vāt karvī** | *to chat* | 5 |
| વાતચીત (f.) | **vātcīt** | *conversation, chat* | 14 |
| વાતાનુકૂલિત | **vātānukūlit** | *air-conditioned* | 9 |
| વાતાવરણ (n.) | **vātāvaraṇ** | *atmosphere, weather* | 8 |
| વાદવિવાદ (m.) | **vādvivād** | *debate, discussion* | 14 |
| વાદળ (n.) | **vādaḷ** | *cloud, rain* | 14 |
| વાપરવું | **vāparvuṃ** | *to make use of, use, consume* | 6 |
| વાર (f.) | **vār** | *time,* etc. | 7 |
| વારુ | **vāru** | *well, alright, yes* | 8 |
| વાવું (i.) | **vāvuṃ** | *blow* | 14 |
| વાહ! | **vāh!** | *bravo! good!* | 6 |
| વાંચવું | **vāṃcvuṃ** | *to read* | 3 |
| વાંધો (m.) | **vāṃdho** | *objection, quarrel, problem* | 3 |
| વિચાર (m.) | **vicār** | *thinking, thought, opinion, anxiety* | 9 |
| વિચિત્ર | **vicitra** | *strange, wonderful* | 8 |
| વિડીઓ (f.) | **viḍīo** | *video* | 9 |
| વિકસવું (i.) | **vikasvuṃ** | *open, bloom; develop* | 15 |
| વિદેશી | **videśī** | *foreign* | 15 |
| વિદ્યાર્થિની (f.) | **vidyārthinī** | *student (female)* | 2 |
| વિદ્યાર્થી (m.) | **vidyārthī** | *studeme (male)* | 2 |
| વિધિ (m./f.) | **vidhi** | *rite* | 8 |
| વિભાગ (m.) | **vibhāg** | *part, section, department* | 11 |
| વિભાગના વડા (m.) | **vibhāgnā vaḍā** | *head of department* | 11 |

| | | | |
|---|---|---|---|
| વિમાન (n.) | **vimān** | *aircraft* | 5 |
| વિમાનમથક (n.) | **vimānmathak** | *airport* | 5 |
| વિરમવું (i.) | **viramuṃ** | *stop* | 8 |
| વિશ્વાસ (m.) | **viśvās** | *belief, faith, confidence* | 6 |
| વિષય (m.) | **viṣay** | *subject, sense-object* | 6 |
| (ના) વિષે | **(nā) viṣe** | *about* | 5 |
| વીજળી (f.) | **vījḷī** | *lightning, electricity* | 14 |
| વીતવું (i.) | **vītvuṃ** | *pass away, occur, experience,* etc. | 14 |
| વેચવું | **vecvuṃ** | *to sell* | 3 |
| વેપાર (m.) | **vepār** | *trade, commerce, business* | 8 |
| વેપારી (m.) | **vepārī** | *trader, merchant* | 13 |
| વેલણ (n.) | **velaṇ** | *rolling pin* | 10 |
| વ્યવસ્થા (f.) | **vyavasthā** | *arrangement* | 6 |
| વ્યાધિ (m./f.) | **vyādhi** | *disease; problem* | 15 |
| શક્તિ (f.) | **śakti** | *strength, power, ability,* etc. | 8 |
| શનિવાર (m.) | **śanivār** | *Saturday* | 7 |
| શરમ (f.) | **śaram** | *shyness, modesty* | 15 |
| શરૂ કરવું | **śarū karvuṃ** | *to begin* | 5 |
| શરૂઆત (f.) | **śarūāt** | *beginning* | 11 |
| શહેર (n.) | **śaher** | *city* | 3 |
| શાક (n.) | **śāk** | *vegetable* | 4 |
| શાકભાજી (n. pl.) | **śākbhājī** | *vegetables* | 6 |
| શાકમારકેટ (f./n.) | **śākmarkeṭ** | *vegetable market* | 6 |
| શાકાહારી | **śākāhārī** | *vegetarian* | 4 |
| શાસક (m.) | **śāsak** | *ruler, governor* | 15 |
| શાસ્ત્રીયસંગીત (n.) | **śāstrīyasaṃgīt** | *classical music* | 9 |
| શાંતિ (f.) | **śāṃti** | *peace* | 8 |
| શિક્ષક (m.) | **śikṣak** | *teacher (male)* | 2 |
| શિક્ષિકા (f.) | **śikṣikā** | *teacher (female)* | 2 |
| શિયાળો (m.) | **śiyāḷo** | *winter* | 5 |
| શીખવું | **śīkhvuṃ** | *to learn, study* | 3 |
| શુક્રવાર (m.) | **śukravār** | *Friday* | 7 |
| શુભાશિષ (f.) | **śubhāśiṣ** | *blessing; Yours...* (Unit 8.5) | 8 |

| | | | |
|---|---|---|---|
| શું? | **śuṃ?** | *what?* | 2 |
| શોધવું | **śodhvuṃ** | *to look for, examine* | 6 |
| શોખ (m.) | **śokh** | *liking, fondness, fashion* | 9 |
| શોર (m.) | **śor** | *noise* | 14 |
| સખત | **sakhat** | *hard, cruel, severe* | 8 |
| સગાંવહાલાં (n. pl.) | **sagāṃvahālāṃ** | *relations* | 8 |
| સગુંવહાલું (n.) | **saguṃvahāluṃ** | *member of family* | 11 |
| સત્ર (n.) | **satra** | *session, term* | 11 |
| સદાકાળ | **sadākāḷ** | *always* | 13 |
| સફર (f.) | **saphar** | *travel, journey* | 9 |
| સફળ | **saphaḷ** | *fruitful, successful, accomplished* | 12 |
| સફળતા (f.) | **saphaḷtā** | *success* | 12 |
| સફાઈ (f.) | **saphāī** | *cleanliness* | 12 |
| સફેદ | **saphed** | *white* | 1 |
| સમજ (f.) | **samaj** | *understanding* | 3 |
| સમજ પડવી | **samaj paḍvī** | *to (be able to) understand* | 3 |
| સમજાવવું (t.) | **samjāvvuṃ** | *explain* | 11 |
| સમય (m.) | **samay** | *time* | 8 |
| સમચાર (m. pl.) | **samācār** | *news* | 7 |
| સામાજિક | **samājik** | *social* | 9 |
| સમું કરવું | **samuṃ karvuṃ** | to *mend* | 5 |
| સમો (m.) | **samo** | *time, season* | 14 |
| સરખું | **sarkhuṃ** | *equal, like, even, fit, proper* | 9 |
| સરસ | **saras** | *interesting, excellent* | 3 |
| સરળ | **saraḷ** | *straightforward, simple* | 12 |
| સલાહ (f.) | **salāh** | *advice, opinion* | 13 |
| સવા | **savā** | *one and a quarter, plus a quarter* | 7 |
| સવાર (f., n.) | **savār** | *morning* | 2 |
| સવાલ (m.) | **savāl** | *questions* | 4 |
| સસ્તું | **sastuṃ** | *cheap* | 3 |
| સહન (n.) | **sahan** | *bearing, enduring, patience* | 8 |

| | | | |
|---|---|---|---|
| સહેલું | **sahelum̥** | *easy* | 3 |
| સહેવું (i.) | **sahevum̥** | *to suffer* | 12 |
| સળગાવવું (t.) | **saḷgāvvum̥** | *light, set fire to* | 14 |
| સંદેશો (m.) | **sam̥deśo** | *message, news* | 13 |
| સંભાળવું (t.) | **sam̥bhāḷvum̥** | *take care of; take care of* (i.) | 11 |
| સંયુક્ત | **sam̥yukta** | *joint* | 3 |
| સંવાદ (m.) | **sam̥vād** | *conversation, dialogue* | 9 |
| સંશોધન (n.) | **sam̥śodhan** | *research* | 7 |
| સંસ્કૃત (f./n.) | **sam̥skr̥t** | *Sanskrit* | 11 |
| સંસ્કૃતિ (f.) | **sam̥skr̥ti** | *culture* | 15 |
| સાચું | **sācum̥** | *true* | 11 |
| સાજું | **sājum̥** | *well; in good health* | 1 |
| સાજુંતાજું | **sājum̥tājum̥** | *hale and hearty* | 9 |
| સાડી (f.) | **sāḍī** | *saree* | 4 |
| સાત | **sāt** | *seven* | 3 |
| સાતમું | **sātmum̥** | *seventh* | 7 |
| સાદું | **sādum̥** | *plain, simple* | 12 |
| સાધારણ | **sādhāraṇ** | *ordinary, general* | 13 |
| સાફ | **sāph** | *clean* | 1 |
| સાફ કરવું | **sāph karvum̥** | *clean* | 5 |
| સામાન (m.) | **sāmān** | *luggage, furniture* | 3 |
| સામું | **sāmum̥** | *opposite* | 6 |
| સારું | **sārum̥** | *good, well* | 1 |
| સાહિત્ય (n.) | **sāhitya** | literature | 8 |
| સાહેબ (m.) | **sāheb** | *Sir, master* | 9 |
| સાલવું | **sālvum̥** | *pinch, feel pain* | 8 |
| સાંજ (f.) | **sām̥j** | *evening* | 2 |
| સાંભળવું | **sām̥bhaḷvum̥** | *to hear, listen to* | 3 |
| સિગારેટ (f.) | **sigāreṭ** | *cigarette* | 6 |
| સિગારેટ પીવી | **sigāreṭ pīvī** | *to smoke* | 6 |
| સીઝન (f.) | **sījhan** | *season* | 10 |
| સીધું | **sīdhum̥** | *straight ahead* | 6 |
| સીવવું | **sīvvum̥** | *to sew* | 4 |
| સુકાવું (i.) | **sukāvum̥** | *dry, become dry* | 14 |
| સુખી | **sukhī** | *happy* | 8 |
| સુગમ | **sugam** | *light, accessible* | 9 |
| સુગંધ (m./f.) | **sugam̥dh** | *fragrance, good smell* | 14 |

| | | | |
|---|---|---|---|
| સુથાર (m.) | **suthār** | *carpenter* | 5 |
| સુધી | **sudhī** | *until (time or place)* | 2 |
| સુંદર | **suṃdar** | *beautiful* | 3 |
| સુઇ જવું | **sūī javuṃ** | *to go to bed* | 5 |
| સૂતર (n.) | **sūtar** | *thread, cotton* | 15 |
| સૂર્યાસ્ત (m.) | **sūryāst** | *sunset* | 14 |
| સૂર્યોદય (m.) | **sūryoday** | *sunrise* | 14 |
| સૂંઘવું (t.) | **sūṃghvuṃ** | *smell* | 9 |
| સેકંડ (f.) | **sekaṃḍ** | *second* | 7 |
| સેક્રેટરી (f./m.) | **sekreṭarī** | *secretary* | 6 |
| સેંકડો (m.) | **seṃkḍo** | *hundred, century, hundreds* (adj.) | 15 |
| સેંડલ (.) | **seṃḍal** | *sandal* (not. dict.) | 15 |
| સો (m.) | **so** | *hundred* | 7 |
| સોનેરી | **sonerī** | *golden* | 14 |
| સોમવાર (m.) | **somvār** | *Monday* | 7 |
| સોસાયટી (f.) | **sosāyaṭī** | *society, housing association* | 6 |
| સૌ | **sau** | *all* | 6 |
| સ્ત્રી (f.) | **strī** | *woman* | 1 |
| સ્થિતિ (f.) | **sthiti** | *state, condition, status* | 13 |
| સ્નાન (n.) | **snān** | *bath* | 5 |
| સ્નાન કરવું | **snān karvuṃ** | *to take a bath, bathe* | 5 |
| સ્નેહી | **snehī** | *Dear...* (Unit 8.5) | 8 |
| સ્પષ્ટ | **spaṣṭ** | *clear, evident, plain* | 11 |
| સ્મરણ (n. pl.) | **smaraṇ** | *Yours...* (Unit 8.5) | 8 |
| સ્વભાવ (m.) | **svabhāv** | *charactger, nature* | 8 |
| સ્વરાજ (n.) | **svarāj** | *self-government* | 15 |
| સ્વર્ગવાસી | **svargvāsī** | *living in heaven, deceased, late* | 8 |
| સ્વીકારવું (t.) | **svīkārvuṃ** | *accept, receive* | 14 |
| હકીકત (f.) | **hakīkat** | *fact, news, detailed account* | 6 |
| હજાર (m.) | **hajār** | *thousand* | 7 |
| હજી (પણ) | **hajī (paṇ)** | *still, yet, even now* | 6 |
| હજી સુધી | **hajīsudhī** | *still, yet, up till now* | 7 |
| હતું | **hatuṃ** | *was* | 2 |
| હમાલ (m.) | **hamāl** | *coolie, porter* | 9 |

| | | | |
|---|---|---|---|
| હમેશાં | **hameśāṃ** | *always* | 4 |
| હવા (f.) | **havā** | *wind, breeze* | 14 |
| હવા ખાવી | **havā khāvī** | *get some fresh air* | 14 |
| હવે | **have** | *now* | 2 |
| હસ્તમેળાપ (m.) | **hastmeḷāp** | *joining hands, N. of part of wedding* | 8 |
| હળવું (i.) | **haḷvuṃ** | *be familiar, friendly* | 12 |
| હળવુંમળવું (t.) | **haḷvuṃmaḷvuṃ** | *mix, meet* | 12 |
| હા | **hā** | *yes* | 1 |
| હા જી | **hā jī** | *yes (formal)* | 1 |
| હાડકું (n.) | **hāḍkuṃ** | *bone* | 11 |
| હાથ (m.) | **hāth** | *hand, arm* | 4 |
| હાથ જોડવા | **hāth joḍvā** | *join hands in greeting, supplication* | 14 |
| હાફપેંટ | **hāphpeṃṭ** | *shorts* | 12 |
| હાલચાલ (f.) | **hālcāl** | *movement, manners* | 13 |
| હાસવું | **hāsvuṃ** | *to laugh* | 9 |
| હાસ્ય (n.) | **hāsya** | *laugh, laughing* | 15 |
| હિસાબ (m.) | **hisāb** | *calculation, account* | 6 |
| હિંદુ (m.f./adj.) | **hindu** | *Hindu* | 1 |
| હિંસા (f.) | **hiṃsā** | *violence* | 9 |
| હીંચકો (m.) | **hīṃcko** | *swing* | 14 |
| હું | **huṃ** | *I* | 1 |
| હોટલ/હોટેલ (f.) | **hoṭal/hoṭel** | *hotel, cafe* | 5 |
| હોવું | **hovuṃ** | *to be* | 5 |
| હોશિયાર | **hośiyār** | *clever* | 1 |